ഈ കടലാസ് മരിക്കയില്ല

ചാവറയച്ചൻ

INSIGHT PUBLICA®
നവോത്ഥാന പരമ്പര

INSIGHT PUBLICA
Nadakkavu, Kozhikode, Kerala
Tel:0495–4020666
www.insightpublica.com
e-mail: insightpublica@gmail.com

Ee Kadalasu Marikkayilla
Chavaraychan
(Malayalam)
Sajai K V

Ist Edition: February 2017
This Edition: March 2020

ISBN 978-93-85899-82-9
Printed and Published by
InsightinPublica Printers & Publishers Pvt Ltd.

ഈ കടലാസ് മരിക്കയില്ല

ചാവറയച്ചൻ

സജയ് കെ വി

ചിത്രീകരണം

പോൾ കല്ലാനോട്

ഷിജു ജോർജ്

INSIGHT PUBLICA®

നവോത്ഥാന പരമ്പര

1974 ജനുവരി 15ന് മൂവാറ്റുപുഴയിൽ കളരിക്കൽകുടി വാസുദേവന്റെയും ലീലയുടെയും മകനായി ജനിച്ചു. വടകര മടപ്പള്ളി ഗവ.കോളേജിൽ ഇംഗ്ലീഷ് അദ്ധ്യാപകൻ.

കൃതികൾ: *ബിഥോവൻ - ജീവിതം സംഗീതം കത്തുകൾ, ഗീതാഞ്ജലി* (പരിഭാഷകൾ), *നിലാവ് മോഷ്ടിക്കുന്ന കള്ളൻ, ലാറ്റിനമേരിക്കയുടെ കവിത, വേരുകൾക്കിടയിലെ ജീവിതം, കാവ്യപാഠാവലി.*

ഭാര്യ: ജഷിത

മക്കൾ: അമലേന്ദു, അവനിനന്ദ.

വിലാസം: കളരിക്കൽകുടി, ഈസ്റ്റ് മാറാടി, മൂവാറ്റുപുഴ.
email: sajaikv@yahoo.com

സജയ് കെ വി

നവോത്ഥാന പരമ്പര

അനീതിയും അസമത്വവും അയിത്തവും അനാചാരവും തളം കെട്ടി നിന്ന, ഭ്രാന്താലയമെന്ന് പേരുകേട്ട കേരളീയ സമൂഹത്തിൽ നവോത്ഥാന കാഹളം മുഴക്കി സമൂഹത്തെ മാറ്റി മറിച്ച നവോത്ഥാന പോരാളികളുടെ ജീവിതവും ഇടപെടലുകളുമാണ് നവോത്ഥാന പരമ്പരയിൽ സമാഹരിക്കുന്നത്. ശ്രീനാരായണഗുരു, ചാവറയച്ചൻ, വക്കം അബ്ദുൽ ഖാദർ മൗലവി, ചട്ടമ്പിസ്വാമികൾ, സഹോദരൻ അയ്യപ്പൻ, വാഗ്ഭടാനന്ദൻ, അയ്യങ്കാളി, വി.ടി ഭട്ടതിരിപ്പാട്, പി. കൃഷ്ണപിള്ള, ആര്യാപള്ളം തുടങ്ങി പത്ത് പേരാണ് ഈ പരമ്പരയിലുള്ളത്.

ഇത്തരമൊരു സംരംഭത്തിന് അകമഴിഞ്ഞ് പ്രോത്സാഹനമേകിയ സുമനസ്സുകളെ സ്നേഹപൂർവ്വം സ്മരിക്കുന്നു. യഥാസമയം പുസ്തകങ്ങൾ തയ്യാറാക്കി നൽകിയ പ്രിയ എഴുത്തുകാർക്ക് സ്നേഹം. ഈ പുസ്തകത്തിന് ആവശ്യമായ മാർഗനിർദേശങ്ങൾ നൽകി പിന്തുണച്ച ഫാ. ജോൺ മണ്ണാറത്തറയ്ക്കും പുസ്തകം തയ്യാറാക്കിയ മലയാളത്തിന്റെ പ്രിയ നിരൂപകൻ സജയ് കെ.വിയ്ക്കും ഇൻസൈറ്റിന്റെ സ്നേഹവും കൃതജ്ഞതയും.

സുമേഷ് ഇൻസൈറ്റ്

കുര്യാക്കോസ് ഏലിയാസ് ചാവറ
(ചാവറയച്ചൻ)
10.02.1805-03.01.1871

ആമുഖം

'ഏകകാര്യമഥവാ ബഹ്വത്ഥമാം' എന്നത് പോലെയാണ് വി. ചാവറകുര്യാക്കോസ് ഏലിയാസച്ചന്റെ ജീവിതവഴികളുമായി ഇതെഴുതുന്നയാൾ സന്ധിക്കുന്നത്. കവിയും പുരോഹിതനുമായ ഫാ. സുനിൽ ജോസ്, മികച്ച അദ്ധ്യാപകനും സംഘാടകനും സഹൃദയനുമായ ഫാ. ജോൺ മണ്ണാറത്തറ എന്നിവരുമായുള്ള സൗഹൃദത്തിൽ നിന്നാണ് കേരളീയ നവോത്ഥാനത്തിന്റെ ചരിത്രത്തിൽ മരണമില്ലാത്ത ഒരു തേൻമാവ് പോലെ പന്തലിച്ച നിൽക്കുന്ന വി. ചാവറയച്ചന്റെ ജീവിതത്തിലേക്ക് എന്റെ വായനയുടെ ജാലകങ്ങൾ തുറക്കപ്പെടുന്നത്. അനന്യതകളുടെ ആകരമായിരുന്ന അച്ചന്റെ ജീവിതം. ആത്മീയതയും സാമൂഹികതയും അതിൽ സക്രിയമായ ഒരു വിശുദ്ധാനുപാതത്തിൽ ഒത്തിണങ്ങി നിൽക്കുന്നുവെന്ന് വിനീതമായ ആദരാതിശയാഹ്ലാദങ്ങളോടെ ഞാൻ കണ്ടു. ഫാ. വലേറിയനും പ്രൊ. എം കെ സാനുവും ഒ പി സുരേഷും ഉൾപ്പെടുന്ന അച്ചന്റെ ജീവചരിത്രകാരന്മാരോടൊപ്പം ആ ഐതിഹാസികജീവിതത്തിന്റെ പ്രകാശപൂർണമായ ഏടുകളിലൂടെയുള്ള പരിക്രമണമായിരുന്നു പിന്നെ. കേരളീയ നവോത്ഥാനചരിത്രം അർഹമായ പരിഗണന നൽകാതെ പടുമറവിയുടെ പാഴിരുളിൽ തള്ളിയ ഒരു മഹാപുരുഷന്റെ ബഹുക്രിയാജടിലമായ ജീവിതരേഖയാണതിൽ നിന്നുയിർകൊള്ളുന്നത്.

അങ്ങനെ അച്ചന്റെ ജീവിതഋതുക്കളിലൂടെ ഞാനും വിനീതനായ ഒരു ജീവചരിത്രകാരന്റെ അധീരമായ ചുവടുവയ്പുകളുമായി സഞ്ചരിച്ചു. അതിനിടെ സഞ്ചരിച്ചെത്താനായ ഉയരങ്ങൾ എന്റെ സ്വകാര്യാത്മീയതയുടെ നിധിശേഖരത്തിൽ ഞാൻ മുതൽക്കൂട്ടുന്നു.

'ഇതിലേ നടന്നുപോയ് വലിയവർ' എന്ന ഓർമ്മപ്പെടലാണ് നമ്മുടെ കാലഘട്ടം നേരിടുന്ന സാംസ്കാരികവും ആത്മീയവുമായ ദാരിദ്ര്യത്തിനുള്ള ഏറ്റവും മികച്ച പ്രത്യൗഷധി. 'അന്യജീവനുതകി സ്വജീവിതം / ധന്യമാക്കുമമലേ വിവേകികൾ' എന്ന നവോത്ഥാന വിവേകത്തിന്റെ പ്രാരംഭസ്രോതസ്സ് ചാവറയച്ചനായിരുന്നു. അച്ചന് ശേഷമാണ് നാരായണ ഗുരുവും മറ്റുള്ളവരും. ഗുരുവിൽ അച്ചന്റെയും അച്ചനിൽ ഗുരുവിന്റെയും സൂക്ഷ്മചരായ പതിഞ്ഞു കിടപ്പുണ്ട്. അച്ചന്റെ കവിത്വം നാരായണ ഗുരുവിന്റെയും കുമാരനാശാന്റെയും ആത്മീയസരസ്വതിയെ കൂടെക്കൂടെ ഓർമയിൽ കൊണ്ടുവരുന്നത് സ്വാഭാവികം. മറ്റെന്തിലുമുപരിയായി മികച്ച ഒരു സാംസ്കാരികാനുഭവമാണ് ചാവറയച്ചന്റെ ജീവിതത്തിലൂടെയുള്ള സഞ്ചാരം. 'ഇതേതിരുൾക്കുഴി മേലുരുളട്ടെ / വിടില്ല ഞാനീ രശ്മികളെ' എന്ന നവോത്ഥാനപ്രതിജ്ഞ പുതുക്കി 21ാം നൂറ്റാണ്ടിലെ കേരളത്തിന് അതിനു നഷ്ടമായികൊണ്ടിരിക്കുന്ന ദിശാബോധം വീണ്ടെടുത്തുനൽകാൻ ഇത്തരം പിൻനോട്ടങ്ങൾ തീർച്ചയായും ഉതകും. ഈ മഹൽസംരംഭത്തിൽ എന്നെ പങ്കാളിയാക്കിയ സുമേഷ് ഇൻസൈറ്റിനും ഫാ. ജോൺ മണ്ണാറത്തയ്ക്കും ഹൃദയംഗമമായ നന്ദി. വായനയുടെ കുരുത്തോല ത്തോരണങ്ങളാൽ വിതാനിച്ച ഒരു ദീർഘപാത മുന്നിൽ കണ്ടുകൊണ്ട് ഈ ലഘുജീവചരിത്രത്തെ ഞാൻ വിനീതമായി നിങ്ങൾക്കു സമർപ്പിക്കുന്നു.

സജയ് കെ വി

05/02/2017
കോഴിക്കോട്

ഉള്ളടക്കം

അധ്യായം ഒന്ന്

പ്രിയോർ എന്ന തേന്മാവ്

'കർണ്ണപ്രമോദകര! പിന്നെയുലഞ്ഞുപച്ച-
പ്പർണ്ണങ്ങളാം ചിറകിയന്ന പഴങ്ങൾ മാവിൽ
സ്വർണ്ണ പ്രഭാശബളരക്തിമയാൽ കഴുത്തിൽ
വർണ്ണം തെളിഞ്ഞ ശുകപംക്തികൾപോലെ തൂങ്ങി'-

ഇതൊരു മാവിന്റെ വർണ്ണനയാണ്; മഹാകവി കുമാരനാശാന്റെ 'ഗ്രാമവൃക്ഷത്തിലെ കുയിൽ' എന്ന ഖണ്ഡകാവ്യത്തിലേത്. ചില്ലകളിൽ കനികളുടെ കനം നിറഞ്ഞമാവ് ഒരു രൂപകമാണ്. നന്മയുടെ, തണലിന്റെ, സഹനത്തിന്റെ, മാധുര്യദാനമെന്ന നിസ്വാർത്ഥസേവനതപസ്സിന്റെ. സ്വയമൊരു തേന്മാവായിമാറി തണലും തണുപ്പും കനിക്കൂട്ടവും വിതരണം ചെയ്ത് ചരിതാർത്ഥമാവുന്ന ചില ജന്മങ്ങളെയെങ്കിലും കാണാം നരജീവിതമെന്ന മരുപ്പരപ്പിന്റെ തരിശിൽ, ദീർഘമായ ഇടവേളകളിലൊരിക്കൽ, അങ്ങിങ്ങായി. മാവിന്റെ ഈ രൂപകാർത്ഥത്തിൽ മഹാകവിക്കുണ്ടായിരുന്ന താൽപ്പര്യം ചിരസ്ഥായിയായിരുന്നു എന്നു കാണിക്കുന്നതാണ് 'പ്രരോദനം' കാവ്യത്തിൽ അദ്ദേഹം മറ്റൊരു ആമ്രാധിപനെ വർണ്ണിക്കുന്ന സന്ദർഭം-

'നീലപ്പുൽത്തറകൾക്കുമേൽ പലനിഴൽക്കൂടാരമുണ്ടാക്കിയും
കാലത്തിൽക്കനിയേകിയും കിളികൾ തൻഗാനോത്സവം കൂട്ടിയും
ബാലാരാധകമായ് കലാലയമതിൽ മുമ്പേറെ
വമ്പാർന്നെഴുംസ്ഥൂലാമ്രാധിപൂ....'

ഇങ്ങനെ പോകുന്നു ആ വിശദവർണ്ണന. കവിത്വജന്യമായ വിശദാംശസമൃദ്ധിയാൽ മാവിന് ഉന്നതവും കുലീനവുമായ മനുഷ്യത്വപ്രൗഢി നൽകാൻ മഹാകവിക്കു സാധിച്ചിരിക്കുന്നു. ഇത്തരത്തിലൊരു തിരിച്ചറിവിന്റെ മുഹൂർത്തത്തിലാവണം വിശുദ്ധ ചാവറ കുരിയാക്കോസ് ഏലിയാസച്ചൻ ഇങ്ങനെ കുറിച്ചത്. "എന്നേക്കാൾ ആയുസ്സുള്ളതും മധുരിപ്പിക്കുന്നതുമായ ഒരോർമ്മ. ഇതിനേക്കാൾ മനുഷ്യൻ എത്ര ബലക്ഷയമുള്ളവനും പെട്ടെന്നു മാറ്റം വരുന്നവനും എന്ന് എല്ലാ ആശ്രമാംഗങ്ങളും ഓർക്കുവാൻ വേണ്ടി ഓരോ

ആശ്രമങ്ങളിൽ 'ദുക്റാൻ'(ഓർമ്മ) എന്ന പേരിട്ട് ഓരോ മധുരമാവ് നട്ടുവിൻ"- ഒന്നര ശതാബ്ദത്തിനു മുൻപ്, 1870 -ലാണ് ചാവറയച്ചൻ എന്ന 'പ്രിയോർ'- മഠാധിപതി - തന്റെ കീഴിലുള്ള ആശ്രമങ്ങളിലെ സന്ന്യസ്ത സഹോദരങ്ങൾക്ക് ഈ അസാധാരണ സന്ദേശമയച്ചത്. അതിന്റെ പശ്ചാത്തലമിങ്ങനെ-

അക്കാലത്ത് (1864-1871) 'കൂനമ്മാവ്' എന്ന സ്ഥലത്തെ ആശ്രമത്തിലായിരുന്നു അച്ചൻ. പാറായി തരകൻ എന്നൊരാൾ അദ്ദേഹത്തിന് വിശേഷപ്പെട്ട ചില മാമ്പഴങ്ങൾ ഉപഹാരമായി സമർപ്പിക്കുന്നു. അതിന്റെ വിത്തുപാകി മുളപ്പിച്ചെടുത്ത തൈകളിലൊരെണ്ണം കൂനമ്മാവിൽ താൻ താമസിച്ചിരുന്ന മുറിക്കടുത്ത് നട്ടുവളർത്തിയ അച്ചൻ, അതുപോലെ ഓരോ തൈ മറ്റ് ആശ്രമങ്ങളിലേയ്ക്കായി നൽകിക്കൊണ്ടാണ് ഈ സന്ദേശം പുറപ്പെടുവിച്ചത്. അതിൽ ആത്മീയസഹോദര്യത്തിന്റെയും മനുഷ്യ സ്നേഹത്തിന്റെയും മതാത്മകതയുടെയും കവിതയാണിന്നു നമ്മൾ വായിക്കുന്നത്. മനുഷ്യനേക്കാൾ ചിരായുസ്സായ ഓർമ്മയായി മാറാൻ ഒരു ഫലവൃക്ഷത്തിനു സാധിക്കും എന്ന് അച്ചൻ എഴുതുന്നു. അതിനെ അദ്ദേഹം 'ഓർമ്മ' എന്ന് പേരിട്ടുവിളിക്കുകയും 'മധുരമാവ്' എന്ന് അരുമയായി വിശേഷിപ്പിക്കുകയും ചെയ്യുന്നു. ജ്ഞാന നിർഭരമായ കവിതയുടെ ഈ ഏട് ഇവിടം കൊണ്ടും അവസാനിക്കുന്നില്ല.

കൂനമ്മാവിൽ അച്ചൻ നട്ടുവളർത്തിയ മാവിനെ ആളുകൾ അദ്ദേഹത്തിന്റെ കാലശേഷം 'പ്രിയോർ മാവ്' എന്നു വിളിച്ചു. മാവിന് അതു നട്ടുവളർത്തിയ മഹാനായ മഠാധിപതിയുടെ പദവിപ്പേരുതന്നെ നൽകി, മറ്റൊരു കവിത സൃഷ്ടിക്കുകയായിരുന്നു അങ്ങനെ ചെയ്തപ്പോൾ നമുക്കിന്ന് അജ്ഞാതരായ ആ അൽമായർ. തന്റെ പിറവിക്കു കാരണക്കാരനായ ചിരയശസ്വിയെപ്പോലെ പ്രിയോർ മാവ്, ഒരു നൂറ്റാണ്ടുകാലം കനിയും കനിവും വിതരണം ചെയ്തുകൊണ്ട് ആ ആശ്രമമുറ്റത്തു തന്റെ 'സ്ഥൂലാമ്രാധിപത്യം' പുലർത്തി. ഇന്ന് 'പ്രിയോർ' എന്നത് ഒരു മധുരമാവിന്റെ പേരു മാത്രമല്ല, വിശുദ്ധ ചാവറ കുരിയാക്കോസ് ഏലിയാസച്ചന്റെ ബലിഷ്ഠമായ ഓർമ്മകൂടിയാണ്. ആ മാവ് ഒരേ സമയം ഒരോർമ്മയും ഒരു സന്ദേശവുമാകുന്നു. സ്വയമൊരു മധുരമാവായി മാറിയ പുരോഹിതവിപ്ലവകാരിയുടെ ഓർമ്മയാണത്. മനുഷ്യത്വം എന്നാൽ ഒരു മധുരമാവായി മാറി മറ്റു മനുഷ്യർക്കും ദൈവത്തിനും സ്വയം സമർപ്പിക്കുന്നതിലെ മധുരസാഫല്യമാണെന്ന സന്ദേശമാണു നൽകുന്നത്. കേരളീയ നവോത്ഥാനത്തിന്റെ ചരിത്രത്തിൽ ചാവറയച്ചനുശേഷം മറ്റൊരു 'ഒറ്റമരക്കാടാ'യി

ശ്രീ നാരായണഗുരു

മാറിയ നാരായണഗുരു 'ആത്മോപദേശശതക'ത്തിൽ എഴുതുന്നു.

'പ്രിയമപരന്റെയതെൻ പ്രിയം; സ്വകീയ-
പ്രിയമപരപ്രിയമിപ്രകാരമാകും-
നയമതിനാലെ നരന്നു നന്മ നൽകും
ക്രിയ,യപരപ്രിയ ഹേതുവായ് വരേണം'-

'പ്രിയോർ' എന്ന വിദേശ ഭാഷാ പദത്തോട് മലയാളിക്കു സുഗ്രഹമായ 'പ്രിയ'പദം കൂടി കൂട്ടിച്ചേർത്താണ്, അതിനാൽ, നമ്മൾ ഇന്ന് ചാവറയച്ചൻ എന്ന വലിയ പ്രിയോറച്ചനെ ഓർമ്മിക്കുന്നത്. ക്രിസ്തുവചനങ്ങളിലെ ഉപമകളേപ്പോലെ സ്വയം ഒരുപമയായി മാറിയ ചാവറയച്ചന്റെ ബഹുശാഖവും ഫലോദാരവുമായ ജീവിതവൃക്ഷത്തിന്റെ തണലിൽ നിൽക്കുമ്പോൾ അതിലെ ദലസഹസ്രങ്ങൾ സൂക്ഷ്മഗോചരമായ അമരഭാഷയിൽ ഇങ്ങനെ മന്ത്രിക്കുന്നതു കേൾക്കാം.

"നല്ല വൃക്ഷം ഒക്കെയും നല്ല ഫലം കായ്ക്കുന്നു; ആകാത്ത വൃക്ഷമോ ആകാത്ത ഫലം കായ്ക്കുന്നു. നല്ല വൃക്ഷത്തിനു ആകാത്ത ഫലവും ആകാത്തവൃക്ഷത്തിനു നല്ലഫലവും കായ്പാൻ കഴികയില്ല. നല്ല ഫലം കായ്ക്കാത്ത വൃക്ഷം ഒക്കെയും വെട്ടി തീയിൽ ഇടുന്നു. ആകയാൽ അവരുടെ ഫലത്താൽ നിങ്ങൾ അവരെ തിരിച്ചറിയും."

(മത്തായി 7 (17-21))

●

അധ്യായം രണ്ട്

ഏകകാര്യമഥവാ ബഹുത്ഥ മാം...

അദൃശ്യവും അന്യൂഹ്യവുമായ അനേക കാരണങ്ങളുടെ തുടരിലെ ഒടുവിലത്തെ കണ്ണിയെയാണ് നമ്മൾ മനുഷ്യർ, യാദൃച്ഛികതയെന്നും അനിവാര്യതയെന്നുമൊക്കെ വിളിക്കുന്നത്. കാരണശൃംഖലയിലെ മറ്റു കണ്ണികൾ നമ്മൾ കാണുന്നതേയില്ല. അങ്ങനെ, യാദൃച്ഛികതയെ അനിവാര്യതയായും അനിവാര്യതയെ യാദൃച്ഛികതയായും നാം തെറ്റിദ്ധരിക്കുന്നു. വിസ്ലാവാ സിംബോർസ്ക എന്ന പ്രസിദ്ധയായ പോളിഷ് കവയത്രി എഴുതുന്നു.

'യാദൃച്ഛികതയെ അനിവാര്യത എന്നു വിളിച്ചതിന്
എന്റെ ക്ഷമാപണം.
ഞാൻ തെറ്റിദ്ധരിച്ചെങ്കിൽ, അനിവാര്യതയോടും
എന്റെ ക്ഷമാപണം.'

ഇത്തരത്തിലൊരനിവാര്യതയുടെ ഫലമാണ് ഓരോ മഹാത്മാവിന്റെയും ജനനം. അതിനു പിന്നിലെ കാരണ ബാഹുല്യത്തെക്കുറിച്ചറിഞ്ഞ് കൂടുതൽ വിനയവാന്മാരാകാൻ കൂടിവേണ്ടിയാണ് നമ്മൾ അവരുടെ ജീവിതത്തെ, അതിന് അരുനിന്ന സാഹചര്യങ്ങളടക്കം, പഠനവിധേയമാക്കുന്നത്. വി. ചാവറയച്ചന്റെ ജനനകാലത്തെത്തണമെങ്കിൽ നമ്മൾ രണ്ടു ശതാബ്ദങ്ങൾക്കപ്പുറത്തേയ്ക്കു പോകണം; ആ ജനനത്തിനു പിന്നിലെ കാരണശൃംഖലയെ തൊട്ടറിയാൻ.

കേരളീയ സമൂഹം അതിന്റെ ജാതീയമായ ഉച്ച-നീചത്വങ്ങളിലും ജന്മിത്വത്തിന്റെ ചൂഷണവ്യവസ്ഥിതിയിലും ചുരുളിട്ട് ചുരുളിട്ട്, ഭീമരൂപിയായ ഒരു അലസമഹാസർപ്പമെന്നോണം യുഗദീർഘമായ താമസനിദ്രയിലാണ്ടു കിടക്കുകയായിരുന്ന അക്കാലം. തുഞ്ചന്റെ പൈങ്കിളി പതിനാറാം നൂറ്റാണ്ടിൽ പാടിപ്പരത്തിയ ആത്മീയതയുടെ മഹാവെളിച്ചം അതിനെ തെല്ലൊന്നുണർത്താതെയുമിരുന്നിട്ടില്ല. നാരായണഗുരു എന്ന യുഗപുരുഷന്റെ ആവിർഭാഗത്തിനായി കേരളം ഇനിയും ചില പതിറ്റാണ്ടുകൾ കൂടി കാത്തിരിക്കണമായിരുന്നു. 'അല്ലിന്റെ യന്തിമയാമത്തെഘോഷിച്ച കല്ലോലമാലിതൻ മന്ദ്രതൂര്യം'

അങ്ങകലെ, അവ്യക്തമായെങ്കിലും മുഴങ്ങിത്തുടങ്ങിയിരുന്നുമില്ല. ഈ ചരിത്രസാഹചര്യത്തിലാണ് ഇന്നത്തെ ആലപ്പുഴജില്ലയുടേയും കുട്ടനാടിന്റെയും ഭാഗമായ കൈനകരിഗ്രാമത്തിൽ 1805 ഫെബ്രുവരിമാസം 10-ാം തിയ്യതി കുരിയാക്കോസ് എന്ന അസാധാരണ ബാലന്റെ ജനനം.

കുടുംബപാരമ്പര്യത്തെ കുടുംബവൃക്ഷമായി സങ്കല്പിച്ച് അതിനെ നിരവധിയായ വേരുകളും ചില്ലകളും വേട്ടും കൂടിച്ചേർന്ന മനുഷ്യസാകല്യമായിക്കാണുന്ന പതിവ് നമുക്കുണ്ട്. അത്തരത്തിലൊരു കുടുംബ വൃക്ഷത്തെയാണ് കുരിയാക്കോസ് തന്റെ ജന്മം കൊണ്ട്, മഹിതഫലദായകമായ ഒരു മഹാവൃക്ഷമാക്കി മാറ്റിയത്. അതിനു പിന്നിൽ ക്രിസ്ത്വബ്ദാരംഭത്തിൽത്തന്നെ തോമാശ്ലീഹയാൽ ജ്ഞാനസ്നാനം ചെയ്യപ്പെട്ട പാലയൂരിലെ 'പകലോമറ്റം' എന്ന ക്രിസ്തീയ കുടുംബത്തിന്റെ ബഹുശാഖമായ വികാസ-പരിണാമ ചരിത്രമുണ്ട്. 'പകലോമറ്റം' കുടുംബത്തിന്റെ കൈവഴികളിൽ ചിലത് ഏറ്റുമാനൂരിലേയ്ക്കും കുറവിലങ്ങാട്ടേയ്ക്കും ഒഴുകിച്ചെന്നു ചേർന്നതോടൊപ്പം, മറ്റൊരു കൈവഴി ആലപ്പുഴയിലെ അഭിജാത ഹിന്ദുകുടുംബമായ 'മുക്കട്ട് മഠം' എന്ന തറവാട്ടിലുള്ളവരുടെ ക്ഷണപ്രകാരം കുട്ടനാട്ടിലെ കൈനകരിയിലുമെത്തുന്നു. ആ ക്ഷണത്തിനും കുടിയേറ്റത്തിനും കാരണമായത് അന്നത്തെ ജാതിബദ്ധ ഹിന്ദുസമൂഹത്തിലെ രസകരമായ ചില വിശ്വാസങ്ങളും ആചാരങ്ങളുമായിരുന്നു. വി. ചാവറയച്ചന്റെ ജീവചരിത്രകാരനായ എം.കെ. സാനു ഉദ്ധരിക്കുന്ന ഒരു പദ്യശകലമുണ്ട്. 'ഇന്നലെ ചെയ്തോരബദ്ധം- മൂഢർ/ ക്കിന്നത്തെയാചാരമാവാം/ നാളത്തെശാസ്ത്രമതാവാം' എന്നപോലെ അബദ്ധം ആചാരമാവുകയും അബദ്ധ ജടിലമായ ആചാരങ്ങൾ ചിലപ്പോഴെങ്കിലും ചില സുബദ്ധങ്ങളിലേയ്ക്കു നയിക്കുകയും ചെയ്യുന്ന വിചിത്രമായ സാമൂഹ്യസന്ദർഭത്തിന്റെ കാലാതീതസാക്ഷ്യം കൂടിയാകുന്നു, അന്യഥാ വലിയ ആശയഗൗരവമോ രചനാഭംഗിയോ ഒന്നും അവകാശപ്പെടാനില്ലാത്ത, ആ ഈരടി-

'തൈലാദി വസ്തുക്കളശുദ്ധമായാൽ
പൗലോസിനെക്കൊണ്ടു തൊടീക്കവേണം'

സാമൂഹ്യജീവിതം മനുഷ്യപാരസ്പര്യങ്ങളുടെ അനിവാര്യരംഗമായതുകൊണ്ട് അയിത്തജാതിക്കാരായ അവർണ്ണരെ തൊട്ടില്ലെങ്കിലും അവരുടെ നെറ്റിവേർപ്പിറ്റുവീണ മണ്ണിൽക്കുതിർന്ന ഫല-ധാന്യങ്ങളും മറ്റും തൊടാതെയും തൊട്ടുകൂടാതെയും ഉപജീവനം അസാധ്യമായിരുന്നു അന്നത്തെ സവർണ്ണമാടമ്പിമാർക്ക്. 'അതിന് അവർകണ്ടെത്തിയ

കൗതുകകരമായ പോംവഴിയാണ് ഈ പദ്യത്തിൽ. അവർണ്ണന്റെ കയ്യാൽ വിളഞ്ഞ ആഹാരസാധനമേതും ഒരു ക്രിസ്തുമതവിശ്വാസി തൊട്ടാൽ, താനേ ശുദ്ധമായിക്കൊള്ളും! ഈ സഹായത്തിനുവേണ്ടി യായിരുന്നു പകലോമറ്റത്തുനിന്നു ചിലരെ മുക്കട്ടുമഠം തറവാട്ടുകാർ കൈനകരിയിലേയ്ക്കു ക്ഷണിച്ചു കൊണ്ടുവന്ന് പാർപ്പിച്ചത്. അതൊരുചരിത്രനിയോഗമായിരുന്നു എന്ന്, ഇന്നു നമ്മൾ തിരിച്ചറിയുന്നു!

മുക്കട്ടുമഠത്തിന്റെ ഭാഗമായി മാറിയ പകലോമറ്റം തറവാടിന് കൈനകരിയിൽ ശാഖകളും ഉപശാഖകളുമുണ്ടായി, അവർ സമീപ ദേശങ്ങളിൽ പലയിടത്തായി പടർന്നു പുലർന്നു- ആദ്യം കാളശ്ശേരി, മീമ്പള്ളി എന്നിങ്ങനെ രണ്ടിടങ്ങളിലായി; പിന്നീട് മീമ്പള്ളി കുടുംബത്തിന് മന്ത്രം, ചാവറ, കളിപ്പറമ്പ, വള്ളോന്തറ എന്നിങ്ങനെ പിരിവുകളുണ്ടായി. ചാവറ, പിന്നീട് കിഴക്കേ ചാവറയും പടിഞ്ഞാറേ ചാവറയുമായി. കൈനകരിക്കടുത്തുള്ള വെളിയനാട്ടെ, തോട്ടയക്കാട് ചോതിരിക്കുന്നേൽ കുടുംബത്തിന്റെ കൈവഴിയായിരുന്നു 'തോപ്പിൽ' എന്ന ക്രിസ്തീയ ഭവനം. തോപ്പിൽ വീട്ടിലെ 'മറിയം' എന്ന യുവതിയെ കിഴക്കേചാവറയിലെ കുരിയാക്കോസ് വിവാഹം കഴിക്കുന്നു. അവർക്ക് ആറു മക്കളുണ്ടായി; അവരിൽ ഏറ്റവും ഇളയവനായിരുന്നു കുരിയാക്കോസ്.

ചരിത്രത്തിന്റെയും കുടുംബപുരാണത്തിന്റെയും രക്തബന്ധത്തി ന്റെയും വിവാഹ ബന്ധത്തിന്റെയും ദുരൂഹപാതകളിലൂടെയാണ് നാം ഇതുവരെ സഞ്ചരിച്ചത്. വിവേകികൾക്ക് വിസ്മയാധീനരാകാനുള്ള വക, ധാരാളമുണ്ടതിൽ. പ്രതിജനഭിന്ന വിചിത്രമായ മനുഷ്യഗാഥക ളിലൊന്നു തന്നെ, ഇതും.

'അന്തരാളഗതി തന്നിലൊന്നൊടൊ-
ന്നന്തരാപെട്ടമണുക്കളാണു നാം'

എന്ന്, ഏകകാര്യമഥവാ ബഹ്വർത്ഥമാം' എന്നെഴുതിയ മഹാകവി, അതേ കൃതിയിലൊരിടത്തു പറയുന്നുണ്ട്. അന്തരാളഗതിയിൽ ഒന്നി നോടൊന്ന് അന്തരാപെടുന്ന അണുക്കളേപ്പോലെയായിരുന്നു ചാവറ കുരിയാക്കോസിന്റെയും തോപ്പിൽ മറിയത്തിന്റെയും വിവാഹം. കാരണം,'ഞാൻ ദൈവത്തിന്റേതാകുന്നു' എന്നു പേരിനർത്ഥമുള്ള കുരിയാക്കോസിനും ദൈവമാതാവിന്റെ പേരുകാരിയായ അദ്ദേഹ ത്തിന്റെ സഹധർമ്മിണിക്കും ഒരു നിയോഗമുണ്ടായിരുന്നു. അപ്പന്റെ അതേ പേരുള്ള ഒരു ചരിത്രപുരുഷന് പിറവി നൽകുക എന്ന വിശു ദ്ധനിയോഗമായിരുന്നു അത്.

●

അധ്യായം മൂന്ന്

മാതൃകം

'പൈതൃകം' എന്നതുപോലെ 'മാതൃക'വുമുണ്ട്. പൈതൃകത്തേക്കാൾ പ്രധാനവും പ്രബലവുമാവും, ചിലപ്പോൾ, മാതൃകം എന്ന മാതാവിന്റെ വാസനാവിനിമയം മനുഷ്യശിശുവിന്റെ സ്വഭാവരൂപീകരണത്തിൽ. വി. ചാവറ കുരിയാക്കോസ് ഏലിയാസച്ചന്റെ കാര്യത്തിലും അതാണുണ്ടായത്. സാത്വിക പ്രകൃതിയായ ശക്തമായ മതചോദനകളുണ്ടായിരുന്ന സ്ത്രീയായിരുന്നു, കുരിയാക്കോസിന്റെ മാതാവായ മറിയം. മകനെ, ദൈവാഭിമുഖമായി വിരിയുന്ന ഒരു വിശുദ്ധപുഷ്പം പോലെ വളർത്തണമെന്ന നിഷ്ഠയുണ്ടായിരുന്നു അവർക്ക്. ആ മാതാവിന്റെ സാഹചര്യവും സൗശീല്യവുമാണ് കൊച്ചുകുരിയാക്കോസിൽ ജ്ഞാനതൃഷ്ണയായും സ്വഭാവശുദ്ധിയായും ദൈവദാഹമായും മാറിയതെന്ന കാര്യത്തിൽ ഏകാഭിപ്രായമുള്ളവരാണ് ചാവറയച്ചന്റെ ജീവചരിത്രകാരന്മാർ. അച്ചൻ തന്നെ 'ആത്മാനുതാപം' എന്ന കാവ്യത്തിൽ അമ്മയെക്കുറിച്ചെഴുതിയിട്ടുണ്ട്. സ്രഷ്ടാവിന്റെ കാരുണ്യാതിരേകത്തിൽ അചഞ്ചലമായ വിശ്വാസമുള്ള ഒരാസ്തികന്റെ ഭവ്യഭാവത്തിലാണ് ചാവറയച്ചൻ തന്റെ ജനനത്തെയും ബാല്യത്തെയും ഈ കൃതിയിൽ അവതരിപ്പിക്കുന്നത്.[1] നാരായണഗുരുവിന്റെ 'പിണ്ഡനന്ദി' എന്ന കവിതയുമായി ഗാഢമായ സാമ്യം പുലർത്തുന്നവയാണ്- ആശയതലത്തിൽ - ഈ കൃതിയിലെ പ്രാരംഭം. ഗർഭാവസ്ഥയിൽ തന്നെ കാത്തു പരിപാലിച്ച ജഗദീശകൃപയ്ക്ക് നന്ദി പറയുകയാണ് ഗുരു[2]. അച്ചനും അതുതന്നെ ചെയ്യുന്നു. ആത്മൗന്നത്യത്തിന്റെ ഏതോ ഗിരിശൃംഗത്തിൽ വച്ച് ധന്യാത്മാക്കൾ പരസ്പരം ഐക്യപ്പെടുന്നതിന്റെ മികച്ച കേരളീയ ദൃഷ്ടാന്തങ്ങളിലൊന്നാണിത്.

1.'ആദിനായകനായ സർവ്വേശ്വരൻ
ആദത്തിൽ സുതനായ്ച്ചമച്ചെന്നെയും
ആയതിന്നെന്തു കാരണം ദൈവമേ!
ആദ്യഹീനനാം നിന്റെ ദയതന്നെ!'

2. 'ഗർഭത്തിൽ വച്ചു ഭഗവാനടിയന്റെ
പിണ്ഡ മെപ്പേരുമൻപൊടു വളർത്തകൃ
പാലുവല്ലീ! കല്പിച്ചപോലെ വരുമെന്നു
നിനച്ചുകണ്ടിട്ടർപ്പിച്ചിട്ടുന്നടിയനൊ
ക്കെയുമങ്ങു ശംഭോ!'

തള്ളക്കിളി മുട്ടയ്ക്കടയിരിക്കുമ്പോൾ മറു കൊമ്പിൽ ദൈവം ഒരാൺ കിളിയായി കാവലിരിക്കുന്ന ചിത്രമുണ്ട്, കസൻദ് സാക്കീസിന്റെ 'ദൈവത്തിന്റെ പരിവ്രാജകർ' എന്ന നോവലിൽ. അതിനെ ഓർമ്മയിൽ കൊണ്ടുവരും വിധം ചാവറയച്ചൻ എഴുതുന്നു.

'ഉറക്കിക്കിടത്തിയവൾ പോകുമ്പോൾ
ഉറക്കഹീനനായൊരാൾ കാക്കും.'

ഈശ്വരീയമാണ് മനുഷ്യശിശുവിന്റെ ആദിമ പൈതൃകം. രണ്ടാമതു മാത്രമേ മനുഷ്യരായ മാതാപിതാക്കളുടെയും പൂർവ്വികരുടെയും പാരമ്പര്യം അവന്റെ രക്തത്തിൽ കലരുന്നുള്ളൂ-

'വിശ്വാസികളാം കാരണവന്മാരാൽ
വിശ്വാസിയായി എന്നെയും തീർത്തു നീ'

ഇനിയാണ് കഥാപുരുഷന്റെ അമ്മ രംഗപ്രവേശം ചെയ്യുന്നത്.

"പൈതൽക്കാലത്തിൽ തീറ്റിവളർത്തുവാൻ
അയ്യംകൂടാതെ തന്ന മാതാവിനെ'

തുടർന്ന്, ഇങ്ങനെയും-

"അന്നവൾക്കു നീ നൽകിയ സ്നേഹത്താൽ
അമൃതപാനം തന്നു വളർത്തുമ്പോൾ
അതിനോട്ടു കലർത്തി ജപങ്ങളും
അപ്പോൾത്തന്നെ ഗ്രഹിച്ചു തന്നവൾ.
ദൃഢം വന്നപ്പോൾ ജപങ്ങളൊക്കെയും
ദൃഢതയോടെ പഠിപ്പിച്ചു നിശ്ചയം'

അമ്മയുടെ രക്തത്തിൽ കലർന്ന ദൈവഭയവും മതബോധവും അവരുടെ മുലപ്പാലിലൂടെ കുഞ്ഞിലേയ്ക്കു കൂടി സംക്രമിക്കുന്നതിന്റെ രമ്യചിത്രമുണ്ട് ഈ ഈരടികളിൽ; അതാകട്ടെ, ഈശ്വരകാരുണ്യത്താൽ, ആ അമ്മയ്ക്കു കൈവന്ന സഹജജ്ഞാനത്തിന്റെ ഫലവും. എത്ര അനായാസ മധുരമായാണ് ഇവിടെ ചാവറയച്ചനിലെ കവിയുടെ ദൈവാനുഭവനിർഭരമായ ഹൃദയത്തിൽ നിന്ന് ഈ ഈരടികൾ വഴിഞ്ഞൊഴുകുന്നതെന്നു കാണുക! ലാളിത്യം മഹത്ത്വത്തിന്റെ അഭിജ്ഞാനമായി മാറുന്ന, 'ആത്മാനുതാപ' ത്തിലെ ഇതുപോലുള്ള ഭാഗങ്ങളിൽ.

കസൻദ് സാക്കീസ്

ഇതിനെത്തുടർന്നാണ് മലയാളകവിതയിലെത്തന്നെ ഏറ്റവും തേജോമയമായ ഈരടികളിലൊന്നെന്നു പറയാവുന്ന ഈ വരികൾ-

"അന്നവളുടെ കാൽക്കലിരുന്നു ഞാൻ
മന്ദമന്ദമറിഞ്ഞു ദൈവത്തെയും"

മാതാവിന്റെ കാൽക്കലിരുന്ന് ദൈവം എന്ന പ്രകാശത്തിലേയ്ക്ക് മന്ദം മന്ദം വിരിയുന്ന പൂമൊട്ടുപോലെയുള്ള ശിശു. ഇതിനെ കിടനിൽക്കുന്ന ഒരു ചിത്രം വിശ്വസാഹിത്യത്തിൽ വേറേ കാണാമെങ്കിൽ അത് കാളിദാസന്റെ 'കുമാരസംഭവ' ത്തിലാണുള്ളത്-

'നിയമിത പരിഖേദാ തച്ഛിരശ്ചന്ദ്രപാദൈ :'

തപോനിഷ്ഠനായ ശിവനെ അരികിൽ നിന്നു പരിചരിക്കുകയാണ് പാർവ്വതി. തപസ്സിനു പാകമായിട്ടില്ലാത്ത അവളുടെ ഇളം ദേഹം, അപ്പോളറിഞ്ഞ തളർച്ചയെ ശിവശിരസ്സിൽ നിന്നൂർന്നു വീണ ശീതളമായ ചന്ദ്രരശ്മികൾ പോക്കുന്നു എന്നർത്ഥം. 'എന്തൊരു ഭാവനയാണിത്!' എന്നതിശയിക്കാതെ കടന്നു പോകാനാവില്ല ഈ പ്രാചീനശ്ലോകപാദത്തിലൂടെ എന്നതു പോലെ, ചാവറയച്ചന്റെ ഈ ഈരടിയിലൂടെയും. അതിൽ, റാഫേലിന്റെ നവോത്ഥാനകാല ചിത്രകലയിലെന്നപോലെ, മഡോണയും ഉണ്ണിയേശുവും തമ്മിലുള്ള ആത്മപാരസ്പര്യത്തിന്റേതിനു സമാനമായ ലയമത്രയും ഏതാനും ചില ലളിതമായ വാക്കുകളാൽ ആവിഷ്കരിക്കപ്പെട്ടിരിക്കുന്നു. ' മന്ദമന്ദമറിഞ്ഞു ദൈവത്തെയും' എന്നതിലെ 'മന്ദം മന്ദം' എന്ന വിശേഷണത്തിന് ഒരു പൂമൊട്ടിന്റെ അഗോചരമായ വികാസത്തെ വിവരിക്കുമ്പോൾ മാത്രം ഒരു പക്ഷേ പൂർണ്ണ സംഗതമായിത്തീർന്നേക്കാവുന്ന ചാരുതയുണ്ട്.

ചാവറ കുരിയാക്കോസ് ഏലിയാസച്ചൻ എന്ന അസാധാരണ മനുഷ്യന്റെ ബാല്യത്തിന്റെയും ബാല്യകാലശിക്ഷണത്തിന്റെയും ഒരു നഖചിത്രമാണിവിടെ, അദ്ദേഹത്തിന്റെ തന്നെ കാവ്യശോഭയാർന്ന വാക്കുകളിൽ, നമ്മൾ കണ്ടത്. വീണ്ടും നമുക്ക് കവിയായ ചാവറയച്ചനെത്തന്നെ പിൻ തുടരാം.

'എന്നവൾ രാത്രി പാതിരാനേരത്തും
മന്ദം നീക്കിയുണർന്നെഴുന്നേറ്റിട്ട്
മുട്ടുകുത്തി നമസ്കാരം ചെയ്യുമ്പോൾ
ഒട്ടു നേരം ഞാൻ മുട്ടിന്മേൽ ചാഞ്ഞിട്ടും
രാജപം, ദേവമാതാവിൻ പ്രാർത്ഥന
രാജരാജനാമീശോതൻ പ്രാർത്ഥന.'

'മന്ദം മന്ദം' എന്ന് മുൻവരിയിലെഴുതിയ കവി. 'മന്ദം നീക്കി' എന്ന്,

നാനാർത്ഥ ചമൽക്കാരത്തോടെ, അതേ വാക്കുതന്നെ ആവർത്തിക്കുന്നതിലെ കാവ്യഭംഗി ഒന്നു വേറെ തന്നെ! പാതിരാവിലുണർന്നു പ്രാർത്ഥിക്കുന്ന അമ്മയോടൊപ്പം 'രാജപ'ങ്ങളിൽ പങ്കെടുത്തതിനാൽ താൻ 'ദൈവത്തിന്നുമിഷ്ട'നായിമാറി എന്ന് ചാവറയച്ചൻ പറയുന്നു. ആ വത്സല മാതാവിന്റെ മിഴിവുറ്റ ഒരു ചിത്രവും അച്ചൻ നമുക്കായി വരച്ചുചേർത്തിട്ടുണ്ട്, 'ആത്മാനുതാപ' ത്തിന്റെ ആദ്യ ഖണ്ഡത്തിൽ. 'ഒന്നു തല്ലുകയോ വേദനിപ്പിക്കുകയോ ചെയ്യാതെ പുത്രനെ ഒരു നോട്ടം കൊണ്ടുമാത്രം ശാസിക്കാനാവുമായിരുന്ന ആ അമ്മയ്ക്ക്; അത്രയ്ക്കായിരുന്നു അവന്റെ മേൽ അവർക്കുണ്ടായിരുന്ന സ്നേഹാധികാരം-

'നോട്ടം കാണുമ്പോൾ ഭയപ്പെട്ടുമഹം
ഒട്ടും ദയയില്ലാത്തൊരു കൺകളാൽ
ഒരു കാലവും യാതൊരു കാരണാൽ
കരുവാലും കരത്താലും തൊട്ടില്ല.
ഒക്കെയും കണ്ണുകൊണ്ടു കഴിച്ചിട്ടും
ദുഃഖിപ്പിക്കും തോഷിപ്പിക്കും ചക്ഷുസ്സാൽ'

കണ്ണുകൊണ്ടു മാത്രം മകന്റെ ദുഃഖ-ഹർഷങ്ങളുടെ വേലിയേറ്റത്തെ, കടലിനെ ചന്ദ്രബിംബമെന്നോണം, നിയന്ത്രിക്കുന്ന വാത്സല്യനിധിയും പരമസാധ്വിയുമായ ഒരമ്മ!

അമ്മയുടെ ആത്മീയപാഠശാലയിലായിരുന്നു ബാലനായ കുരിയാക്കോസിന്റെ അധ്യയനത്തിന്റെ ആദ്യനാളുകൾ എന്നു നമ്മൾ കണ്ടുകഴിഞ്ഞു. പ്രാർത്ഥന ചൊല്ലുന്ന മാതാവിന്റെ പാദാന്തികത്തിൽ അതുകേട്ടുറങ്ങുകയാണ് മകൻ-

'പരം ജ്യോതിയേയീശോയോ രക്ഷിക
പാരിതിന്റെ പുഷപമേ, ജയജയാ'
എന്നി വണ്ണമോരോ ജപങ്ങളെ
നന്ദിയോടുച്ചരിക്കുന്ന നേരത്ത്
മന്ദമായതു കേട്ടിരുന്നും കൊണ്ടാ
സുന്ദരിയുടെ പാദേയുറങ്ങി ഞാൻ'

'വാക്കുകൾ കൂട്ടിച്ചൊല്ലാൻ' തുടങ്ങിയ ആ കിടാവിനെക്കൊണ്ട് തിരുനാമങ്ങളാണ് ആ അമ്മ ആദ്യം ഉച്ചരിപ്പിച്ചത്. കുരിയാക്കോസ് തന്റെ പ്രാഥമിക ദൈവശാസ്ത്രപാഠങ്ങളും അമ്മയിൽ നിന്നുതന്നെ ഗ്രഹിച്ചു.

'പിതാവു പുത്രൻ റൂഹാദക്കുദിശാ
പിതാവിൻ സുതനരാവതാരവും
കന്നി തന്നുടെ ശുദ്ധോദരത്തിലായ്

മന്നിൽ വന്നു പിറന്ന മനുവായി.
പന്തിയോസിന്റെ നാൾകളിൽ കഷ്ടപ്പെ-ട്ടന്തരിച്ച കഴിഞ്ഞുയിർ
ത്തെന്നതും,ഓരോരോരോദിനേ ചൊല്ലിപ്പഠിപ്പിച്ചു,അരോചത്തുങ്കൽ
കണ്ണാൽ പീഡിപ്പിച്ച'

'ആരോചത്തുങ്കൽ'(അരോചകമായതു കാണുമ്പോൾ) കണ്ണാൽ മാത്രം പുത്രനെ പീഡിപ്പിച്ചിരുന്ന അമ്മയെക്കുറിച്ചാണു നമ്മൾ മുൻപു പറഞ്ഞത്. അത്രമേൽ ശാന്തസ്വഭാവയായ ആ അമ്മയിൽ നിന്നാണ് അച്ചൻ തന്റെ ആത്മീയതയുടെ ആദ്യ പാഠങ്ങൾ ഉൾക്കൊണ്ടതെന്നും നമ്മൾ കണ്ടുകഴിഞ്ഞു. ഇനിയും വിദ്യാരംഭം കുറിച്ചിട്ടില്ലാത്ത ഒരു ശിശുവായിരുന്നു അപ്പോൾ കുരിയാക്കോസ്. തന്റെ പ്രാഥമിക പാഠശാലയായ ആശാൻ പള്ളിക്കൂടത്തെ 'ആത്മാനുതാപ' ത്തിന്റെ കവി, ഇങ്ങനെയാണോർമ്മിക്കുന്നത്-

'ഇങ്ങനെ പഞ്ചവത്സരം ചെന്നപ്പോൾ
അങ്ങൊരു ഗുരാവജ്ഞാനി ശ്രേഷ്ഠനായ്
അണ്ണാവിയവൻ ചാരത്തിരുന്നിട്ട്
തണ്ഡുലം തന്നിൽ കൈയ്യാൽ വരപ്പിച്ചു.
ചൊല്ലിച്ച വാതിൽ നാം തുടങ്ങീട്ട്
ചൊല്ലിയേനഹം ശുഭാശുഭം വിനാ'.

'അജ്ഞാനി' എന്ന വാക്കിന് 'അക്രൈസ്തവൻ' എന്നേ ഇവിടെ അർത്ഥമുള്ളൂ, 'അണ്ണാവി' എന്നാൽ 'ആചാര്യൻ' എന്നും. അങ്ങനെ അഞ്ചാം വയസ്സിൽ അക്ഷരാഭ്യാസം തുടങ്ങിയ കുരിയാക്കോസിന് പിന്നീടൊരഞ്ചുവർഷം കൂടി കാത്തിരിക്കേണ്ടിവന്നു, ആത്മീയതയുടെ അനശ്വരപാഠങ്ങൾ പകർന്നു നൽകുന്ന മതപാഠശാലയിലേയ്ക്കുള്ള തന്റെ ഉപനയനം സാധ്യമാവാൻ. എഴുത്തുപള്ളിയിൽ നിന്നും പള്ളിയിലേയ്ക്ക് എന്നതായിരുന്നു ആ ബാലന്റെ ജീവിതത്തിന്റെയും ആത്മീയജീവിതത്തിന്റെയും ഗതി; മാതൃസവിധത്തിൽ നിന്ന് ദൈവമാതാവിന്റെ മഹാസന്നിധിയിലേയ്ക്ക് എന്നതും.

●

അധ്യായം നാല്

പൂമൊട്ടിന് വെളിച്ചമെന്നപോലെ

ചാവറ കുരിയാക്കോസ് ഏലിയാസച്ചന്റെ മാതൃകത്തെപ്പറ്റിയാണല്ലോ പറഞ്ഞുവന്നത്. 'പരയുടെ പാലുണ്ടകർന്ന' ഒരു മാതാവിന്റെ വത്സലശിക്ഷണമായിരുന്നു കുരിയാക്കോസിന്റെ ജന്മായത്തമായ ദൈവദാഹത്തെ വിത്തിനു മഴയെന്നപോലെ പരിചരിച്ചതെന്നു നാം കണ്ടുകഴിഞ്ഞു. ആ മാതാവ് മറ്റൊന്നു കൂടി ചെയ്തു. അഗോചരകമായ രഹസ്യലിപികളാലെഴുതപ്പെട്ട വിധിയുടെ മഹാപുസ്തകം വായിച്ച്, ദൈവനിശ്ചയത്തിന്റെ സൂക്ഷ്മവിവക്ഷകൾ കൂടി ഗ്രഹിച്ച ഒരു ദൈവജ്ഞയേപ്പോലെയായിരുന്നു അപ്പോൾ ആ അമ്മ പെരുമാറിയത്. പ്രാർത്ഥനകളാലും ജപങ്ങളാലും കണ്ണാടിപോലെ തെളിഞ്ഞ അന്തഃകരണത്തിൽ ദൈവേഷ്ടത്തിന്റെ രശ്മികൾ തട്ടി പ്രതിഫലിച്ചതുമാകാം, അത്. തന്റെ മകന്റെ യഥാർത്ഥമാതൃത്വം ദൈവമാതാവായ പരമവിശുദ്ധയ്ക്കുള്ളതാണെന്നു തിരിച്ചറിഞ്ഞ കുരിയാക്കോസിന്റെ മാതാവ്, മകനെ കന്യകാമാതാവിനു മുന്നിൽ അടിമകിടത്തുകയുണ്ടായി. അതൊരു പ്രതീകാത്മക ക്രിയയായിരുന്നു. ജൈവാനുഭവത്തിന്റെ പവിത്രവായുശ്വസിച്ച് അപാരതയിലേയ്ക്ക് കൺമിഴിക്കാനായുന്ന, ഒരസാധാരണ ബാലനെസംബന്ധിച്ച് വലിയ ആത്മീയധ്വനികളുള്ളത്. താൻ ഒരു സാധാരണ മനുഷ്യശിശുവല്ലെന്നും തന്റെ ആത്മീയമാതൃത്വം ദൈവപുത്രന്റെ മാതാവായ വിശുദ്ധ മേരിയ്ക്കവകാശപ്പെട്ടതാണെന്നുമുള്ള നിർമ്മലജ്ഞാനം, ആ അടിമകിടത്തൽ ചടങ്ങിലൂടെ ബാലനായ കുരിയാക്കോസിന്റെയും ബോദ്ധ്യമായി മാറുകയായിരുന്നു. തന്റെ സമസ്തജീവിതചലനങ്ങളെയും നിരീക്ഷിക്കുന്ന മാതൃചൈതന്യമായി, ആ ഇളം പ്രായത്തിൽ തന്നെ പരിശുദ്ധദൈവമാതാവിനെ കുരിയാക്കോസ് തിരിച്ചറിഞ്ഞു കാണും. മാതൃദാസനാകുക എന്നാൽ കളങ്കമേശാത്ത ഒരു നിത്യശിശുവായി സ്വയം മാറുക എന്നാണർത്ഥം. ദൈവമാതാവിനുദാസനാകുക എന്നാൽ ദൈവദാസനാകുക എന്നും അത്തരമൊരു ഭാഗധേയത്തിന്റെ നേരവകാശിയായി മകനെ നേർന്നു നൽകുകയായിരുന്നു

ആ അടിമ കിടത്തൽ ചടങ്ങിലൂടെ കുരിയാക്കോസിന്റെ മാതാവ്, തന്റെ മകനെ ദൈവമാതാവുമായി നാഭീനാളബന്ധമുള്ള ഒരു മനുഷ്യശിശുവാക്കി മാറ്റുകയും.

മഹാപുരുഷന്മാരുടെ ജീവിതങ്ങളിൽ ഋജു രേഖീയമെന്നു പറയാനാവും വിധം, സുനിശ്ചിതവും ഏകലക്ഷ്യാന്മുഖവുമായ ഒരു ഗതീയത കാണാനാവും. ചാവറയച്ചന്റെ ജീവിതവും അതിനൊരപവാദമല്ല. ഏതോ വിശുദ്ധനിശ്ചയങ്ങളുടെ അനുവർത്തനം മാത്രമായിരുന്ന ആ ജീവിതത്തിലെ ഓരോ നിസ്തുലവിനാഴികയും എന്നു തോന്നും. അപഗ്രഥനാത്മകമായ പുനർവായനയിൽ പുലർ വെളിച്ചം ക്രമേണ പകൽ വെളിച്ചമായി മാറുന്നതുപോലെയാണ് ചാവറയച്ചന്റെ ഓരോ ജീവിതമുഹൂർത്തവും. ആ ഭാസുരജീവിതഗാഥയിലെ തികവുറ്റ ഒരു മുഹൂർത്തമായിരുന്ന നാമിതുവരെ പരാമർശിച്ച അടിമകിടത്തൽ ചടങ്ങ്. പൂമൊട്ടിന് വെളിച്ചത്തോടുള്ള നൈസർഗികമായ മമതയെ ഉദ്യാനപാലകൻ ഒന്നുകൂടി ഉറപ്പിക്കുന്നതുപോലെയായിരുന്ന അത്. മകന്റെ ദൈവാഭിമുഖമായ ഗതിയെ തന്റെ വിനീതജ്ഞാനമുപയോഗിച്ച് പിന്തുണയ്ക്കുകയായിരുന്ന ചാവറയച്ചന്റെ അപണ്ഡിതയായ ആ മാതാവ്.

●

അധ്യായം അഞ്ച്

നിമിത്തം

'നിമിത്തമാത്രം ഭവ, സവ്യസാചിൻ!' എന്ന് ഭഗവത്ഗീതയിലെ ഒരു ശ്ലോകത്തിൽ കാണാം. ഈശ്വര- മനുഷ്യസംവാദമാണല്ലോ ഗീത. ദൈവാവതാരമായ കൃഷ്ണൻ, മനുഷ്യനായ അർജ്ജുനനോട് പറയുകയാണ്- 'അല്ലയോ സവ്യസാചീ, നീ നിന്റെ കർമ്മങ്ങൾ ചെയ്യുമ്പോൾ സ്വയം ഒരു നിമിത്തം മാത്രമാണെന്നു കരുതുക. അർജ്ജുനന്റെ പര്യായങ്ങളിൽ എന്തുകൊണ്ടും സവിശേഷമാണ് 'സവ്യസാചി' എന്ന പേര്; ഇടം-വലം കൈകളാൽ ഒരേ സമയം, ഒരേ വൈഭവത്തോടെ അസ്ത്രപ്രയോഗം നടത്താൻ കഴിവുള്ളവൻ എന്നാണ് ആ പേരിനർത്ഥം. ചാവറയച്ചന്റെ ജീവിതത്തിൽ വലിയൊരു വഴിത്തിരിവിനു നിമിത്തമായിത്തീർന്ന ഒരു സവ്യസാചിയുണ്ട്. പള്ളിപ്പുറത്ത് പാലയ്ക്കൽ തോമാമൽപ്പാൻ എന്ന പുരോഹിതശ്രേഷ്ഠനാണ് ആ സവ്യസാചി. പുരോഹിതവൃത്തിയിലെ പരിശുദ്ധിയും ആത്മസമർപ്പണവും കാരണം എല്ലാവരുടെയും ആദരവു നേടിയ അതുല്യനായ ഒരു വൈദികനായിരുന്നു തോമാമൽപ്പാൻ. ഒരിക്കൽ മൽപ്പാൻ തന്റെ ഇളയമ്മയെ കാണുന്നതിനുവേണ്ടി കൈനകരിയിലെ കള്ളാച്ചേരിവീട്ടിൽ വന്നു; മൽപ്പാനെ കാണുന്നതിനുവേണ്ടി വന്നുചേർന്ന വലിയൊരു ജനസഞ്ചയവും അന്നവിടെ സന്നിഹിതമായിരുന്നു. അവരുടെ കൂട്ടത്തിൽ, സ്വാഭാവികമായും കൊച്ചുകുരിയാക്കോസും അവന്റെ അമ്മയായ മറിയവുമുണ്ടായിരുന്നു. നക്ഷത്രക്കൂട്ടത്തിനിടയിൽ ദിവ്യശോഭയുള്ള അപൂർവ്വനക്ഷത്രമെന്നപോലെ ഒരു ബാലനും അവന്റെ അമ്മയും നിൽക്കുന്നത് മൽപ്പാനച്ചൻ കണ്ടു. അവരെ അദ്ദേഹം അരികിലേയ്ക്കു വിളിച്ച് കാര്യങ്ങൾ തിരക്കി. അന്തർജ്ഞാനമൊന്നു കൊണ്ടുമാത്രം തനിക്ക് ആ ബാലനോടുതോന്നിയ ആകർഷണം തികച്ചും സകാരണമായിരുന്നുവെന്ന്, വളരെപ്പെട്ടെന്നുതന്നെ, അച്ചനു ബോധ്യപ്പെട്ടു. ദൈവവിളിയുള്ള ഒരസാധാരണ ബാലനാണ് കുരിയാക്കോസ് എന്നു തിരിച്ചറിഞ്ഞ അച്ചൻ തന്റെ ഇംഗിതം മറച്ചുവെച്ചില്ല-'ലൗകികരുടെ ഇടയിൽ, ലൗകികനായിത്തുടരേണ്ടവനല്ല, കുരിയാക്കോസ്; ഇവനെ

ഞാൻ ദൈവദാസനാകുവാൻ വേണ്ടി ദത്തെടുക്കുന്നു. വൈദികവൃത്തിയിലേക്കുള്ള കുരിയാക്കോസിന്റെ ഉപനയനമുഹൂർത്തമായിരുന്നു അത്. മകനെ പിരിയേണ്ടിവരുന്നതോർത്ത് അവർ വ്യസനിക്കാതെയുമിരുന്നില്ല. എന്നാൽ രണ്ടുപേരുടെ ദൃഢനിശ്ചയത്തിനുമുന്നിൽ മാതാപിതാക്കളുടെ കാതരഹൃദയം ദൈവനിശ്ചയത്തിനു വഴങ്ങി, വഴിപ്പെട്ടുകയാണുണ്ടായത്. ഒന്നാമതായി; കുരിയാക്കോസിനെ വൈദികപാഠശാലയിലെത്തിക്കണമെന്ന കാര്യത്തിൽ മൽപ്പാനച്ചന് യാതൊരു സംശയവുമുണ്ടായിരുന്നില്ല. രണ്ടാമതായി അച്ചന്റെ നിർദ്ദേശം ശിരസാവഹിച്ച്, കാന്തികമായ ദൈവവിളിയുടെ മാർഗ്ഗത്തിൽ ചരിക്കണമെന്ന കാര്യത്തിൽ ബാലനായ കുരിയാക്കോസിനുമുണ്ടായിരുന്നില്ല സംശയമൊന്നും. വി. വേദപുസ്തകത്തിലെ ഒരു സവിശേഷമുഹൂർത്തത്തെയാണിതോർമ്മിപ്പിക്കുന്നത്. ദൈവമെന്ന വൻകാന്തം അതിനു നേർക്ക് സഹജമായ ആകർഷണം തോന്നുന്ന മാനവാത്മാവിനെ തന്നിലേയ്ക്കു വലിച്ചടുപ്പിക്കുന്നതിന്റെ മാന്ത്രികമായ രമ്യചിത്രമുണ്ട് ആ വേദപുസ്തകഭാഗത്ത്. മത്തായിയുടെ സുവിശേഷത്തിലേതാണ്, വലിയ ആത്മീയസൗന്ദര്യമുള്ള ഈ വാക്കുകൾ-

'അവിടെനിന്നും മുന്നോട്ടു പോയാറെ. സെബദിയുടെ മകൻ യാക്കോബും അവന്റെ സഹോദരൻ യോഹന്നാനും എന്ന വേറെ രണ്ട് സഹോദരർ പടകിൽ ഇരുന്നു സെബദിയുമായി വല നന്നാക്കുന്നത് കണ്ട് അവരേയും വിളിച്ചു. അവരും ഉടനെ പടകിനേയും അപ്പനെയും വിട്ട് അവനെ അനുഗമിച്ചു.'

മത്തായി 4:22

വാസ്തവത്തിൽ ലൗകികജീവിതമെന്ന വള്ളവും രക്തബന്ധമെന്ന വലയുമാണവർ ഉപേക്ഷിച്ചത്; അതും നിർവ്വിചാരമായി, തൽക്ഷണം. ഇത്തരത്തിലായിരുന്നു, തോമാമൽപ്പാൻ എന്ന ആത്മീയാചാര്യനോടൊപ്പം പള്ളിപ്പുറം സെമിനാരിയിലേയ്ക്കു പോകാനുള്ള കൊച്ചുകുര്യാക്കോസിന്റെ തീരുമാനം. ആ തീരുമാനം നടപ്പിലായി. ഒരു ചെറിയ ഭേദഗതിയോടുകൂടി, അതും മൽപ്പാനച്ചന്റെ തീരുമാനമായിരുന്നു. ബാലനായ കുരിയാക്കോസിനെ ഉടനടി, ഒട്ടകലെയുള്ള പള്ളിപ്പുറത്തെ സെമിനാരിയിലേയ്ക്കു കൊണ്ടുപോകേണ്ടെന്നായിരുന്നു ഹൃദയാലുവായ അച്ചന്റെ നിശ്ചയം. കുറച്ചുകാലം വീടിനടുത്തുള്ള ചേന്നങ്കരി ഇടവകപ്പള്ളിയിൽ താമസിക്കട്ടെ കുരിയാക്കോസ് എന്നു തീരുമാനിക്കുമ്പോൾ രണ്ട് സൗകര്യങ്ങളാണ് അച്ചൻ മനസ്സിൽ കണ്ടത്. ഒരിളം ചെടിപോലെ അവനെ പിറന്ന മണ്ണിൽ നിന്നും വീട്ടുകാരിൽ നിന്നും പെട്ടെന്ന് പിഴുതുമാറ്റി മറ്റൊരിടത്തു നട്ടുവളർത്തുന്നതു ശരിയല്ലെന്ന്

അച്ചനറിയാമായിരുന്നു.

ചേന്നങ്കരിയിലാവുമ്പോൾ ഇടയ്ക്കിടെ, അച്ചനമ്മമാർക്ക് കുരിയാക്കോസിനെ സന്ദർശിക്കാമായിരുന്നു. വല്ലപ്പോഴുമൊന്ന് വീട്ടിൽപോയി വരാനും വൈദിക വിദ്യാർത്ഥിയായ ബാലന് അനുമതിയുണ്ടായിരുന്നു. തന്റെ പതിമൂന്നു വയസ്സുവരെ ചേന്നങ്കരിപ്പള്ളിയിലായിരുന്നു കൊച്ചുകുരിയാക്കോസ് താമസിച്ചത്. അദ്ദേഹത്തിന്റെ ആത്മീയശിക്ഷണത്തിന്റെ ആദ്യപടവുകളായിരുന്നു അത്; ശ്രേഷ്ഠതയുടെ ഗിരിശൃംഗത്തിലേയ്ക്കുള്ള ആരോഹണത്തിന്റെ ആദ്യചുവടുകളും.

●

അധ്യായം ആറ്

വൈരാഗ്യമേറിയൊരു വൈദികൻ

ഒരാളുടെ ദൈവാഭിമുഖ്യത്തിൽ സഹജവാസനയോടൊപ്പം അയാളുടെ വിചാരപരതയും തത്ത്വചിന്താപ്രവണതയും പങ്കു ചേരുന്നുണ്ട്. മനുഷ്യാവസ്ഥയേക്കുറിച്ചുള്ള വ്യാകുലവിചാരങ്ങളാണ് ഒരു വിചാരശീലനെ ആത്മീയതയുടെ പാതയിലെ ഏകലക്ഷ്യോന്മുഖനായ ഏകാന്തസഞ്ചാരിയാക്കിമാറ്റുന്നത്. മനുഷ്യാനുഭവങ്ങളുടെ പൊരുളന്വേഷിച്ചു പോകുന്ന സാത്വികാന്തഃകരണമുള്ള മനുഷ്യൻ, ദൈവം എന്ന ശാശ്വതസത്തയുടെ പ്രാപഞ്ചികച്ഛായയിലാണ് ഒടുവിൽ തന്റെ അഭയവും വിശ്രാന്തിയും കണ്ടെത്തുക. ഇത്തരത്തിലൊരു തത്ത്വനിർധാരണ്യം നടന്നു കാണും വി. ചാവറയച്ചന്റെ പൗരോഹിത്യ പരിശീലനത്തിന്റെ ആദ്യനാളുകളിൽ. 'ആത്മാനുതാപ'ത്തിന്റെ രണ്ടാം സർഗ്ഗത്തിലാണ് അച്ചൻ തന്റെ വിശ്വാസത്തിന്റെയും ആത്മീയതയുടെയും അടിസ്ഥാനധാരണകളേവ എന്ന് വ്യക്തമാക്കുന്നത്.

ഇതിനുതക്കതായ ഒരു വലിയ വിപത്തും അച്ചന്റെ ജീവിതത്തിനു കുറുകേ, ദുഃഖത്തിന്റെ കരാളമായ കരിനിഴൽ കണക്ക്, കടന്നുപോയി. കുട്ടനാട്ടിൽ അക്കാലത്തു പടർന്നു പിടിച്ച പകർച്ചവ്യാധിയിൽ അനവധിയാളുകൾ മരണമടഞ്ഞു. ഒപ്പം, കുരിയാക്കോസിന്റെ അപ്പനമ്മമാരും അദ്ദേഹത്തിന്റെ ഏകസഹോദരനും 'ആത്മാനുതാപ' ത്തിൽ അച്ചൻ എഴുതുന്നു.

'അക്കാലം കേൾവിയുണ്ടായ് ദിക്കുകളൊക്കെയിലും
മുഖ്യമായ് പുറപ്പെട്ടു പുത്തനായ് വസന്തയും
നാട്ടുകൾ നഗരവും വീഥികൾ തെരുവുകൾ
വീട്ടുകളൊക്കെയതിൻരോദമല്ലാതില്ല.
ദേവാലയത്തിൽ കൂട്ടുന്നേരവും മൃത്യുകേൾക്കാം
ആബാലവൃദ്ധത്തോടേ കരച്ചിൽ നിലവിളി'.

ഈ ദുരന്തം ആരേയും ഉലച്ചു കളയേണ്ടതാണ് മാത്രമല്ല, കുരിയാക്കോസിന്റെ കുടുംബത്തിൽ, അതോടെ മറ്റു പുരുഷ

പ്രജകളാരുമില്ലാതെയായി. സന്ന്യാസത്തിൽ ലൗകികജീവിതത്തിലേയ്ക്ക് മടങ്ങാൻ കുരിയാക്കോസിനുമേൽ, സ്വഭാവികമായും വലിയ സമ്മർദ്ദമുണ്ടായി. എന്നാൽ അചഞ്ചലനും അക്ഷോഭ്യനുമായി അദ്ദേഹം ആ വൈതരണിയും തരണം ചെയ്തു. എടത്വായിൽ വിവാഹിതയായി കുടുംബത്തോടൊപ്പം താമസിച്ചിരുന്ന മൂത്ത സഹോദരിയേയും ഭർത്താവിനെയും ചാവറ തറവാട്ടിലേയ്ക്ക് ക്ഷണിച്ചുവരുത്തി അവിടെ താമസിക്കാൻ പ്രേരിപ്പിക്കുകയായിരുന്നു അതിന് അച്ചൻ കണ്ടപോംവഴി.

ഇങ്ങനെയൊക്കെ ചുരുക്കി വിവരിക്കാമെങ്കിലും ഈ സംഭവം ഒരു മനുഷ്യവ്യക്തിക്കുമേൽ ഏല്പിച്ചിരിക്കാനിടയുള്ള ഞെരുക്കവും സമ്മർദ്ദവും ചില്ലറയല്ല. അച്ചനെ അത് കൂടുതൽ തത്ത്വചിന്താപരനാക്കുകയാണുണ്ടായത്. തന്റെ വൈയക്തികദുരന്തമായല്ല, ഒട്ടനവധി മനുഷ്യരെ ഒരുപോലെ ഗ്രസിച്ച ഒരു സാർവ്വത്രിക ദുരന്തമായാണ് അന്ന് ശെമ്മാശനായിരുന്ന ഇളംപ്രായക്കാരൻ ആ മഹാവ്യാധിയെ കണ്ടത്.

'മാതാവും പിതാവും തൻ മക്കളുമൊരുമിച്ചു
മാവിന്റെയിലപോലെ വീഴുന്നങ്ങൊരുമിച്ചു.'

ആ മരണനൃത്തത്തിൽ നിന്ന് തന്നേപ്പോലെ ചിലരെമാത്രം കരുതലോടെ കാത്തുരക്ഷിച്ചത് ദൈവികമായ ഒരു പദ്ധതിയാണെന്നും അദ്ദേഹം മനസ്സിലാക്കി-

'എന്തിതു സർവ്വേശ്വരാ നിൻ കരുണയിൻ കടൽ
അന്തം കൂടാതെ ചിന്തിയെന്റെ മേൽ ശുഭം ശുഭം
എന്നതിനെന്തു മൂലമെന്നഹമോർക്കുന്നേരം
നന്ദിഹീനനായിട്ടുമെന്റെ മേലുള്ള സ്നേഹം
എന്നതെന്നിയേ മറ്റു കാരണമൊന്നുമില്ല.
എന്നതിന്നില്ലാദേഭം സർവ്വേശാജയ, ജയാ'

പ്രഹരങ്ങളെ അനുഗ്രഹങ്ങളാക്കി മാറ്റുന്നതാണ് ആത്മീയതയുടെ ലോകത്തെ അമൃതവിദ്യ. ആ അമൃതവിദ്യയുടെ അഭ്യസനകാലം കൂടിയായിമാറി, കുരിയാക്കോസ് എന്ന വൈദികവിദ്യാർത്ഥിക്കന്നേരം അനുഭവങ്ങളുടെ തീച്ചൂളയിലൂടെ കടന്നുപോയ കൗമാരകാലം. അവയിൽ നിന്നൂറിക്കൂടിയ ജ്ഞാനമാണ് സംഭൃതമായിരിക്കുന്നത്, 'ആത്മാനുതാപ'ത്തിലെ തുടർന്നുവരുന്ന പദ്യങ്ങളിൽ-

'എന്നുടെ സ്നേഹം നീയേ, ഭാഗ്യവുമെനിക്കുനീ
നിന്നാലല്ലാതെ ഞാനുമെങ്ങനെ ജീവിക്കുന്നു!
ശ്വാസവുമെനിക്കുനീ, യാവനപാനം നീയേ

ഈ കടലാസ് മരിക്കയില്ല
ചാവറയച്ചൻ

ആശ്വാസം നിന്നിലല്ലാതെവിടെയെനിക്കയ്യോ'

ദൈവമാണ് തന്റെ ആത്മീയഭവനം. അതിനാൽ ആ അചഞ്ചലവിശ്വാസത്തിന്റെ പാതയിൽ മുന്നോട്ടു പോവുകയല്ലാതെ മറ്റൊന്നുമില്ല, കരണീയം എന്നയാൾ മനസ്സിലാക്കുന്നു.

'വിശ്വാസം നിന്റെ നേരേ വച്ചു ഞാൻ സത്യം ചെയ്തു
വിശ്വാസത്തിനുസാക്ഷിയെന്നുടെ പിതൃക്കളും
അന്നേരം മമദേഹിക്കുണ്ടായ ഗുണവെണ്മ
നേരായിക്കാട്ടീടുവാനുടുത്തേൻ വെള്ളവസ്ത്രം'

തന്റെ ആത്മാവിനു കൈവന്ന വെണ്മയുടെ ബാഹ്യവൽക്കരണം മാത്രമാകുന്നു താൻ കൈക്കൊണ്ട പുരോഹിതവസ്ത്രം എന്ന് അച്ചൻ എഴുതുന്നു; അതിനു പിന്നിൽ കണിശമായ നിത്യാനിത്യ വിവേകമുണ്ടായിരുന്നു എന്നും.

'ഇന്നു കാണുന്ന പച്ചപ്പുല്ലതു നാളെത്തന്നെ
മന്ദിച്ചുവരളുന്നു വാടുന്നു സൂര്യോക്ഷ്ണത്താൽ
മെച്ചമായ് കണ്ടീടുന്ന പുഷ്പങ്ങൾ ബഹുവിധ
ത്തുച്ഛയായിതിനുള്ള ശോഭയും സുഗന്ധവും
എത്രയും ക്ഷണം കൊണ്ടു മാറിപ്പോയ് വീണീടുന്നു
ചിത്രമായതിനുള്ളോരഴകുമൊക്കെപ്പോകും'

-ഇതുപോലെയാണ് മനുഷ്യജീവിതത്തിന്റെ ഗതിവിഗതികളും യൗവനവാർധക്യങ്ങളുടെ ആയവ്യയങ്ങളും. ഇത്, കണ്ടും അറിഞ്ഞും പരിപാകം വന്ന മനസ്സ് ക്രമേണ വൈരാഗ്യത്തിലേയ്ക്കും വൈരാഗ്യത്തിലൂടെ ദൈവമെന്ന ഒരേയൊരു സ്ഥിരചൈതന്യത്തിലേയ്ക്കും തിരിയുന്നു.

'ഒന്നൊന്നായെണ്ണിയെണ്ണി
തൊട്ടെണ്ണുംപൊരുളൊടുങ്ങിയാൽ
നിന്നിടും ദൃക്കുപോലുള്ളം
നിന്നിലസ്പന്ദമാകണം'

എന്ന് നാരായണഗുരു (ദൈവദശകം). തിന്മയും പാപവും അന്ധകാരവും ഏറെയുള്ള ഒരു ലോകത്തിനു നടുവിലാണ് മനുഷ്യൻ അപ്പോഴും ജ്ഞാനത്തിന്റെ ദീപശിഖയുയർത്തിപ്പിടിക്കുകയാണ് തന്റെ ദൗത്യം എന്ന് അച്ചൻ കരുതുന്നു.

'എന്നെക്കാണുന്ന ജനമെന്നുടെ സുവൃത്തിയാൽ
നിന്നെ സേവിപ്പാൻ വഴികാട്ടുവാൻ പന്തം തന്നു'

-ജ്ഞാനത്തിന്റെ പന്തമാണത്. സർവ്വർക്കും ദൈവത്തിലേക്കുള്ള വഴികാട്ടുന്ന പൗരോഹിത്യമെന്ന, സ്വയം ജ്വലിച്ചുകൊണ്ട്

അന്ധകാരമകറ്റുന്ന പാവന പ്രദീപം. അങ്ങനെയൊരു ദീപമായിത്തീരാനുള്ള തീരുമാനത്തിന്റെ ഫലവും അതിനായുള്ള നിസ്തന്ദ്രയജ്ഞവുമായിരുന്നു വി. ചാവറയച്ചന്റെ പൗരോഹിത്യപരിശീലനത്തിന്റെ നാളുകൾ. അതിന്റെ ആദ്യവർഷങ്ങൾ ചേന്നങ്കരിപ്പള്ളിയിലും ശേഷമുള്ളവ പള്ളിപ്പുറത്തെ പാലയ്ക്കൽ മൽപ്പാന്റെ സെമിനാരിയിലുമായിരുന്നു. അധ്യയനത്തിന്റെയും അനുധ്യാനത്തിന്റെയും ആ പവിത്രവാസരങ്ങളിലൂടെയുള്ള അച്ചന്റെ ആത്മീയയാത്രയിലേക്കാണ് നമ്മൾ ഇനി പ്രവേശിക്കുന്നത്.

●

അധ്യായം ഏഴ്

ദേശികൻ

ഈ ലോകതത്ത്വവുമയേ, തെളിവാർന്നതാ ര-ജാലത്തോടുന്മുഖ
തയാർന്ന പഠിച്ച രാവിൽ'

(ആശാൻ)

'വീണപൂവി'ലെ പൂവിന്റെ അധ്യയനത്തിന്റെ ദിന-രാത്രങ്ങളാണ് സന്ദർഭം. ഉന്മിഷത്തായ ജാഗ്രതയുടെ ശരീരഭാഷയാണ് 'ഉന്മുഖത'. അതാകട്ടെ നക്ഷത്രങ്ങൾക്കു നേർക്കുള്ള ഔന്മുഖ്യവും. നക്ഷത്രങ്ങളിൽ നിന്ന് ലോകതത്ത്വം ഗ്രഹിക്കുകയാണ് പൂവ്. അതൊരു നിശ്ശബ്ദവിനിമയമാണ്. താരാപഥങ്ങളെ നോക്കി നിന്ന്, കണ്ണിമയ്ക്കാതെ, പ്രപഞ്ചപ്പൊരുളിന്റെ അപാരതയും ദീപ്തിയും ധ്യാനവിഷയമാക്കിയ ഈ പൂവിനെപ്പോലെയായിരിക്കും ഹൃദയത്തിൽ ദൈവകയ്യൊപ്പുചാർത്തിയ ഒരു വൈദിക വിദ്യാർത്ഥിയുടെ ജീവിതത്തിലെ രാപ്പകലുകൾ, പൂവ് വെളിച്ചമുൾക്കൊണ്ട് വിരിയുന്നതുപോലെ ആത്മീയതയുടെ അതീത വെളിച്ചമുൾക്കൊള്ളാനും ജ്ഞാന-വിജ്ഞാനങ്ങളുടെ പോഷകങ്ങളാൽ ആത്മാവിന്റെ ധമനികളെ ആകാവുന്നത്ര ദൈവാനുഭവസാന്ദ്രമാക്കാനും ഉഴിഞ്ഞുവച്ച കാലയളവാണത്. വി. ചാവറ കുരിയാക്കോസ് ഏലിയാസച്ചന്റെ ജീവിതത്തിലെ വൈദിക വിദ്യാഭ്യാസകാലഘട്ടവും ഇത്തരത്തിലൊന്നായിരുന്നു.

ആത്മീയതയുടെ പാത, 'പൂവിരിനടക്കാവുകൾ'പോലെ സ്വച്ഛസുന്ദരമല്ലെന്നും അതിൽ ദുഷ്കരവും ദുസ്തരവുമായ ചിലതുണ്ടെന്നും മനസ്സിലാക്കുന്നതോടെയാണ് വൈദികവിദ്യാഭ്യാസം ക്രിസ്തുനുകരണമെന്ന ഉദാത്തമായ ആത്മീയചര്യയായി ചിതപ്പെടുന്നത്. ഈ മഹാസത്യം മനസ്സിലാക്കിയ ഗുരുനാഥനായിരുന്നു, പാലയ്ക്കൽ തോമാമൽപ്പാൻ. മതപഠനം കേരളത്തിൽ മുൻ മാതൃകകളില്ലാത്ത ഒരു നവസംരഭമായിരുന്ന അക്കാലത്ത്, താൻ തന്നെ രൂപം നൽകിയ പാഠാവലിയും പഠനക്രമവുമായി തന്റെ വൈദിക പാഠശാലയെ മുന്നോട്ടു നയിക്കുകയായിരുന്നു മൽപ്പാൻ. കാർക്കശ്യവും കൃത്യനിഷ്ഠയുമായിരുന്നു ആ പഠന സമ്പ്രദായത്തിന്റെ ആണിക്കല്ലുകൾ. ഏക ലക്ഷ്യോന്മുഖമായി

കുമാര കുമാരനാശാൻ

ചിട്ടപ്പെടുത്തിയ ദിനചര്യയിലൂടെ തന്റെ വൈദികവിദ്യാർത്ഥികളുടെ സമയവും മാനസികോർജ്ജവും ആകാവുന്നത്ര ഫലപ്രദമായി, ആത്മീയശിക്ഷണത്തിനു വിനിയോഗിക്കുന്നതായിരുന്നു മൽപ്പാന്റെ രീതി. പുതിയ നിയമത്തിലെ താലന്തുകളുടെ കഥപോലെയാണിത്. താലന്തുകൾ ദൈവദത്തമായ വരദാനങ്ങളാണ്. വെറുതേ മണ്ണിലും പുഴയിലും പൂഴ്ത്തിവയ്ക്കാനുള്ളതല്ല അവ; ക്ലേശനിർഭരമായ വിനിമയങ്ങളിലൂടെ തിളക്കവും മൂല്യവും പെരുക്കിയെടുക്കേണ്ടവയാണ്. ഇത്തരത്തിലുള്ള താലന്തുകളുടെ പെരുകലായിരുന്നു മൽപ്പാന്റെ ലക്ഷ്യം. അതിനു തീർത്തും അനുഗുണമായ ഒരു പഠനക്രമം വിട്ടുവീഴ്ച്ചകളോ ഇളവുകളോ ഇല്ലാതെ, നടപ്പിലാക്കുക എന്നതും.

പള്ളി മുറിയുടെ മുകളിലായിരുന്നു വൈദികപാഠശാല. മൽപ്പാനും, മൽപ്പാനു കീഴിൽ ചാവറയച്ചൻ ഉൾപ്പെടെയുള്ള ആറ് വൈദികവിദ്യാർത്ഥികളും അവിടെ സദാസന്നിഹിതരായിരിക്കും. ഭക്ഷണസമയമൊഴികെയുള്ള നേരമൊക്കെ അധ്യയനത്തിനായി മാത്രം നീക്കി വച്ചതായിരുന്നു. ഉച്ചഭക്ഷണത്തിനുശേഷമുള്ള ഹ്രസ്വമായ പകലുറക്കമൊഴികെയുള്ള സമയത്തൊക്കെ മൽപ്പാന്റെ സാന്നിധ്യത്തിലും നിരീക്ഷണത്തിലുമായിരിക്കും വിദ്യാർത്ഥികൾ. മൽപ്പാൻ പാഠശാലയ്ക്ക് തൊട്ടരികെത്തന്നെയുള്ള തന്റെ മുറിയിൽ ഉച്ചമയക്കത്തിനു പോകുമ്പോഴും വിദ്യാർത്ഥികൾക്കത് പഠന

സമയം തന്നെയായിരുന്നു. മാതൃഭാഷയായ മലയാളവും മതപഠനത്തി നാവശ്യമായ സുറിയാനിയും പഠിച്ചുറപ്പിക്കാനുള്ള വേളയായിരുന്നു അവർക്കത്. വൈകുന്നേരം അഞ്ചുമണിക്കു മാത്രം അതും അല്പം നേരത്തേയ്ക്ക്, ശെമ്മാശന്മാർ ഒന്നു പുറത്തിറങ്ങുന്നു, പ്രകൃതിയുടെ പാഠശാലയിലേയ്ക്ക്. ആറുമണിക്ക് പള്ളിയിൽ ഒത്തുചേർന്നുള്ള പ്രാർത്ഥന. പിന്നെയും തുടരുന്ന അധ്യായനം അത്താഴത്തിനു ശേഷവും തുടരുന്നു. വൈദിക വിദ്യാർത്ഥികൾക്കായുള്ള പ്രത്യേക സഭാവസ്ത്രം ധരിച്ചാണ് ഈ സമയമൊക്കെ പുരോഹിത വിദ്യാർത്ഥികൾ ചെല വഴിക്കുക. പൗരോഹിത്യം അവർക്കുമേൽ, എല്ലായ്പ്പോഴും, വിശുദ്ധവ സ്ത്രത്തിന്റെ ശുഭ്രവെണ്മയായി, ആത്മീയതയുടെ നേർമ്മയായി ചേർന്നു പറ്റിക്കിടക്കണമെന്ന നിഷ്ഠയും നിർബ്ബന്ധവും മൽപ്പാനുണ്ടായിരുന്നു. ആത്മാവിന്റെ ഉടുപ്പായ ഉടലിനുമേൽ ആത്മീയതയുടെ തിരുവസ്ത്രം ചാർത്തിക്കിട്ടിയാലുള്ള ധന്യമായ നിർവൃതിയുടെ നിറവായിരുന്നി രിക്കണം, ചാവറയച്ചനിത്.

വാത്സല്യനിർഭരമായ ഈ കഠിനശിക്ഷണത്തിന്റെ ഒരു മാതൃക നമുക്ക് പി. കുഞ്ഞിരാമൻ നായരുടെ 'കളിയച്ഛൻ' എന്ന കാവ്യത്തിൽ

പി കുഞ്ഞിരാമൻ നായർ

കാണാം. 'സുന്ദരോഷസ്സ മലരിനെയെന്നപോൽ/ ഇന്നു മധുരമ യവിറക്കുന്ന ഞാൻ/ ദേശികവര്യൻ തിരുമിഴിക്കോണിനാൽ/ ദേഹമുഴിഞ്ഞസുരഭിലവാസരം' എന്നാണ് കളിയച്ഛനമൊത്തുള്ള കഥകളിനടന്റെ അഭ്യസനകാലയളവിനെ പി.വിവരിക്കുന്നത്. 'ദേശിക വര്യൻ തിരുമിഴിക്കോണിനാൽ/ ദേഹമുഴിന്ന സുരഭിലവാസരം' എന്നതിലെ 'തുരുമിഴിക്കോണ്'' 'സുരഭിലവാസരം' തുടങ്ങിയ വാഗ് സംയുക്തങ്ങൾക്ക് അപാരമായ മിഴിവാണ്; അധ്യയനത്തിലും അധ്യാപനത്തിലുമുൾച്ചേർന്ന ആത്മപാരസ്പര്യത്തിന്റെ മിഴിവാണത്. ദേശികൻ തിരുമിഴിക്കോണിനാൽ ദേഹമുഴിയുകയാണ്, കഥകളിനടന്റെ. ചാവറയച്ചന്റെ കാര്യത്തിലാകട്ടെ തന്റെ മനഃകായങ്ങളൊന്നാകെ ആരോഗദൃഢമായിമാറുന്ന ആത്മീയശിക്ഷണമായിരുന്നു, ആ 'സുരഭിലവാസരങ്ങ'ളിൽ ദേശികവര്യനായ തോമാമൽപ്പാന്റെ തിരുമിഴിക്കോണിൽ നിന്നും പകർന്നുകിട്ടിയത്. വൈദികവിദ്യാർത്ഥിയെ കുടുംബബന്ധങ്ങളിൽ നിന്നടർത്തിമാറ്റി മറ്റൊരു സാർവ്വലൗകികകുടുംബത്തിലെ അംഗമാക്കി മാറ്റുന്ന പ്രക്രിയയാണിത്. ആത്മീയചര്യയിൽ അവന്റെ ആദ്യ ആത്മീയപിതൃത്വം തീർച്ചയായും ഗുരുനാഥനായ ആ മൽപ്പാനുതന്നെ. വലിയ പുസ്തകാനുരാഗിയായിരുന്നു മൽപ്പാൻ. സെമിനാരിയിൽ പുസ്തക ക്ഷാമം രൂക്ഷമായിരുന്നു. തന്റെ യാത്രകളിൽ കൈവരുന്ന മികച്ച കയ്യെഴുത്തുപ്രതികൾ കൊണ്ടുവന്ന്, വിദ്യാർത്ഥികളെക്കൊണ്ട് പകർപ്പെടുപ്പിക്കലായിരുന്നു മൽപ്പാൻ ഇതിനു കണ്ടപോം വഴി. ഓർമ്മിക്കണം, അച്ചടിയുടെ പ്രചുരപ്രചാരണത്തിനും മുൻപുള്ള കാലമായിരുന്നു അത്; പുസ്തകങ്ങൾ പകർത്തിയെഴുതിയും ഹൃദിസ്ഥമാക്കിയും വിജ്ഞാനവിനിമയം നടന്നിരുന്ന കാലം! ഇത്തരമൊരു ഗുരുനാഥന്റെ ശിഷ്യത്വം ലഭിച്ചതിനാലാവാം, പുസ്തകങ്ങളുടെ സൗഹൃദം കാംക്ഷിക്കുന്ന ഒരു മനസ്സ് ചാവറയച്ചനിലും രൂപപ്പെട്ടു. 'ബൈബിൾ' എന്ന വേദപുസ്തകത്തിന് അതിന്റെ പദോല്പത്തി നോക്കിയാൽ, 'പുസ്തകം' എന്നാണർത്ഥം. പുസ്തകങ്ങളുടെ പുസ്തകമാണത്. 'ബൈബിൾ' തിരുഗ്രന്ഥമായതുകൊണ്ട് ഏതു പുസ്തകവും, ഒരളവുവരെ, പവിത്രവും പൂജനീയവുമാണെന്ന ഒരു പാഠവും 'ബൈബിളി'ന്റെ 'എറ്റിമോളജി'യിൽ ഉള്ളടങ്ങിയിട്ടുണ്ടെന്നു കാണാം. ഇത്തരം പവിത്രപാഠങ്ങളുടെ അധ്യായനം കൂടിയായിരിക്കണം, മൽപ്പാനു വേണ്ടി പുസ്തകങ്ങൾ പകർത്തിയെഴുതിയും ലഭ്യമായവ ഹൃദിസ്ഥമാക്കിയും ഹൃദിസ്ഥമായവ ധ്യാനവിഷയമാക്കിയും സെമിനാരിയിൽക്കഴിഞ്ഞ ദിനങ്ങൾ ചാവറശെമ്മാശന്.

'ലാറ്റിൻ' എന്ന ക്ലാസിക്കൽ ഭാഷയിലാണ് പാശ്ചാത്യ

വിജ്ഞാനത്തിന്റെ ആദിമ ഖനികളത്രയും കുടിയിരിക്കുന്നത്. ഈ ഖനിയിലിറങ്ങി അറിവിന്റെ അക്ഷയനിധി സ്വായത്തമാക്കണമെങ്കിൽ ആ ഭാഷയിലുള്ള പരിജ്ഞാനം അനിവാര്യമാണ്. ലാറ്റിൻ പഠിക്കുന്നതിനായി മൽപ്പാൻ, ചാവറയച്ചനേയും മത്തായി കടവിൽ, ചാണ്ടി മംഗലത്ത് എന്നീ മറ്റു രണ്ട് വൈദിക വിദ്യാർത്ഥികളേയും വരാപ്പുഴയ്ക്കയച്ചു. മൽപ്പാൻ പ്രതീക്ഷിച്ചതുപോലെ ശോഭനമായിരുന്നില്ല കാര്യങ്ങൾ. പുതുതായി വന്നവരെ വരാപ്പുഴയിലെ വൈദിക വിദ്യാർത്ഥികൾ സ്വീകരിക്കാൻ വൈമനസ്യം പ്രകടിപ്പിച്ചതോടെ ചാവറയുടെ ലാറ്റിൻ പഠനം മുടങ്ങി, അറിവിന്റെ മധു, എവിടെയായിരുന്നാലും അവിടെച്ചെന്ന് അതു സംഭരിക്കുക എന്ന മധുകരവൃത്തിയിലായിരുന്നു ആ ശെമ്മാശന്റെ ഗുരുനാഥനായി തോമാമൽപ്പാനു വിശ്വാസം. ഈ സ്ഥൈര്യം, മുടങ്ങിപ്പോയ ലാറ്റിൻ പഠനം പുനരാരംഭിക്കാൻ മൽപ്പാന്റെ പ്രിയശിക്ഷ്യനു വഴിയൊരുക്കി. ഒടുവിൽ 'തങ്കി'യിലെ ഇടവകവികാരിയായ ബവിയച്ചൻ എന്ന, ലാറ്റിൻ ഭാഷയിൽ നിഷ്ണാതനായ ഗുരുവിന്റെയടുക്കലയച്ചാണ് മൽപ്പാൻ ശിഷ്യന്റെ വിജ്ഞാനസാധനയ്ക്ക് വഴിയൊരുക്കിയത്. അങ്ങനെ മാതൃഭാഷയോടും സുറിയാനിയോടുമൊപ്പം ചാവറയച്ചനു സ്വാധീനമായ ഭാഷകളോട് 'ലാറ്റിൻ' എന്ന പ്രൗഢഭാഷകൂടി കൂട്ടിച്ചേർക്കപ്പെട്ടു; ഒപ്പം കുറച്ചു പോർച്ചുഗീസും.

മിടുക്കനും സമർപ്പിതചേതസ്സുമായ പുരോഹിത വിദ്യാർത്ഥിയായിരുന്നു കുരിയാക്കോസ് എന്ന പ്രസ്താവന ഈ പ്രകരണത്തിൽ കേവലം അധികപ്പറ്റാവാനേവഴിയുള്ളൂ. ഒരു വൈദിക വിദ്യാർത്ഥിയുടെ മാതൃകാസ്വരൂപമായിരുന്നു ചാവറ. തന്റെ 13-ാം വയസ്സിൽ സെമിനാരിയിൽ ചേർന്ന അതേ വർഷം തന്നെ ബിഷപ്പ് പീറ്റർ അലാക്രാന്തയിൽ നിന്ന് 'വിശുദ്ധടോൺഷർ' എന്ന സഭയുടെ ആത്മീയാംഗീകാരം നേടിയ ബാലൻ, അങ്ങനെയായില്ലെങ്കിലല്ലേ അതിശയമുള്ളൂ?

ചേന്നങ്കരിയിൽ നിന്ന് 'ദേശക്കുറി' വാങ്ങാതെയായിരുന്നു ചാവറയച്ചൻ സെമിനാരിയിൽ ചേർന്നത്. ഈ ആചാരനിഷേധത്തിന് ചേന്നങ്കരിക്കരക്കാരുടെ സങ്കുചിതത്വം മറുപടി നൽകിയത്, ചേന്നങ്കരി ഇടവകപ്പള്ളിയിൽ ചാവറയച്ചന്റെ പൗരോഹിത്യത്തിനു മുന്നോടിയായുള്ള 'വീടുകയറ്റം' എന്ന ചടങ്ങിനോട് പുറം തിരിഞ്ഞു നിന്നുകൊണ്ടായിരുന്നു. എങ്കിലും ആ ചടങ്ങുനടന്നു, അതും പൂർവ്വാധികം ഭംഗിയായിത്തന്നെ. അയൽദേശമായ ആലപ്പുഴയിലെ ഇടവകയിലായിരുന്നു ചാവറയച്ചന്റെ 'വീടുകയറ്റം'.

1628 ൽ അന്നത്തെ വരാപ്പുഴ വികാരി അപ്പോസ്തലിക്കയായിരുന്ന സ്തബിലിനി മെത്രാപ്പൊലിത്തയാണ് ചാവറയെ ഡീക്കൻപട്ടം നൽകി അനുഗ്രഹിച്ചത്. അതോടെ മൽപ്പാന്റെ അസാന്നിധ്യത്തിൽ ആ താൽക്കാലിക ചുമതലകൂടി വഹിക്കുക എന്ന ഉത്തരവാദിത്തം ഡീക്കന്റെ ചുമലിലായിമാറി. 'ഡിസൈപ്പ്ൾ' (Disciple) എന്ന വാക്കിൽ നിന്നാണ് 'ഡിസിപ്ലിൻ' (Discipline) എന്ന വാക്കുണ്ടായതെന്ന് അച്ചടക്കത്തിനു വേണ്ടി വാതോരാതെ വാദിക്കുന്നവർ പോലും ഓർമ്മിക്കാറില്ല, ഇക്കാലത്ത്. ആത്മീയശിഷ്യത്വം എന്നാൽ അച്ചടക്കത്തിന്റെ പര്യായം തന്നെ എന്ന് പുരാതന പാഠശാലകളും അവിടത്തെ ഗുരുക്കന്മാരും അവരുടെ പ്രവൃത്തിയിലൂടെ സ്ഥാപിച്ചിട്ടുണ്ട്. 'പത്മപാദൻ' എന്ന പേരിൽ പിൽക്കാലം പ്രസിദ്ധനായിത്തീർന്ന ഒരുത്തമ ശിഷ്യനുണ്ടായിരുന്നു, ശങ്കരാചാര്യർക്ക്. ഒരിക്കൽ ഗുരവിനടുക്കലെത്താൻ വേണ്ടി അയാൾ വെള്ളത്തിനുമീതേ നടന്ന് പുഴ മുറിച്ചു കടന്നതായും, അയാളുടെ നിശ്ചഞ്ചലമായ ഗുരുഭക്തിയുടെ നിദർശനമെന്നപോലെ പത്മപാദൻ ചുവടുവച്ചിടത്തെല്ലാം ഓരോ താമരപ്പൂവിരിഞ്ഞുനിന്ന് അയാൾക്ക് പാദപീഠമൊരുക്കിയതായാണ് കഥ. ദൈവത്തിലുള്ള വിശ്വാസ സ്ഥൈര്യത്തിന്റെ ലൗകികമാതൃകയാണ് ഒരു വൈദിക വിദ്യാർത്ഥിക്ക് ഗുരുവിനോടുള്ള ആത്മസമർപ്പണം. ക്രിസ്തു ശിഷ്യന്മാരായ പന്തിരുവരെ 'ഡിസൈപ്പ്ൾ' എന്ന പദം കൊണ്ടാണ് വി. വേദപുസ്തകം വിവരിക്കുന്നത്. ഇത്തരമൊരു 'ഡിസൈപ്പ്ൾ' ആയിരുന്നു, തോമാമൽപ്പാനെ സംബന്ധിച്ച് ചാവറ കുരിയാക്കോസ് ഏലിയാസ് എന്ന വൈദികവിദ്യാർത്ഥി. ശിഷ്യത്വത്തിന്റെ പൂർണതയിലൂടെ, പൗരോഹിത്യത്തിന്റെ പൂർണ്ണതയിലേയ്ക്ക്, ക്രമേണ നടന്നടുക്കുകയായിരുന്നു ആ കൊച്ചച്ചൻ. അയാൾ ചുവടൂന്നിയിടത്തെല്ലാം ആത്മീയപരിമളം വഴിയുന്ന വിശുദ്ധിയുടെ താമരപ്പൂക്കൾ വിരിഞ്ഞു. ചാവറയുടെ പൗരോഹിത്യ സ്വീകരണ മുഹൂർത്തത്തിന് സാക്ഷ്യം വഹിച്ചത് അർത്തുങ്കൽ, സെയ്ന്റ് ആൻഡ്രൂസ് പള്ളിയായിരുന്നു; 1829 നവംബർ 29 ന്. ആ യുവ പുരോഹിതൻ, തന്റെ മഹാപൗരോഹിത്യത്തിന്റെ നാഭി എന്നനിലയിൽ, അതിനടുത്തൊരുനാൾ ചേന്നങ്കരിയിലെ തന്റെ ഇടവകപ്പള്ളിയിൽ വിശുദ്ധബലിയർപ്പിച്ചു. ഒരു നീണ്ട യാത്രയിലെ ആദ്യത്തെ വിനീതമായ ചുവടുവയ്പ്പായിരുന്നു അത്. കുരിയാക്കോസ് എന്ന കേവലവ്യക്തിത്വത്തിൽ നിന്ന് ചാവറകുരിയാക്കോസ് ഏലിയാസച്ചൻ എന്ന പരിവേഷപ്പെടലിന്റെയും പൗരോഹിത്യപ്പെടലിന്റെയും തുടക്കം. ഇനി വരും നാളുകളിൽ നമ്മൾ കാണുക ഈ അച്ചനെയായിരിക്കും; പൗരോഹിത്യത്തിന്റെ മേലങ്കിയെ പവിത്രതയുടെയും പരിവ്രാജകത്വത്തിന്റെയും മേലുടുപ്പാക്കിമാറ്റിയ ഒരു

കർമ്മയോഗിയെ. 'കർമ്മയോഗി' എന്ന പൗരസ്ത്യസംജ്ഞ ഇവിടെ മനഃപൂർവ്വം ഉപയോഗിച്ചതാണ്. 'ക്രിസ്തുവാം കൃഷ്ണന്റെ ഗീതോപദേശ മാം നിസ്തുലമോഹന വേണുഗാനം' എന്ന് മഹാകവി വള്ളത്തോൾ എഴുതിയതിനെ അനുസ്മരിപ്പിച്ചുകൊണ്ട് ആ വേണുഗാനത്തെ തന്റെ പൗരോഹിത്യവ്രതചര്യയുടെ അനുശ്രുതിയാക്കി മാറ്റുകയായിരുന്നു കുര്യാക്കോസച്ചൻ.

●

അധ്യായം എട്ട്

താപസത്രയം

മൂന്നിന്റെ ഗണകല്പനയ്ക്ക് വലിയ പ്രാധാന്യമുണ്ട്, ക്രിസ്തുചരിതത്തിന്റെ സുവിശേഷങ്ങളിൽ. പിതാവും പുത്രനും പരിശുദ്ധാത്മാവും ചേരുന്ന ത്രിത്വമാണിതിന്റെ ദൈവശാസ്ത്രപരമായ അധിഷ്ഠാനം. മൂന്നു ജ്ഞാനികളാണ് ബത്ലഹേമിലെ പുൽത്തൊഴുത്തിൽ ദൈവശിശുവിനെ സന്ദർശിച്ചത്. മൂന്നു നാളുകൾക്കുശേഷമായിരുന്നു ദൈവപുത്രന്റെ ഉത്ഥാനം. ഇങ്ങനെയെല്ലാം 'മൂന്ന്' ക്രിസ്തീയ ജീവിതത്തിൽ ദിവ്യത്വത്തിന്റെ പരിവേഷമുള്ള ഒരസാധാരണ സംഖ്യയായി മാറി. ഇത്തരമൊരു മനുഷ്യത്രയത്തെക്കുറിച്ചാണ് ഇനി പറയാനുള്ളത്. അവരിലൊരാൾ വി. ചാവറകുരിയാക്കോസ് ഏലിയാസച്ചൻ തന്നെ. മറ്റൊരാൾ മുന്നധ്യായത്തിൽ വിവരിക്കപ്പെട്ടിരിക്കുന്ന മഹാസത്വനായ അദ്ദേഹത്തിന്റെ ഗുരു, പാലയ്ക്കൽ തോമാ മൽപ്പാനും. മൂന്നാമൻ, പുരോഹിത ശ്രേഷ്ഠനായ തോമസ് പോരൂക്കരയുമാണ്. കാലനഭസ്സിൽ മൂന്നു വ്യത്യസ്തസമയങ്ങളിൽ ഉദിച്ചുയർന്ന നക്ഷത്രങ്ങളായിരുന്നു, ഈ മൂന്നു സന്ന്യാസിമാർ. തോമസ് പോരൂക്കരയച്ചനേക്കാൾ അഞ്ചുവയസ്സിനിളപ്പമുണ്ടായിരുന്നു ചാവറയച്ചന്, പാലയ്ക്കൽ മൽപ്പാനാകട്ടെ, തന്റെ ശിഷ്യനേക്കാൾ ഇരുപതു വയസ്സിന് മൂത്തയാളും. 1807-ൽ മൽപ്പാനച്ചൻ പൗരോഹിത്യം സ്വീകരിക്കുമ്പോൾ കുരിയാക്കോസ് ഒരു വയസ്സ് പ്രായമുള്ള ഒരു കൈകുഞ്ഞായിരുന്നു. എന്നിട്ടും അവർ ആത്മീയപാതയിൽ ഒരു മിച്ചതിനു പിന്നിൽ 'ദൈവനിശ്ചയം' എന്നു മാത്രം പറയാവുന്ന ദൈവേഷ്ടത്തിന്റെ കാണാച്ചരടുകളായിരുന്നിരിക്കണം. ആ സമാഗമത്തേക്കുറിച്ചും അതിലൂടെ സാധ്യമായിത്തീർന്ന വിശ്വാസവിപ്ലവത്തെക്കുറിച്ചും പറയുന്നതിനു മുമ്പ് ഇതുവരെ 'മൽപ്പാൻ' എന്ന നിലയിൽ മാത്രം നാം പരിചയപ്പെട്ട പാലയ്ക്കൽ തോമസ് എന്ന പുരോഹിതശ്രേഷ്ഠന്റെ ജീവിതപശ്ചാത്തലത്തേക്കുറിച്ചും അദ്ദേഹത്തിന്റെ കുടുംബപാരമ്പര്യത്തെക്കുറിച്ചും ചിലതു പറയേണ്ടതുണ്ട്.

തെക്കേ പള്ളിപ്പുറത്തെ പുരാതന കുടുംബമായിരുന്നു പാലയ്ക്കൽ.

Shijn George

പരമ്പരാഗതമായി പുരോഹിതന്മാരുടെ കുടുംബമായിരുന്നു അത്. തോമാമൽപ്പാന്റെ മാതുലനായ മാത്യു അച്ചനും വല്യമ്മാമനായ ഗീവർഗ്ഗീസ് അച്ചനുമെല്ലാം ഈ പുരോഹിതപൂർവ്വികരിൽപ്പെട്ടു ന്നു. ചമ്പക്കുളത്തെ 'കല്ലൂർക്കാട്' സ്വദേശിയായിരുന്നു മൽപ്പാന്റെ മാതാവ്. ആ കുടുംബത്തിലുമുണ്ടായിരുന്നു, പുരോഹിതന്മാരുടെ പൈതൃകം. പുത്തൻ പുരയ്ക്കൽ എന്നായിരുന്നു കുടുംബനാമം. പ്രതാ പികളായിരുന്നു പാലയ്ക്കൽ തറവാട്ടുകാർ. എന്നാൽ 1780-ൽ നാട്ടിൽ പടർന്നുപിടിച്ച പകർച്ച വ്യാധിയിലും പട്ടിണിയിലും പെട്ട് അവരിൽ പലരും മരണപ്പെട്ടു; കുടുംബം ക്ഷയിച്ചു.

ആ മഹാമാരി തോമാമൽപ്പാന്റെ പിതാവിനെയും കൊണ്ടുപോയി. പിന്നെ കുടുംബത്തിൽ ശേഷിച്ചത് മൽപ്പാന്റെ മാതാവും ഒരു ജ്യേ ഷ്ഠസഹോദരനും രണ്ട്സഹോദരിമാരുമാണ്. സൗശീല്യത്തിന്റെ നിറകുടമായിരുന്ന ആ മാതാവാണ് ഏറിയ ക്ലേശങ്ങൾ സഹിച്ച് മൽപ്പാനെ വളർത്തിയത്. മൽപ്പാന്റെ പൗരോഹിതസ്വീകരണത്തിനു തൊട്ടുമുൻപ് ആ ധന്യമാതാവും മൃതിപ്പെട്ടു. ദ്രോഹിയും ദുഃസ്വഭാവിയു മായ ഭർത്താവിനോടൊപ്പമുള്ള വാസം മതിയാക്കി കുടുംബവീട്ടിൽ വന്നു പാർത്തിരുന്ന മൽപ്പാന്റെ സഹോദരിമാരിലൊരുവളാണ് അക്കാലത്ത് സഹോദരന്റെ കാര്യങ്ങൾ നോക്കി നടത്തിയിരു ന്നത്. പാലയ്ക്കൽ തോമാമൽപ്പാൻ എന്ന പുരോഹിതവരേണ്യന്റെ ജീവിതപ്പാത, പൂവുകളേക്കാളേറെ മുള്ളുകൾ നിറഞ്ഞതായിരുന്നു എന്നു വ്യക്തമാക്കുന്നതിനു വേണ്ടിയാണ് ഇതിത്രയും വിസ്തരിച്ചത്. ഗാഢമായ ആത്മീയതയാൽ മധുരീകരിച്ച ദുരിതജീവിതമായിരുന്നു മൽപ്പാന്റേത്. അതുകൊണ്ടുതന്നെ അചഞ്ചലനായ ക്രിസ്തുദാസനായി ആ പുരോഹിതൻ പിൽക്കാലത്തു മാറി. മൽപ്പാന്റെ പൗരോഹിത്യ വിദ്യാഭ്യാസരീതിയെയും അതിലെ ഇളവറ്റ കാർക്കശ്യത്തെയും പറ്റി കഴിഞ്ഞ അധ്യായത്തിൽ വിവരിച്ചിരുന്നു. ക്ലേശഭ്രയിഷ്ഠമായ ജീവിത ത്തിന്റെ കൊട്ടുംചൂടിൽ വിളഞ്ഞു പാകമായ ബലിഷ്ഠതയാണതെന്ന് മൽപ്പാന്റെ ജീവിതപശ്ചാത്തലം നമുക്കു പറഞ്ഞുതരും. ആ വിശ്വാസ ദാർഢ്യവും സ്വഭാവ ദാർഢ്യവും ശിഷ്യനായ കുര്യാക്കോസച്ചനിലേയ്ക്കു കൂടി സംക്രമിച്ചതായാണ് നമ്മൾ കാണുന്നത്. ദാരുശിലസമാനമായി തന്റെ ശിഷ്യന്റെ ആത്മീയവ്യക്തിത്വത്തെ കടഞ്ഞെടുക്കുകയായിരുന്നു മൽപ്പാൻ. അത്തരമൊരു ശിക്ഷണത്തിനിണങ്ങിയ സഹജപ്രകൃതം കുര്യാക്കോസച്ചനുമുണ്ടായിരുന്നിരിക്കണം. നിശ്ചയ ദാർഢ്യത്തിന്റെ ആൾരൂപം പൂണ്ട ദൈവദാസന്മാരായിരുന്നു, ഇരുവരും. ചാവറയ ച്ചന്റെ സെമിനാരി പഠനകാലത്തിനുശേഷം മറ്റൊരു മഹത്തായ

ലക്ഷ്യത്തിനു വേണ്ടി ഇരുവരും കൈകോർത്തതിനു കാരണവും ഈ സ്വഭാവസാമ്യമായിരുന്നിരിക്കും. പഠനകാലത്ത് തന്നെ കുമ്പസരിപ്പിക്കാൻ വേണ്ടി, അച്ചൻ കണ്ടെത്തിയത് മറ്റാരെയുമായിരുന്നില്ല, മൽപ്പാനെത്തന്നെയായിരുന്നു. അസാധാരണമായിരുന്നു ഈ തിരഞ്ഞെടുപ്പെന്ന് ചാവറയച്ചന്റെ ജീവചരിത്രകാരന്മാർ പറയുന്നു. അവർ തമ്മിൽ പുലർന്നിരുന്ന ആത്മപാരസ്പര്യമായിരുന്നു അതിനു ഹേതു എന്നുകൂടി പറയണം ഈ സന്ദർഭത്തിൽ. നദി സമുദ്രത്തിലെന്നപോലെ ചാവറയച്ചൻ തോമാമൽപ്പാനിലും മൽപ്പാൻ നദിയെ ഏറ്റുവാങ്ങുന്ന സമുദ്രമെന്നപോലെ ചാവറയെന്ന സന്ന്യാസ ശിഷ്യനിലും പരസ്പരം വിലയനത്തിന്റെ നിറവ് സൃഷ്ടിക്കുകയായിരുന്നു, പള്ളിപ്പുറം സെമിനാരിയിലെ ഒരു ദശാബ്ദം നീണ്ടുനിന്ന ആ അധ്യയനകാലത്ത്.

ഇനി നമുക്ക് തോമാമൽപ്പാന്റെ ജീവിതത്തിലേയ്ക്കുതന്നെ മടങ്ങാം. 1780-ലായിരുന്നു മൽപ്പാന്റെ ജനനം. ബാല്യത്തിൽ തന്നെ പൗരോഹിത്യ വേലയ്ക്കുഴിഞ്ഞുവച്ച ജീവിതമായിരുന്നു അദ്ദേഹത്തിന്റേത്. കുത്തിയതോട് ഏബ്രഹാം മൽപ്പാൻ എന്ന പ്രസിദ്ധനായ ഗുരുവിന്റെ കീഴിലായിരുന്നു തോമസിന്റെ പൗരോഹിത്യ പരിശീലനം. 1807-ലായിരുന്നു അദ്ദേഹത്തിന്റെ പൗരോഹിത്യ-സ്വീകരണം. വൈകാതെ, വരാപ്പുഴയുടെയും മലബാറിന്റെയും വികാർ അർപ്പാസ്തലിക്കായിരുന്ന റെയ്മണ്ട് റൊവീഗ്ളിയ, തോമസച്ചനെ വരാപ്പുഴയിലെ സെക്രട്ടറിയായി നിയമിച്ചു. 1808 മുതൽ 1816 വരെ അവിടമായിരുന്നു അച്ചന്റെ പ്രവർത്തനകേന്ദ്രം. അതിനുശേഷം 1816-മുതൽ അർപ്പാസ്തലികവികാരിമാരുടെ ഉപദേഷ്ടാവായി പ്രവർത്തിച്ചു വന്നിരുന്ന അച്ചന് തോമസ് പോരൂക്കര എന്നൊരു പുരോഹിത സുഹൃത്തുണ്ടായിരുന്നു. തോമസ് പോരൂക്കരയാണ്, ചാവറയച്ചനെ കൂടാതെ, ഈ പുരോഹിത ത്രയത്തിൽ പങ്കാളിയായ മറ്റൊരാൾ. അവർ തമ്മിലുള്ള ആത്മീയസഹോദര്യമായിരുന്നു, ചാവറയച്ചന്റെ തുല്യപങ്കാളിത്തത്തോടു കൂടി സി.എം.ഐ സഭാസ്ഥാപനത്തിനു വഴി തെളിച്ചത്. ആ മഹായജ്ഞത്തിന്റെ കഥ പറയുന്നതിനു മുൻപ് തോമസ് പോരൂക്കര എന്ന പുരോഹിത ശ്രേഷ്ഠനെയും നമ്മൾ ഒന്നടുത്തുനിന്നു കാണേണ്ടതുണ്ട്.

'കുഞ്ഞിത്തൊമ്മി എന്നൊരു വിളിപ്പേരുണ്ടായിരുന്നു തോമസ് പോരൂക്കരയച്ചന്; മൽപ്പാനായിത്തീർന്നപ്പോൾ 'പോരൂക്കര കുഞ്ഞിത്തൊമ്മി മൽപ്പാനച്ചൻ' എന്നും അദ്ദേഹം സ്നേഹാദര പൂർവ്വം, സംബോധന ചെയ്യപ്പെട്ടു. പോരൂക്കരയുടെ മതനിഷ്ഠയും

ദൈവാഭിമുഖ്യവും അദ്ദേഹത്തിന്റെ പിതാവായ ഇട്ടിക്കുരുവിള തരകനിൽനിന്നു ലഭിച്ച വിശുദ്ധ പൈതൃകമായിരുന്നു. കൊല്ലത്ത് റിസ്ഡന്റിന്റെ ഓഫീസിൽ ഗുമസ്തനായിരുന്നു ഇട്ടിക്കുരിവിള തരകൻ. വലിയ ആത്മീയജ്ഞാനമുണ്ടായിരുന്ന തരകൻ ഒഴിവു സമയങ്ങളിലൊക്കെ തനിക്കു ലഭ്യമായ ആത്മീയപുസ്തകങ്ങൾ വായിക്കുന്നതിൽ സവിശേഷചാരിതാർത്ഥ്യം കണ്ടെത്തിയിരുന്നു. തമിഴിൽ എഴുതപ്പെട്ട ജപപുസ്തകവും സുവിശേഷവ്യാഖ്യാനവുമെല്ലാം അദ്ദേഹം പകർത്തിയെടുത്ത് പള്ളിയിലെ ആരാധനാവേളയിൽ ഉപയോഗിച്ചിരുന്നു. ഇത്തരം ആരാധനാ ക്രമങ്ങളുടെ ഉപജ്ഞാതാവ് എന്ന സ്ഥാനവും അതിനാൽ സദാ ചരിത്രത്തിൽ അദ്ദേഹത്തിനുണ്ട്. മകനായ കുഞ്ഞിത്തൊമ്മി പൗരോഹിത്യത്തിന്റെ പാതയിൽ ചരിക്കാനാഗ്രഹിച്ചപ്പോൾ അതിനെ സർവ്വാത്മനാപിന്തുണയ്ക്കുകയും മകന് മികച്ച വൈദികവിദ്യാഭ്യാസം ഉറപ്പുവരുത്തുന്നതിനു വേണ്ടി വരാപ്പുഴയിലെ സെമിനാരിയിൽ ചേർക്കുകയുമാണ് തരകൻ ചെയ്തത്. മക്കളുടെ വിദ്യാഭ്യാസകാര്യങ്ങളിൽ അതീവശ്രദ്ധാലുമായിരുന്നു ഈ പിതാവ്. ഇംഗ്ലീഷും പോർച്ചുഗീസും പോലുള്ള വിദേശഭാഷകൾ കൂടി അദ്ദേഹം തന്റെ മക്കളെ അഭ്യസിപ്പിച്ചിരുന്നു. 1818-ൽ പിതാവ് അന്തരിച്ചതോടെ, അപ്പോൾ പതിനെട്ടു വയസ്സുപ്രായമുണ്ടായിരുന്ന കുഞ്ഞിത്തൊമ്മിയുടെ ചുമലിലായി വിധവയായ അമ്മ 'മറിയ'ത്തിന്റെയും ഇളയസഹോദരങ്ങളുടെയും സംരക്ഷണച്ചുമതല. അപ്പോൾ തോമസച്ചന്റെ പൗരോഹിത്യ സ്വീകരണത്തിന് അഞ്ച് വർഷങ്ങൾ കൂടി ബാക്കിയുണ്ടായിരുന്നു. ഒടുവിൽ, സഹോദരനായ ആന്റണിക്ക് കൊല്ലത്തെ റസിഡന്റാപ്പീസിൽ ഒരു ഗുമസ്തജോലി നേടിക്കൊടുക്കാനായതോടെയാണ് അച്ചൻ തന്റെ സഹജതാൽപ്പര്യങ്ങളുടെ ലോകമായ ആത്മീയതയിൽ ആണ്ടുമുഴുകാൻ തുടങ്ങിയത്.

1823-ലായിരുന്നു, പോരൂക്കരയച്ചന്റെ പൗരോഹിത്യസ്വീകരണം. തന്റെ തന്നെ ഇടവകയായ ചമ്പക്കുളത്തെ കല്ലൂർക്കാട് പള്ളിയിലെ വികാരിയായാണ് അദ്ദേഹം ആദ്യം ചുമതലയേറ്റത്. അച്ചന്റെ സഹോദരനായ കുരിയാക്കോസച്ചൻ രേഖപ്പെടുത്തിയതനുസരിച്ച്, 1825-ൽ വികാരിയായ അച്ചൻ ആ ഇടവകയിൽ രണ്ടുവർഷമാണുണ്ടായിരുന്നത്. അതിനുമുമ്പുള്ള രണ്ടുവർഷം, പൗരോഹിത്യം സ്വീകരിച്ചുകഴിഞ്ഞിട്ടും, കുടുംബകാര്യങ്ങൾ നോക്കാൻ വേണ്ടി നീക്കിവയ്ക്കുകയായിരുന്നു, പോരൂക്കര. സെമിനാരിയിലെ പഠനകാലത്തുതന്നെ നല്ല പ്രഭാഷണപാടവം നേടിയിരുന്നു അച്ചൻ. കല്ലൂർക്കാട് പള്ളിയിൽ പതിവായി സന്മാർഗ്ഗപാഠം പ്രസംഗിച്ചു തുടങ്ങിയത്

അച്ചനാണ്. പള്ളിയിൽ ഒരു ഗായകസംഘം രൂപീകരിച്ചതുകൂടാതെ വിശ്വാസികളിൽ നിന്ന് ഒരു 'ചക്രം' വീതം പിരിച്ചെടുത്ത് 'കൊച്ചുകുട്ടി മേസ്തിരി' എന്ന ശില്പിയെക്കൊണ്ട് യൗസേപ്പ് പിതാവിന്റെ ഒരു രൂപ മുണ്ടാക്കി, പള്ളിയങ്കണത്തിൽ സ്ഥാപിക്കുകയും ചെയ്തു പോരൂക്കര കുഞ്ഞിത്തൊമ്മിയച്ചൻ ആ കാലയളവിൽ. 1827, ആഗസ്റ്റ് 15 ന് അച്ചൻ തങ്കശ്ശേരിപ്പള്ളിയിലേയ്ക്ക് സ്ഥലം മാറിപ്പോയി. ശരിയായ മതബോധനത്തിന്റെ അഭാവത്തിൽ കൂട്ടംതെറ്റിമേയുകയായിരുന്ന അവിടത്തെ അൽമായർക്ക് അച്ചന്റെ മേഘഗർജ്ജന സമാനമായ ഞായറാഴ്ച പ്രസംഗങ്ങൾ വലിയ മാനസിക പരിവർത്തനം സമ്മാനിച്ചു. ശനിയാഴ്ച്ചകളിൽ കൂട്ടംകൂട്ടമായി അച്ചനെ കാണാൻ വന്നിരുന്ന ഭിക്ഷക്കാർക്ക് അദ്ദേഹം ഭിക്ഷ നൽകി. അവർക്കുവേണ്ട ഉപദേശങ്ങൾ കൊടുക്കുകയും അവരോടൊപ്പം കൊന്തചൊല്ലി, പ്രാർത്ഥിക്കുകയും ചെയ്യുമായിരുന്നു. സായാഹ്നങ്ങളിൽ അച്ചനെ സന്ദർശിച്ചിരുന്ന കുട്ടികളോടൊപ്പവും അദ്ദേഹം പ്രാർത്ഥിക്കുമായിരുന്നു. 'കുമ്പസാരം' മുടങ്ങാതെ ചെയ്യേണ്ട ഒരാത്മീയചര്യയാക്കി മാറ്റി, തന്റെ ഇടവകാംഗങ്ങൾക്കിടയിൽ പ്രചരിപ്പിച്ചതും പോരൂക്കരയച്ചനായിരുന്നു. തങ്കശ്ശേരിയിലെ വിശ്വാസികൾക്ക് വലിയ ആത്മീയപ്രചോദനമായിരുന്നു അച്ചന്റെ വാക്കുകളും പ്രവൃത്തികളും. ദൈവസ്നേഹോഷ്മളമായ തന്റെ പ്രഭാഷണകലയിലൂടെ അദ്ദേഹം അവിശ്വാസികളെ വിശ്വാസികളായും വിശ്വാസികളെ കൂടുതൽ വിശ്വാസതീവ്രതയുള്ളവരായും മാറ്റി. രണ്ടുവർഷമാണ് അച്ചൻ തങ്കശ്ശേരിയിടവകയിലെ വികാരിയായിരുന്നത്. അവിടത്തെ ജനങ്ങൾക്കിടയിൽ അച്ചൻ പ്രസരിപ്പിച്ച ആത്മീയോന്മേഷത്തിന്റെ അലകളെക്കുറിച്ച്, അച്ചന്റെ സഹോദരൻ കൂടിയായ കുരിയാക്കോസച്ചൻ എഴുതിയിട്ടുള്ള ഉജ്ജ്വലമായ വാക്കുകളിൽ നിന്നറിയാം ആ മഹാപുരോഹിതന്റെ ആത്മീയയാത്രയിലെ തിളങ്ങുന്ന നാഴികക്കല്ലായിരുന്നു ആ രണ്ടു വർഷമെന്ന്; തുടർന്ന് വരാപ്പുഴയിലെ വികാർ അപ്പോസ്തൊലിക്കായിരുന്ന മോൺസിഞ്ഞോർ മൗറീലിയസ് സ്തബിലിനിയുടെ സെക്രട്ടറിയായി നിയമിതനായതോടെയാണ് തോമസ് പോരൂക്കരയച്ചന്റെ കർമ്മകാണ്ഡത്തിലെ മറ്റൊരധ്യായം തുറക്കപ്പെട്ടത്. പാലയ്ക്കലച്ചനും പോരൂക്കരയച്ചനുമായി അടുപ്പത്തിലാവുന്നതും അവർക്കിടയിൽ ഒരാത്മീയ സഹോദര്യം രൂപമെടുക്കുന്നതും ഈ കാലയളവിലാണ്. മോൺസിഞ്ഞോർ സ്തബിലിനിയുടെ ഉപദേശകസ്ഥാനം വഹിച്ചുവരികയായിരുന്ന പാലയ്ക്കലച്ചൻ, അക്കാലത്ത്. ഇതിന്റെ ഭാഗമായി അച്ചൻ കൂടെക്കൂടെ വരാപ്പുഴ വരാറുണ്ടായിരുന്നു. ഈ നിരന്തരസന്ദർശനങ്ങളാണ് ആ രണ്ടു ശ്രേഷ്ഠപുരോഹിതർ

തമ്മിലുള്ള ബന്ധം ദൃഢമാക്കിയത്. പാലയ്ക്കലച്ചനിൽ പിതൃതുല്യനായ ഒരാത്മീയസഹയാത്രികനെ കണ്ടെത്തുകയായിരുന്നു പോരൂക്കര. ഇക്കാര്യം കര്യാക്കോസച്ചനെഴുതിയ പോരൂക്കരയുടെ ജീവചരിത്രത്തിൽ വിശദമായിത്തന്നെ പ്രതിപാദിച്ചിട്ടുണ്ട്. അവർ തമ്മിൽ നടന്ന പരിവ്രാജകജീവിതത്തെക്കുറിച്ചുള്ള, ചർച്ചകളിലും പര്യാലോചനകളിലും ചാവറയച്ചൻ കൂടി പങ്കാളിയായതോടെയാണ് ആ പുരോഹിതത്രിത്വം ചരിത്രപരമായി വമ്പിച്ച പ്രാധാന്യമുള്ള ചില തീരുമാനങ്ങളെടുത്തത്.

പാലയ്ക്കൽ, പോരുക്കര, ചാവറ എന്ന ത്രിത്വത്തോടൊപ്പം പരാമർശിക്കപ്പെടേണ്ട മറ്റൊരു പേരുകൂടിയുണ്ട്. പോരൂക്കരയച്ചന്റെ ബാല്യകാലസുഹൃത്തും കല്ലൂർക്കാട്(ചമ്പക്കുളം) സ്വദേശിയുമായ ബ്രദർ ജേക്കബ് കണിയാന്തറയുടെ വിശിഷ്ടനാമമാണത്. ഒരേ വർഷം (1800) ജനിച്ച സമവയസ്കരായിരുന്ന പോരൂക്കരയും കണിയാന്തറയും. വരാപ്പുഴസെമിനാരിയിൽ ഡീക്കണായിരുന്ന കാലത്തൊരിക്കൽ കല്ലൂർക്കാട്ടെത്തിയ പോരൂക്കര, സുഹൃത്തതായ ജേക്കബിനെ കണ്ടുമുട്ടി. പലതും പറയുന്ന കൂട്ടത്തിൽ, പൗരോഹിത്യം കൈവന്നാലുടൻ ഏകാന്തമായ സന്ന്യാസ ജീവിതം നയിക്കാനാണ് തനിക്കു താൽപ്പര്യമെന്ന് കുഞ്ഞിത്തൊമ്മി തന്റെ ആത്മസുഹൃത്തിനോടു പറയുകയുണ്ടായി. 'വാച്ചവനവാസം' എന്ന വാക്കാണ് അദ്ദേഹം ഉപയോഗിച്ചത്. കൂട്ടുകാരനെക്കൂടി ഈ വാനപ്രസ്ഥത്തിലേയ്ക്ക്, അതിനു കാലമാകുമ്പോൾ ക്ഷണിക്കാനും മറന്നില്ല, ആ യുവപുരോഹിതൻ. സ്വാത്വിക പ്രകൃതിയായ ജേക്കബ് അതിനു സമ്മതം മൂളി. കാലം കടന്നുപോകെ ജേക്കബ്, കൂട്ടുക്കാരനുകൊടുത്ത വാഗ്ദാനം വിസ്മരിക്കുകയും നാട്ടുനടപ്പനുസരിച്ച് ഗാർഹസ്ഥ്യജീവിതം തുടങ്ങുന്നതിനുള്ള ഒരുക്കങ്ങളിൽ മുഴകുകയും ചെയ്തു. എന്നാൽ ദൈവികമായ ഒരു പദ്ധതിയിലെ അനുഗ്രഹീതനായ പങ്കാളിയായി മാറാനായിരുന്നു ആ ദൈവദാസന്റെ നിയോഗം. അപ്പോഴേയ്ക്ക് വരാപ്പുഴയിൽ ബിഷപ്പിന്റെ സെക്രട്ടറിയായി നിയമിതനായി ക്കഴിഞ്ഞിരുന്ന പോരൂക്കര, അക്കാലത്തൊരിക്കൽ വീണ്ടും ജന്മനാട്ടിൽ വരികയും തന്റെ ചങ്ങാതിയുമായി വീണ്ടും സന്ധിക്കുകയും ചെയ്തു. പഴയ തീരുമാനത്തെക്കുറിച്ച് കുഞ്ഞിത്തൊമ്മിയച്ചൻ ഓർമ്മിപ്പിച്ചപാടേ വിവാഹിതനും ഗൃഹസ്ഥാശ്രമിയുമായി മാറാനുള്ള ഒരുക്കങ്ങൾ പാതിവഴിയിലുപേക്ഷിച്ച് ദൈവവിളിയനുസരിക്കാനായിരുന്നു ജേക്കബിന്റെ തീരുമാനം. മനുഷ്യജീവിതത്തിൽ അത്യസാധാരണം തന്നെയായ ഒരു വിചിത്രപരിണാമസന്ധിയായിരുന്നു അത്.

ആത്മീയതയുടെ നിയോഗം ഒരു ശിരോലിഖിതം പോലെക്കൂടെയുള്ള ഒരുവന് അതനുസരിച്ചേ തീരൂ എന്നതിന്റെ ഉജ്ജ്വലമായ ദൃഷ്ടാന്തം. ഈ നിയോഗം ഏറ്റെടുക്കുന്നതിൽ ജേക്കബ് കണിയാന്തറ കാണിച്ച ശുഷ്കാന്തിയും സഹജതാൽപ്പര്യവും സന്നദ്ധതയുമാണ് എടുത്തുപറയേണ്ട മറ്റൊരു വസ്തുത. പിന്നീട് പോരൂക്കരയുടെയും പാലയ്ക്കലച്ചന്റെയും ചാവറയുടെയും സന്ന്യാസസഭാസ്ഥാപനയത്നങ്ങളിൽ ഒരു വിനീത പങ്കാളിയായിരുന്നു കണിയാന്തറ. 'ചന്ദനം ചാരുന്നവനെ ചന്ദനം മണക്കും' എന്നാണ്, പിന്നീട്, ചാവറയച്ചൻ ഈ വിശുദ്ധ സാഹോദര്യത്തെപ്പറ്റി രേഖപ്പെടുത്തിയിട്ടുള്ളത്. കുഞ്ഞിത്തൊമ്മിയച്ചൻ എന്ന ചന്ദനമരത്തെചാരിനിന്ന് സ്വയമൊരു ചന്ദനത്തയ്യായി പരിണമിക്കുകയായിരുന്നു, ജേക്കബ് കണിയാന്തറ എന്ന അച്ചന്റെ ബാല്യകാലസുഹൃത്ത്. 1865, ഫെബ്രുവരി 2 നായിരുന്നു, ഔദ്യോഗികമായി, അദ്ദേഹം പുതുതായി നിലവിൽ വന്ന സന്ന്യാസസംഘത്തിൽ അംഗമായി മാറി, ബ്രദർ ജേക്കബ് കണിയാന്തറ എന്ന പേരിൽ അറിയപ്പെടാൻ തുടങ്ങിയത്. ദീർഘായുഷ്മാനായിരുന്ന ആ സന്ന്യാസി വര്യൻ, മാന്നാനത്തുവച്ച് തന്റെ 98-ാമത്തെ വയസ്സിൽ 1898 ജൂലൈ 13 ന് അന്തരിച്ചു. മരണസമയത്ത്, പോപ്പിയോ പതിമൂന്നാമന്റെ ആശീർവാദം നേടാനായി, ബ്രദർ കണിയാന്തറയെക്കുറിച്ച് രേഖപ്പെടുത്തുന്നു ഫാദർ ബെർനാഡ്.

വി. ചാവറകുരിയാക്കോസ് ഏലിയാസച്ചന്റെ ജീവിതത്തിൽ നിന്ന്, അതുമായി അവിഭാജ്യമാം വിധം കെട്ടുപിണഞ്ഞു കിടക്കുന്ന ചില പുരോഹിത/സന്ന്യസ്ത ജീവിതങ്ങളിലേയ്ക്ക് ഒന്നു വഴിമാറി നടക്കുകയാണ് നമ്മൾ ഇതുവരെ ചെയ്തത്. ഗംഭീരസത്വന്മാരുടെ അപൂർവ്വ ഗോത്രത്തിൽപ്പെട്ടവരായിരുന്നു അവരോരോരുത്തരും. മികച്ച മനുഷ്യമാതൃകകളെന്നനിലയിൽ, ചാവറയച്ചന്റെ ജീവിതമെന്നപോലെതന്നെ പ്രചോദകമാണ് ഈ അധ്യായത്തിൽ ചുരുക്കി വിവരിക്കപ്പെട്ടിരിക്കുന്ന മഹാപുരുഷന്മാരുടെ ജീവിതങ്ങളും. അത്രയൊന്നും പരിഷ്കൃതമോ സംസ്കൃതമോ അല്ലാതിരുന്ന പത്തൊൻപതാം നൂറ്റാണ്ടിലെ കേരളത്തിന്റെ ആത്മീയചക്രവാളത്തെ ഭാസുരമാക്കിയ നഭശ്ചരങ്ങളാണവർ. ആ താരകാവലി ചൊരിഞ്ഞ ആത്മീയതയുടെ അമേയദ്യുതിയിലാണ് ഇനി നമ്മൾ വി.ചാവറയുടെ ക്രിയാനിരതമായ സന്ന്യാസ ജീവിതത്തിലെ ആദ്യത്തെവിശിഷ്ടാധ്യായമെന്നു പറയാവുന്ന, ഭാരതത്തിലെ ആദ്യത്തെ ക്രൈസ്തവ സന്ന്യാസാശ്രമസ്ഥാപനത്തിന്റെ കഥ പറയുന്ന ഈ ജീവചരിത്രത്തിൽ അടുത്തുവരുന്ന ഏടുകൾ മറിക്കുക. ഒന്നിലധികം തേജഃസ്ഫുലിംഗങ്ങൾ

ഒത്തുചേർന്ന് ഒരു മഹാ ജ്യോതിസ്സായി മാറുന്നതുപോലെയായിരുന്നു അത്. ആ ജ്യോതിസ്സിന്റെയും ആ ജ്യോതിസ്സിൽ നിന്നുരുവം കൊണ്ട സി.എം.ഐ സഭയുടെയും സംസ്ഥാപന ചരിത്രത്തിലേയ്ക്കാണ് ഇനി നമ്മൾ പ്രവേശിക്കുന്നത്.

●

അധ്യായം ഒൻപത്

അന്വേഷിപ്പിൻ കണ്ടെത്തും

'ഒന്നു ചേരുക,
ഒന്നിച്ചു പ്രാർത്ഥിച്ചു ശക്തിനേടുക,
ഏറെ നന്മകൾ ചെയ്യുവാൻ ഒന്നിച്ചു പ്രവർത്തിക്കുക'

ഇതായിരുന്നു, ഭാരതത്തിലെ ആദ്യത്തെ തദ്ദേശീയ സന്ന്യാസസഭയുടെ സ്ഥാപനയത്നത്തിലേർപ്പെട്ടിരുന്ന ചാവറയച്ചനെയും കൂട്ടരെയും മുന്നോട്ടു നയിച്ച ആദർശവാക്യം. സാമൂഹ്യമായ മാനങ്ങളുള്ള കേരളത്തിലെ ആദ്യത്തെ സംഘകല്പനയായിരുന്നു അത്. 'സംഘടിച്ചു ശക്തരാകുവിൻ!' എന്ന, നാരായണഗുരുവിന്റെ ആഹ്വാനത്തിനും മുൻപാണിതെന്നോർക്കണം. കൂട്ടായ പ്രവർത്തനമാണ് സമൂഹത്തെ മുന്നോട്ടു ചലിപ്പിക്കുക എന്ന സാമൂഹ്യശാസ്ത്രപാഠം, സഹജാവബോധപരമായി, സ്വാംശീകരിക്കുകയായിരുന്നു ചാവറയച്ചൻ. ആത്മീയതയുടെ സാമൂഹ്യ പ്രയോഗമെന്ന കേരളീയ നവോത്ഥാനത്തിന്റെ മൂലമാതൃകയായിരുന്നു ചാവറയച്ചന്റെ പ്രവർത്തനം. 'ഒന്നുചേരുക' എന്ന ചെറുവാക്യത്തിന് ക്രമേണകൈവരുന്ന വിപുലനമാണ് മേലുദ്ധരിച്ച മുദ്രാവാക്യത്തിന്റെ ഘടനാസൗഷ്ഠവത്തിനു കാരണമെന്നു കാണാം. 'ഒന്നിച്ചു പ്രാർത്ഥിച്ചു ശക്തിനേടലാണ് അതിന്റെ അടുത്തപടി.'ഒന്നിച്ചു പ്രാർത്ഥിക്കുക' എന്നത് ആത്മീയശക്തിയുടെ ഈട്ടം കൂടലാണ്.'ഏറെ നന്മകൾ ചെയ്യുവാൻ ഒന്നിച്ചു പ്രവർത്തിക്കുക' എന്ന ഏറെക്കുറെ, നീണ്ടവാക്യത്തിലാണ് ഈ നിശ്ചയങ്ങൾ പൂവണിയുന്നത്. പ്രാർത്ഥന, പ്രവർത്തനവുമായി ഇവിടെ കണ്ണിചേരുന്നു. പ്രാർത്ഥനയാൽ സംഭരിച്ച - അതും ഒന്നിച്ചുള്ള പ്രാർത്ഥന!- ഊർജ്ജം പ്രവൃത്തിക്കുള്ള ഇന്ധനമായി മാറുകയും ആ ഇന്ധനശക്തിയാൽ ഒരു സമൂഹയന്ത്രം അതിന്റെ പുരോയാനം തുടങ്ങിവയ്ക്കുകയും ചെയ്യുന്ന ചിത്രമുണ്ട് ഈ വാക്യശൃംഖലയിൽ. ഭൗതികപുരോഗതിക്ക് 'ആവി എഞ്ചിൻ' കണ്ടുപിടിച്ച ജയിംസ് വാട്ടിന്റെ സംഭാവനയെന്നോണമാണ് ചാവറയച്ചനേപ്പോലുള്ളവരുടെ പ്രവർത്തനങ്ങൾ സമൂഹപുരോഗതിക്കുതകുന്നത്. പരിവർത്തനസജ്ജമായ സമൂഹത്തിനു മുന്നിൽ അതൊരു

ആവിഎഞ്ചിൻ ഘടിപ്പിക്കുന്നു. അതോടെ അത് ചലിച്ചുതുടങ്ങുകയും ആ ചലനം ഭാവിയുടെ ഭാസുരമാർഗ്ഗത്തിൽ ഒരു ജനതയെ ഒന്നാകെ നയിക്കുകയും ചെയ്യുന്നു ആ ചലനത്തിന്റെ നാന്ദിയാണിനി നമ്മൾ കാണാൻ പോകുന്നത്, അതിൽ ചാവറയച്ചന്റെ ത്യാഗനിർഭരമായ പങ്കും.

സന്ന്യാസസഭാസ്ഥാപനത്തിന്റെ ആദ്യപടി, അതിന് സഭയുടെ അനുമതിയും അംഗീകാരവും നേടുക എന്നതായിരുന്നു. 1829-ലാണ്, പാലയ്ക്കലച്ചനും പോരൂക്കരയച്ചനും ചേർന്ന് തങ്ങളുടെ ആത്മീയ സ്വപ്നത്തിന്റെ രൂപരേഖ സഭാമേധാവിയായ മോൺസിഞ്ഞോർ സ്റ്റബിലിനിയുടെ മുന്നിൽ സമർപ്പിക്കുന്നത്. 'വാച്ചടത്തും ഒതുങ്ങി പാർക്കണം' എന്നതായിരുന്നു ആ നിവേദനത്തിന്റെ കാതലായ ഭാഗം. പകരം ഒരു സന്ന്യാസാശ്രമം എന്നനിർദ്ദേശമാണ് മോൺ. സ്റ്റബിലിനി മുന്നോട്ടു വച്ചത്. അതിലേയ്ക്കുള്ള ആദ്യസംഭാവനയായ 200 രൂപാ നൽകിക്കൊണ്ട്, മലയാളത്തിലുള്ള ഒരു കത്തും അദ്ദേഹം അച്ചന്മാർക്കു നൽകി. ഈ വിശുദ്ധ സംരംഭത്തിൽ മുഴുവൻ സഭാവിശ്വാസികളുടെയും സഹായസഹകരണങ്ങൾ ആവശ്യപ്പെടുന്ന 1829, നവംബർ ഒന്നിലെ ആ കത്തിന്റെ പ്രസക്തഭാഗങ്ങൾ ഇങ്ങനെ

'ദൈവദർശനത്തിനായി ദാഹിക്കുന്നവരേ, ഈ കത്തു കാണുകയോ ഇതിനെപ്പറ്റി കേൾക്കുകയോ ഇതുവായിക്കുകയോ ചെയ്യുന്നവരേ, ഇത് നമ്മുടെ സഹായികളും സഹകാരികളുമായ അഭിവന്ദ്യഅച്ചന്മാരുടെ കൈകളാൽ പ്രസാധനം ചെയ്യപ്പെട്ടതും അവരിലൂടെ അയക്കപ്പെട്ടതുമാകുന്നു. നിങ്ങൾക്ക് ദൈവത്തിന്റെ കൃപാവരവും ശാന്തിയും ലഭിക്കുമാറാകട്ടെ.

നമ്മുടെ അപ്പോസ്തലികദൗത്യത്തിന്റെ അധികാരപരിധിയിൽ വരുന്ന ഈ പ്രദേശത്ത് സദാപ്രാർത്ഥനാനിരതരും സന്മാർഗ്ഗചാരികളുമായി ദൈവത്തെയും സഭയെയും മഹത്ത്വപ്പെടുത്തുന്ന ചിലരുണ്ടാകേണ്ടതുണ്ട്.

നിങ്ങളുടെയിടയിൽ ഇടതടവില്ലാതെ പ്രാർത്ഥനയിലും ആത്മീയ കാര്യങ്ങളിലും മുഴുകുന്ന വിശുദ്ധാന്തഃ കരണമുള്ളവരുടെ ഒരു ഗോത്രം സംജാതമാകണമെന്ന് നിങ്ങൾ അഭിലഷിക്കുന്നതായി നാം മനസ്സിലാക്കുന്നു.

മതാത്മകജീവിതത്തിന്റെ കവാടം തുറക്കുന്നതിനുവേണ്ടി, ഈ കത്തുമായി വരുന്ന അച്ചന്മാർ ഒരു സഭയും സന്ന്യാസസമൂഹവും സ്ഥാപിക്കാനാഗ്രഹിക്കുന്നു. സ്വമേധയാ മതജീവിതത്തെ ആശ്ലേഷിക്കാനാഗ്രഹിക്കുന്നവർക്കുവേണ്ടിയാണ് അവർ അങ്ങനെ ചെയ്യുന്നത്.

മതനിഷ്ഠയുള്ളവരുടെ ഉത്തമനിദർശനം അജ്ഞാനികൾക്കൊരു പാഠമാവും. അങ്ങനെ അവരും ലൗകികതയിൽ നിന്ന് സ്വയം മോചിപ്പിച്ച് ആത്മീയകാര്യങ്ങൾക്കായി ആത്മസമർപ്പണം ചെയ്യും. ഈ തിരഞ്ഞെടുക്കപ്പെട്ട ആത്മാക്കളുടെ അത്യുത്സാഹഫലമായി എല്ലാവിധ അനുഗ്രഹങ്ങളും ലഭ്യമായിത്തീരുന്നതുമാണ്.

ഈ കത്തുമായി വരുന്ന രണ്ടച്ചന്മാർക്ക്, ഫ.തോമസ് പാലയ്ക്കലിനും തോമസ് പോരൂക്കരയ്ക്കും, മൗറീലിയസ് എന്ന നാം, ബിഷപ്പ് എന്ന നിലയിൽ, 200 ഉറുപ്പിക കൈമാറിയിരിക്കുന്നു.' (മെത്രാൻ കൊടുത്ത കത്തിന്റെ യഥാർത്ഥരൂപമല്ല ഇത് അതിന്റെയൊരു ആശയാനുവാദം മാത്രം)

വലിയ സാമ്പത്തിക പിന്തുണയാവശ്യമുള്ള ഒരു സംരംഭമാണിതെന്നും സകല സഭാംഗങ്ങളും വിശ്വാസികളും ഇക്കാര്യത്തിൽ അകമഴിഞ്ഞു സഹായിക്കണമെന്നും മാതൃകാപരമായി വിളംബരപ്പെടുത്തുകയായിരുന്നു ബിഷപ്പ് മൗറീലിയസ് സ്റ്റബിലിനി ഈ കത്തിലൂടെ. ഒരു പാവനയജ്ഞത്തിന്റെ അനുഗ്രഹീതമായ സമാരംഭമായിരുന്നു അത്. ഈ ഉജ്ജ്വല മുഹൂർത്തത്തെക്കുറിച്ച്, പിന്നീട്, ചാവറയച്ചൻ ഇങ്ങനെയെഴുതി-'പ്രാർത്ഥനയിലും ഉപവാസത്തിലും ജപങ്ങളിലും മുഴുകി വിശുദ്ധിയുടെ ദർപ്പണമായി മാറിയിരിക്കുന്ന ബിഷപ്പ്, അവരുടെ ആ നിവേദനം ചെവിക്കൊണ്ടു. ദൈവദാഹിയായ ആ പുണ്യാത്മാവിനെ അങ്ങേയറ്റം ആഹ്ളാദഭരിതനാക്കാൻ പോന്ന നിർദ്ദേശമായിരുന്നു ആ അച്ചന്മാരുടേത്. വരൾ മണ്ണിന് പുതുമഴയേറ്റാലുള്ള ചാരിതാർത്ഥ്യമായിരുന്നു അത്. അങ്ങനെ അദ്ദേഹം സസന്തോഷം എല്ലാ ദൈവദാസന്മാർക്കും, ഇക്കാര്യത്തിൽ അവരുടെ സാമ്പത്തിക പിന്തുണയഭ്യർത്ഥിച്ചുകൊണ്ട്,ഒരു വിജ്ഞാപനം പുറപ്പെടുവിക്കുകയും ചെയ്തു. (അച്ചന്റെ വാക്കുകൾ അതേപടി എടുത്തെഴുതിയല്ല ഇത്. ഇതൊ രു ആശയാനുവാദം മാത്രമാണ്. ആ നിലയ്ക്ക് വേണം ഇതു വായിക്കാൻ എന്നപേക്ഷ)

വലിയ പ്രതികരണമാണ് ബിഷപ്പിന്റെ വിജ്ഞാപനത്തിന് വിശ്വാസിസമൂഹത്തിൽ നിന്നുണ്ടായത്. ആവശ്യമായ പണം ഒഴുകിയെത്തി. അങ്ങനെ താപസഭവനമെന്ന അച്ചന്മാരുടെ സ്വപ്നം പൂവണിയാൻ തുടങ്ങി. കേരളത്തിലെ സുമനസ്സുകളായ ക്രിസ്തുമത വിശ്വാസികളുടെ ഉദാരതയിൽ ബിഷപ്പിനു വലിയ വിശ്വാസമുണ്ടായിരുന്നു. ആ വിശ്വാസമായിരുന്നു ഇന്ത്യയിൽ തന്നെ ഇതഃപര്യന്തം മുൻമാതൃകകളില്ലാത്ത ഈ നവസംരംഭ വുമായി മുന്നോട്ടു നീങ്ങാനുള്ള അനുമതിയും ആശീർവ്വാദവും നൽകാൻ അദ്ദേഹത്തെ പ്രേരിപ്പിച്ചത്.

ആദ്യമൊക്കെ അല്പം മന്ദഗതിയിലായിരുന്ന ആശ്രമസ്ഥാപനസംരംഭം മുന്നോട്ടു നീങ്ങിയതെന്ന് പറയപ്പെടുന്നു. പുളിങ്കുന്നിലെ 'ഇട്ടിക്കുരുവിള മാപ്പിള തോപ്പിലി'നെയും കോതമംഗലത്തെ 'കത്തനാർ ഇട്ടൂപ്പ് മുണ്ടയ്ക്കലി'നെയും പോലുള്ള സുഹൃത്തുക്കളും ശുഭകാംക്ഷികളും ഇതേക്കുറിച്ചോർമ്മപ്പെടുത്തിയതോടെ അച്ചന്മാർ സജീവമായി , പണിപ്പിരിവും മറ്റുമായി മുന്നോട്ടു പോയി. 1830 ഏപ്രിൽ മാസത്തിൽ അവർ എടത്വായിലും കല്ലൂർക്കാട്ടും പോയി പണം പിരിച്ചു. അങ്ങനെ മാസങ്ങൾ ചിലതു പോയപ്പോഴാണ് ആശ്രമം പണിയുന്നതിനുവേണ്ട ഭൂമിക്കായുള്ള അന്വേഷണമാരംഭിച്ചത്. അതിനു മുന്നോടിയായി പോരൂക്കരയച്ചൻ തന്റെ സെക്രട്ടറി സ്ഥാനം രാജിവയ്ക്കുകയും തൽസ്ഥാനത്ത് ഫാ. ചാണ്ടിമംഗലത്ത് നിയമിതനാവുകയും ചെയ്തു. അക്കാലം 'ഡീക്കനാ'യിരുന്ന ചാവറയച്ചനായിരുന്നു പള്ളിപ്പുറം സെമിനാരിയുടെ താൽക്കാലിക ചുമതല.

ആശ്രമം സ്ഥാപിക്കാനുള്ള സ്ഥലമന്വേഷിച്ച് പാലയ്ക്കലച്ചനും പോരൂക്കരയും കണിയാനന്തറയും കൂടി നടത്തിയ സുദീർഘ സഞ്ചാരങ്ങളുടെ ക്ലേശനിർഭരമായ ദിനരാത്രങ്ങളായിരുന്നു തുടർന്ന്. അവർക്കു വഴികാട്ടിയായി 'ഇട്ടൻ' എന്ന ഒരീഴവ സഹോദരനുമുണ്ടായിരുന്നു, പാലയ്ക്കലച്ചന്റെ ഗുരുവായ തച്ചിൽ ഏബ്രഹാം മൽപ്പാന്റെ സഹചരൻ എന്ന നിലയ്ക്ക് ആ പ്രദേശത്തൊക്കെ ധാരാളം യാത്ര ചെയ്ത പരിചയം അയാൾക്കുണ്ടായിരുന്നു. ഈ പരിചയമാണ് ഇട്ടനെ ഒരു വഴികാട്ടിയായി അച്ചന്മാർ കൂടെക്കൂട്ടിയതിനു കാരണം. അത്തിപ്പുഴയാറ്റിലൂടെ തോണിയിൽ യാത്രചെയ്ത് അവർ ആദ്യം 'വെട്ടിക്കാട്ടുമുക്കി'ലും പിന്നീട് 'മുളക്കുള'ത്തും എത്തിച്ചേർന്നു. അവിടെ 'പെരിയപ്പുറത്തു മാത്തൻ' എന്ന ഭൂപ്രഭു അവരെ സ്വഗൃഹത്തിൽ സ്വീകരിച്ചു സൽക്കരിച്ച ശേഷം, ഒരു ചെറുകുന്നിൽ ആശ്രമം സ്ഥാപിക്കുന്നതിനുള്ള സ്ഥലം കാട്ടിക്കൊടുത്തു. ആ സ്ഥലം ഉചിതമല്ലെന്നു കണ്ട്, അച്ചന്മാർ വന്ന വഴിക്കു തന്നെ മടങ്ങിപ്പോയി. 'കളമ്പൂർ മേക്കയ്ക്കടുത്തുള്ള മറ്റൊരിടത്തെത്തിച്ചേർന്നു. ആ സ്ഥലവും, പക്ഷേ തങ്ങളുടെ ആവശ്യത്തിനുതകിയതല്ലെന്നുകണ്ട് അവർ ഉപേക്ഷിക്കുകയാണുണ്ടായത്. പിന്നീടവർ, ഈ യാത്രയിൽ, സന്ദർശിച്ച എല്ലാസ്ഥലങ്ങളുടെയും നില ഇതുതന്നെയായിരുന്നു. ഒരാശ്രമം പണിയുന്നതിന് തക്കതായ ഒരിടം അവർ എവിടെയും കണ്ടില്ല. മാർഗ്ഗമധ്യേ, ഒരു മരച്ചില്ലയിൽ നിന്ന് പോരൂക്കരയച്ചന്റെ മേലേയ്ക്ക് ഉഗ്രവിഷമുള്ള ഒരു കാളസർപ്പം ചാടിവീഴാനൊരുങ്ങിയതുപോലുള്ള സംഭവങ്ങളുമുണ്ടായി. ദൈവകൃപയാൽ അത്തരം വൈഷമ്യങ്ങളെല്ലാം അതിജീവിച്ച് അവർ നാട്ടിൽ

മടങ്ങിയെത്തി.

ഏതാനും ദിവസങ്ങൾക്കുശേഷം അവർ വീണ്ടും മറ്റൊരന്വേഷണസംഘത്തോടൊപ്പം യാത്ര തിരിച്ചു. പാദ്രേപാസ്കൽ, ഇട്ടൂപ്പ് കത്തനാർ, ചാണ്ടിമംഗലത്തച്ചൻ തുടങ്ങിയവരായിരുന്നു, ഇത്തവണ യാത്രാസംഘത്തിൽ. അതേ നദീമാർഗ്ഗമാണ് അവർ വീണ്ടും സഞ്ചരിച്ചത്; സഞ്ചരിച്ചെത്തിയതാകട്ടെ 'ചേമഞ്ചി' എന്നൊരു സ്ഥലത്തും. സുഖശീതളമായിരുന്നു അവിടത്തെ അന്തരീക്ഷം. എന്നാൽ സ്ഥലത്തിന്റെ ഉയരക്കുറവും പുഴവഴി അങ്ങോട്ടെത്തിച്ചേരാനുള്ള ദൂരക്കൂടുതലും കാരണം ആ സ്ഥലവും ഉപേക്ഷിക്കപ്പെടുകയാണുണ്ടായത്.

മൂന്നാമത്തെ യാത്രയിൽ പാലയ്ക്കലച്ചനോടൊപ്പം ചാവറയച്ചനുമുണ്ടായിരുന്നു. പെരിയപുറത്ത് മാത്തൻമാപ്പിളയൊടൊ പ്പം പിറവത്തും പരിസരങ്ങളിലുമുള്ള ചില സ്ഥലങ്ങളാണ്, ഇക്കുറി, അവർ സന്ദർശിച്ചത്. നിരാശയായിരുന്നു ഫലം. അടുത്തയാത്ര അതിരമ്പുഴയിലും അതിനടുത്ത പ്രദേശങ്ങളിലുമായിരുന്നു. പക്ഷേ, ഫലം നാസ്തി. ഉയരമുള്ള സ്വാസ്ഥ്യം നിറഞ്ഞ ഒരിടമായിരുന്നു അവർക്കാവശ്യം 'സ്ഥലസൗഖ്യം' എന്ന മനോഹരപദമുയോഗിച്ചാണ് ചാവറയച്ചൻ ഈ സഫലൗചിത്യത്തെ വിവരിച്ചിട്ടുള്ളത്. 'സ്ഥല'വും'സൗഖ്യ'വും

ചേർന്നപ്പോൾ ഒരു പുതിയ വാക്കുണ്ടായി. അതിലൂടെ മറ്റു വാക്കുകളാൽ വിവരിക്കാനാവാത്ത ഒന്നിനെ കണിശമായി വിവരിക്കുകയും നിർവ്വചിക്കുകയുമായിരുന്നു ചാവറയച്ചൻ. ഇംഗ്ലീഷിൽ 'ഹാവൻ' (വല്ലി) എന്നൊക്കെ പറയാറുള്ളതുപോലെ ഒരു വാക്കിലല്ലോ നമുക്ക്! പകരം, പഴമയുടെ ഈട്ടുവയ്പിൽ ഇത്തരമൊരു മനോജ്ഞപദം പൊടിമൂടിക്കിടക്കുന്നുണ്ടുതാനും! ഇവിടെയും തീരുന്നില്ല, ചാവറയച്ചന്റെ പദപ്രഭുത്വം. ആശ്രമസ്ഥാപനത്തിനുതകിയ സ്ഥലത്തിന്റെ സവിശേഷതയായി അച്ചൻ പറയുന്ന മാറ്റൊരു ഗുണം' വെള്ളസൗഖ്യ'മാണ്. ഭാഷയെ, ഒരു നല്ല ഇടയൻ ആട്ടുകളെ യെന്നപോലെ, പുതിയ മേച്ചിൽപ്പുറങ്ങളിലേയ്ക്കു തെളിക്കുകയായിരുന്നു അച്ചൻ എന്ന് വീണ്ടും അടിവരയിട്ടു പറയേണ്ട സന്ദർഭമാണിതെന്നതുകൊണ്ടാണ് ഇവിടെ ഇത്രയും കുറിച്ചത്.

സ്ഥലസൗഖ്യവും വെള്ള സൗഖ്യവും തികഞ്ഞ ഒരിടം തേടി അച്ചന്മാർ പിന്നീടെത്തിയത് കുടമാളൂർ പള്ളിക്കടുത്തുള്ള പു ല്ലരിക്കുന്നിലാണ്. എന്തുകൊണ്ടും ഉചിതമായ സ്ഥലമായിരുന്നു, ആ കുന്നിൻപുറം. പോരൂക്കരയച്ചന് ആ സ്ഥലം നന്നേ ബോധിച്ചു. എന്നാൽ ക്രമേണ അവർ മറ്റൊരു വൈഷമ്യം നേരിട്ടു. കുടമാളൂർ ഭഗവതിയുടെ ആവാസസ്ഥാനമായിരുന്നു പുല്ലരിക്കുന്ന്. പ്രദേശത്തെ ഹൈന്ദവമതവിശ്വാസികളുടെ ഭക്തിഭാവം ക്ഷതപ്പെടേണ്ടെന്നു കരുതി പുല്ലരിക്കുന്നിൽ ആശ്രമം സ്ഥാപിക്കുകയെന്ന തീരുമാനത്തിൽ നിന്ന് പിന്മാറുകയായിരുന്നു അച്ചന്മാർ. ഈ തീരുമാനത്തിലെ സഭ്യതയും സാംസ്കാരിക വിവേകവും ഇക്കാലത്തിനു കൂടി മാതൃകയാവേണ്ടതാണ്!

ഒടുവിൽ, മാന്നാനത്തെ ഒരു കുന്നിൽ നിറുകയിലാണ് ചാവറയച്ചൻ സൂചിപ്പിച്ച മട്ടിലുള്ള സ്ഥല-ജലസൗഖ്യങ്ങളെല്ലാം ഒത്തിണങ്ങിയ ഒരിടം അവർ കണ്ടെത്തിയത്. ആ കുന്നിൽ ചുവട്ടിൽ ജലവും ജലഗതാഗത സൗകര്യമുണ്ടായിരുന്നു. (അതായിരുന്നു. അന്നത്തെ ഒരേയൊരു ഗതാഗതമാർഗ്ഗം; എല്ലാ പാതകളും ജലപാതകൾ! മറ്റുള്ളവ കേവലം, കാൽനടയാത്രയ്ക്കുതകുന്നവ, അഥവാ കാളവണ്ടിക്ക്.) കുന്നിൻ മുകളിലെ സ്വച്ഛശാന്തിയിൽ ധ്യാനിക്കാനും കുന്നിറങ്ങിച്ചെന്ന് ജനമഹാസമുദ്രങ്ങളിൽ, ഉപ്പുതരിയെന്നോണം, വിലയിക്കാനുമാഗ്രഹിച്ച അച്ചന്മാരുടെ അഭിമതസ്ഥാനമായി അങ്ങനെ ആ കുന്നിൻപുറം മാറി. ഗിരി നിറുകയിൽ ധ്യാനസ്ഥനായ ജീസസ്സിനെയും ജനരാശിയെ സംബോധനചെയ്തുകൊണ്ട് ഗിരിപ്രഭാഷണം നിർവ്വഹിക്കുന്ന മനുഷ്യപുത്രനെയും തങ്ങളുടെ പരിവ്രാജകജീവിതത്തിൽ

സമന്വയിക്കാനായിരുന്നു ചാവറയച്ചനും മറ്റുള്ളവരും ആഗ്രഹിച്ചത്. ആ ആഗ്രഹ സഫലീകരണത്തിന്റെ ആദ്യപടവിലാണ് അവരിപ്പോൾ. ഇനിയാ ഗിരിമകുടത്തിൽ ഒരു വിശുദ്ധദേവാലയമുയരും. ആ താപസഭവനത്തിന്റെ നിർമ്മാണചരിത്രമാണ് വരുമധ്യായത്തിൽ.

●

അധ്യായം പത്ത്

താപസഭവനം

ഒരിക്കൽ പുളിങ്കുന്നിൽ നിന്ന് വരാപ്പുഴയിലേക്കുള്ള യാത്രക്കിടയിലാണ് പാലയ്ക്കലും പോരൂക്കരയും കണിയാന്തറയും മാന്നാനത്തുള്ള രണ്ടു കുന്നുകൾ കണ്ടത്. 'ഓലൻ കണ്ണമൂകൾ' എന്നായിരുന്നു അതിൽ ഒരു കുന്നിന്റെ പേര്, പ്രശാന്തസുന്ദരമായ സ്ഥലം, ധാരാളം പച്ചപ്പും. ഇതുതന്നെ തങ്ങൾ തേടിനടന്ന തപോവാടത്തിനു പറ്റിയ ഇടമെന്നു നിശ്ചയിച്ചു ആ പുരോഹിതവര്യന്മാർ. കോട്ടയത്തു നിന്ന് വടക്കുപടിഞ്ഞാറായി 8 കി.മീ. ദൂരത്തായിരുന്നു ഈ ഗിരിനികേതനം. തീർത്തും ജനശൂന്യമെന്ന് പറയാവുന്ന, വൃക്ഷലതാദികളാൽ നിബിഡമായി ഉയർന്നു (സമുദ്ര നിരപ്പിൽ നിന്ന് 147 അടി ഉയരം!) സ്വാസ്ഥ്യം വഴിയുന്ന ഇടമായിരുന്നു അത്. സ്ഥലസൗഖ്യവും വെള്ള സൗഖ്യവും വേണ്ടുവോളം! ആർപ്പൂക്കര, കൈപ്പുഴഗ്രാമങ്ങൾക്കിടയിലൂടെ ഒരു തോട്, കുന്നിന്റെ പാർശ്വത്തിൽ നിന്ന് പടിഞ്ഞാറോട്ട് ഒഴുകിയിരുന്നു. നെല്ലും നാളികേരവും വിളയുന്ന ഫലഭൂയിഷ്ഠമായ കൃഷിയിടങ്ങളായിരുന്നു അതിനിരുപാടും. വേമ്പനാട്ടുകായലിന്റെ ജലരാശിയെ തൊട്ടുകിടക്കുന്ന ഹരിതവിസ്തൃതിയായിരുന്നു അത്. ആലപ്പുഴ തുറമുഖത്തെ വിളക്കുമാടത്തിൽ നിന്നുള്ള പ്രകാശം രാത്രികാലങ്ങളിൽ, കാണാനാവും വിധം ഉയരമേറിയ പ്രദേശമായിരുന്നു അത്. ദർശനവീടിനും താപസഭവനത്തിനും പറ്റിയ ഒരിടം, ഇതിനേക്കാൾ സൗന്ദര്യവും സൗകുമാര്യവും ഒത്തിണങ്ങിയ തോതിൽ, മറ്റെവിടെയും കാണാൻപറ്റിയെന്നു വരില്ല. അക്കാര്യത്തിൽ ഏകാഭിപ്രായമുള്ളവരായിരുന്നു ആ അച്ചന്മാർ മൂവരും. നാരായണഗുരു തന്റെ തപോനിരതമായ സാമൂഹ്യപ്രവർത്തനങ്ങളുടെ ആലയമായി ശിവഗിരിക്കുന്ന് തിരഞ്ഞെടുത്തതുപോലെയായിരുന്നു ഇത്. 'വാടീകേദാരകല്യാഢ്യം/ നികഷാ വല്ക്കലാചലം/ സേവ്യമാനാം ബുധൈർന്നിത്യം' എന്നാണ് പിൽക്കാലത്ത് കുമാരനാശാൻ ഈ കുന്നിനെ വർണ്ണിച്ചതെന്നും (ശാരദസ്തവം) ഓർക്കാം.

ഈ പ്രൗഢമായ വിവരണം, വിശദാംശങ്ങളിൽ ഈഷദ്

ഭേദത്തോടെ, മാന്നാനത്തെ ഓലൻകണ്ണമൂകളിനും ബാധകമായിരുന്നു. ഗിരിനിലയനങ്ങൾ എങ്ങനെ അവധൂതസങ്കേതങ്ങളായി മാറുന്നു എന്നൊരു വിചാരത്തിനും ഇതു വഴി തുറക്കുന്നുണ്ട്. ആത്മീയൗന്നത്യത്തിനും അനുധ്യാനത്തിനും ശാന്തഗംഭീരമായ ഗിരിശീർഷങ്ങൾ അരുനിൽക്കുന്നു എന്ന കാര്യം നിസ്സംശയമാണ്. ആ ആത്മീയ പാഠവും പ്രകൃതിപാഠവും കൂടി ഉൾച്ചേർന്നിരിക്കുന്നു മാന്നാനത്തെ കുന്നിൽ പുറത്ത് ക്രൈസ്തവാശ്രമം സ്ഥാപിക്കാനുള്ള അച്ചന്മാരുടെ തീരുമാനത്തിൽ. പലസ്തീനിലെ മൗണ്ട് കാർമ്മലിന്റെ ഓർമ്മയുണർത്തും വിധമായിരുന്നു ആ കുന്നിന്റെ നിൽപ്പും നിലയുമെന്നും നിരീക്ഷിക്കപ്പെട്ടിട്ടുണ്ട്.

ആ സമയത്ത്, അച്ചന്മാർക്കുനേരേ സഹായഹസ്തം നീട്ടിക്കൊണ്ട് രണ്ട് ഭൂപ്രഭുക്കളായ ക്രൈസ്തവർ രംഗത്തെത്തി. കുന്നിൽ രണ്ടു പ്രാർശ്വങ്ങളിലായി പാർപ്പുറപ്പിച്ചിരിക്കുന്ന കുരിയൻ തയ്യിൽ തരകനും അയാളുടെ സഹോദരൻ, കൊച്ചുപോത്തൻ മാപ്പിളയുമായിരുന്നു അവർ. അവരൊരുമിച്ച് അച്ചന്മാരോടൊപ്പം കുന്നിൻ നിറുകയിൽ ചെന്ന് സ്ഥലം പരിശോധിക്കുകയും അവിടെ തന്നെയാണ് അതിനേറ്റവും ഉചിതമായ ഇടം എന്ന് വിധിക്കുകയും ചെയ്തു. തുടർന്ന് പോരൂക്കര, തരകന്റെ ബോട്ടിൽ കൊല്ലത്തേയ്ക്കും ചാവറയും ജേക്കബും പള്ളിപ്പുറത്തേയ്ക്കും പോയി. ഇതിനിടെ, കുന്നിൽ മുകളിലേയ്ക്ക് ഒരു വഴിവെട്ടിത്തെളിക്കുന്നതിനുള്ള അധികാരികളുടെ സമ്മതം, പോരൂക്കരയച്ചൻ നേടിയെടുത്തിരുന്നു. അങ്ങനെ, 1830 മാർച്ച് മുപ്പതിന് തയ്യിൽ സഹോദരന്മാരോടും കുടമാളൂരുകാരനായ ഇട്ടിച്ചെറിയയോടും ജേക്കബിനോടുമൊപ്പം കുന്നുകയറിയെത്തിയ പോരുക്കരയച്ചൻ അവിടത്തെ കാട്ടുവെട്ടിത്തെളിക്കുന്ന ജോലി സമാരംഭിച്ചു. കുരിയൻ തരകൻ ആ കുന്ന് പാട്ടത്തിനെടുത്ത്, അച്ചന്മാർക്ക് സൗജന്യമായി കൈമാറുകയായിരുന്നു. തൊഴിലാളികളെ എത്തിച്ചു കൊടുത്തതും അച്ചന്മാർക്ക് ഭക്ഷണവും പാർപ്പിടവും പ്രദാനം ചെയ്തതുമെല്ലാം തരകൻ തന്നെ. കുന്നിൻ പുറത്തെ കാട്ടു തെളിക്കുന്ന ജോലി നടക്കവേ ഒരു ദിവസം-ഈസ്റ്റർ കഴിഞ്ഞുള്ള വ്യാഴാഴ്ചയായിരുന്നു അത്-ചാവറയച്ചൻ അവിടേയ്ക്കുവന്നു. അച്ചൻ അവിടെക്കണ്ട ഒരത്ഭുതമുണ്ട്. കുന്നിൻ ഒരു കിണറുണ്ടായിരുന്നെങ്കിൽ എന്ന് അച്ചൻമാരും ജോലിക്കാരും, ഒരുപോലെ ആഗ്രഹിച്ചിരുന്നു. അതിന് ദൈവം ഒരു വഴികാണിച്ചുതരും എന്നും അവർ വിശ്വസിച്ചിരുന്നു. തൊട്ടടുത്തദിനം, കാട്ടുവെട്ടിത്തെളിയിക്കുന്നതിനിടെ, ഉപേക്ഷിക്കപ്പെട്ട പഴങ്കിണറു പോലൊന്ന് അവരുടെ ദൃഷ്ടിയിൽപ്പെട്ടു. ചെന്നു നോക്കുമ്പോൾ അത്

ശരിക്കുമൊരു കിണറു തന്നെ. അവർ ആ കിണർ നന്നാക്കിയെടുത്തു. ദൈവസ്നേഹത്തിന്റെ തണ്ണീരായിരിക്കും, വെറും വെള്ളമായിരിക്കില്ല, അവർ അപ്പോൾ ആ കിണറ്റിനടിയിൽ വെട്ടിത്തിളങ്ങുന്ന സ്ഫടികംപോലെ കണ്ട് ആനന്ദപുളകങ്ങളണിഞ്ഞതെന്ന കാര്യം തീർച്ച. മനുഷ്യൻ അധ്വാനിക്കുമ്പോൾ അവരോടൊപ്പം ചേരുന്ന ഒരു ദൈവത്തെ സങ്കല്പിക്കാമെങ്കിൽ ആ ദൈവമുണ്ടായിരുന്നു, അപ്പോൾ അവരുടെ കൂടെ.

നിർമ്മാണപ്രവർത്തനത്തിനുള്ള സർക്കാരിന്റെ അനുമതി നേടിയെടുക്കാൻ വേണ്ടി അശ്രാന്തപരിശ്രമത്തിലേർപ്പെട്ടിരിക്കുകയായിരുന്നു, ഈ സമയത്തൊക്കെ പോരൂക്കരയച്ചൻ. അവസാനം ആ ഉത്തരവും അച്ചന്റെ കയ്യിലെത്തി. സന്ന്യാസാശ്രമത്തിന്റെ പണി നടക്കുന്നതിനിടെ കുദാശനടത്താനായി ഒരു താൽക്കാലിക ദേവാലയം കൂടി പണിയണമെന്നത് പാലയ്ക്കലച്ചന്റെ അഭീഷ്ടമായിരുന്നു. വെറുമൊരു പുൽമാടം പോരാ, കല്ലുകൊണ്ടുതന്നെ പണിഞ്ഞതാവണം താൽക്കാലിക ആരാധനാലയം എന്നതായിരുന്നു ബിഷപ്പ് സ്തബിലിനിയുടെ നിർദ്ദേശം. അങ്ങനെ, ദ്രുതഗതിയിൽ, അതിനുള്ള പണിയാരംഭിച്ചു. കുന്നിൽപുറത്ത് നാട്ടാനുള്ള മരക്കുരിശ് ബിഷപ്പിന്റെ നിർദ്ദേശാനുസാരണം നിർമ്മിച്ച് ആശീർവ്വദിച്ചു കൊണ്ടുവന്നു. വലിയ ആളും ആരവവും അധ്വാനവും വേണ്ടിവന്നു, മരക്കുരിശ് കുന്നിനു മുകളിലെത്തിക്കാൻ. തയ്യിൽ തരകന്മാരുടെ കൂടി സാന്നിധ്യത്തിൽ ആ കുരിശു നാട്ടൽക്കർമ്മവും നടന്നു. ഇതിനടുത്ത ദിവസം, പാമ്പുകടിയേറ്റ ഒരു ബാലനെ പോരൂക്കരയച്ചൻ, അതിശയകരമായ ശുശ്രൂഷയിലൂടെയും പ്രാർത്ഥനയിലൂടെയും രക്ഷിച്ച സംഭവവുമുണ്ടായി ആ കുന്നിൽ മുകളിൽ.

ആശ്രമമന്ദിരത്തിന്റെ തറക്കല്ലിടീൽ ചടങ്ങാണിനി നടക്കേണ്ടത്. അത് ബിഷപ്പ് സ്തബിലിനി തന്നെ നിർവ്വഹിക്കണമെന്നകാര്യത്തിൽ പോരൂക്കരയച്ചന് ഒരുതരം ശാഠ്യം തന്നെയുണ്ടായിരുന്നു. അച്ചന്റെ സദുദ്ദേശ്യപരമായ നിർബ്ബന്ധബുദ്ധിക്കുമുന്നിൽ ബിഷപ്പ് സന്തോഷപൂർവ്വം വഴങ്ങി, അങ്ങനെ ചെയ്യാമെന്നേറ്റു. ആ സമയത്ത് അസുഖബാധിതനായിരുന്ന ബിഷപ്പ് പ്രയാസപ്പെട്ടാണെങ്കിലും മാന്നാനത്തെക്കുന്നിൽ മുകളിലെത്തി അവിടത്തെ എളിയ പാർപ്പിടത്തിൽ താമസിച്ചു. എന്നാൽ, അസുഖം മൂർച്ഛിച്ചതു കൊണ്ട് മുൻനിശ്ചയപ്രകാരം 1831, മെയ് പതിനൊന്നിന് ആ പവിത്രകർമ്മം നിറവേറ്റാൻ അദ്ദേഹത്തിനായില്ല. പകരം പോരൂക്കരയോ, പാലയ്ക്കച്ചനോ തറക്കല്ലിടീൽ നടത്തിയാൻ മതിയെന്നായിരുന്നു ബിഷപ്പിന്റെ

നിർദ്ദേശം. വിനയാന്വിതരായ അച്ചന്മാർ പരസ്പരം മറ്റേയാളെക്കൊണ്ട് ആ കൃത്യം ചെയ്യിക്കാൻ ശ്രമിച്ചിട്ടൊടുവിൽ പോരൂക്കരയ്ക്കാണ് അതിനുള്ള ഭാഗ്യം സിദ്ധിച്ചത്. സെയ്ന്റ് ജോസഫിന്റെ നാമധേയത്തിൽ പോരൂക്കരയച്ചൻ ആ കർമ്മം നിർവ്വഹിച്ചു. 1831, മെയ് മുപ്പത്തിയൊന്നിനായിരുന്നു ആ ചരിത്ര നിമിഷം.

ഏതാനും ആഴ്ച്ചകൾ കൊണ്ട് ചാപ്പലിന്റെ നിർമ്മാണം പൂ ർത്തിയാവുകയും അവിടെ മതപരമായ ചടങ്ങുകൾ തുടക്കം കുറിക്കുകയും ചെയ്തു. ആ ചടങ്ങിൽ സംബന്ധിച്ച അച്ചൻമാരോരോരുത്തരും ഒരു റുപ്പികവീതം സംഭാവന ചെയ്തതിൽ നിന്ന് അൻപതു രൂപയിലേറെ സ്വരൂപിക്കാനുമായി. ഈ നിർമ്മാണ നിർവ്വഹണത്തിന്റെയെല്ലാം കീർത്തി, പോരൂക്കരയച്ചനാണെന്നും അദ്ദേഹത്തിന്റെ സമർപ്പണ ബുദ്ധിയാണതിനു കാരണമെന്നും ചാവറയച്ചൻ പറയുന്നു.

ചാവറയച്ചൻ 'നാളാഗമ'ത്തിൽ 'ഞെരിക്കിട' എന്ന പേരിൽ വിവരിക്കുന്ന ദുരനുഭവങ്ങളുടെ കൂടി കാലമായിരുന്നു അത്. അക്കാലത്ത് കേരളത്തിലെ കത്തോലിക്കാ സഭയിൽ മൂന്ന് പ്രമുഖവിഭാഗങ്ങളുണ്ടായിരുന്നു. 'മൂന്നൂറ്റിക്കാർ', 'അഞ്ഞൂറ്റിക്കാർ', എഴുന്നൂറ്റിക്കാർ എന്നിങ്ങനെ. ഇതിൽ അഞ്ഞൂറ്റിക്കാരെ അനുകൂലിച്ചു എന്നതിന്റെ പേരിൽ എഴുന്നൂറ്റിക്കാരുടെയും മൂന്നൂറ്റിക്കാരുടെയും എതിർപ്പുനേരിട്ടിരുന്നു, ബിഷപ്പ് സ്തബിലിനി. സ്തബിലിനിയാകട്ടെ വാർധക്യസഹജമായ അസുഖങ്ങളാൽ കേരളത്തിൽ നിന്നു മടങ്ങിപ്പോകാൻ ആഗ്രഹിക്കുന്നുമുണ്ടായിരുന്നു. ഒടുവിൽ അവസരം വന്നുചേർന്നപ്പോൾ അദ്ദേഹം അങ്ങനെ തന്നെ ചെയ്തു. സഭയിലെ പ്രതിസന്ധിയുടെ കാലഘട്ടമായിരുന്ന അത്, പാലയ്ക്കൽ മൽപ്പാനേയും പോരൂക്കരയച്ചനേയും ചാവറയച്ചനേയും പോലുള്ളവരെ സംബന്ധിച്ച് ഒരു പരീക്ഷണകാലഘട്ടവും. ബിഷപ്പ് സ്തബിലിനിക്കുശേഷം വന്ന ആർച്ച് ബിഷപ്പ് ഫ്രാൻസിസ് സേവ്യർ ആദ്യമൊന്നും അവരെ തീരെ അനുകൂലിച്ചില്ല. അദ്ദേഹം പോരൂക്കരയെ കൊല്ലത്തേയ്ക്കും ചാവറയച്ചനെ പള്ളിപ്പുറത്തേയ്ക്കും, മാന്നാനത്തുനിന്നും സ്ഥലം മാറ്റി നിയമിച്ചു. മാന്നാനത്തെ നിർമ്മാണ പ്രവർത്തനങ്ങളിൽ ക്രിയാത്മകമായി മുഴകിയിരുന്ന ഇരുവർക്കും ഇതുവലിയ പ്രഹരമായിരുന്നു. അവർ തുടരെ അഭ്യർത്ഥിച്ചിട്ടും തന്റെ തീരുമാനത്തിൽ നിന്നു വ്യതിചലിക്കാൻ പുതിയ ബിഷപ്പ് തയ്യാറായില്ല. പാലയ്ക്കൽ മൽപ്പാന്റെ ധനസമാഹരണയത്നങ്ങളെ സംബന്ധിച്ച് എഴുന്നൂറ്റിക്കാരും മറ്റും നൽകിയ പരാതിയിന്മേൽ അന്വേഷണം നടത്തുകയും ചെയ്തു, ബിഷപ്പ് ഫ്രാൻസിസ് സേവ്യർ. പാലയ്ക്കലിനെയും പോരൂക്കരയെയും മറ്റും തങ്ങളുടെ പള്ളികളിൽ

പ്രവേശിപ്പിക്കാതിരിക്കുക എന്നൊരു നയവും മറ്റു വിഭാഗക്കാർ സ്വീകരിച്ചിരുന്നു. ആയിടെയാണ് സന്ന്യാസാശ്രമത്തോടു ചേർന്ന് ഒരു സെമിനാരികൂടെയുണ്ടായാൽ നന്നായിരുന്നു എന്നൊരു നിർദ്ദേശം പാലയ്ക്കൽ മൽപാൻ മുന്നോട്ടു വച്ചത്. ആശ്രമാന്തരീക്ഷത്തിൽ സ്വച്ഛതയിക്കത് ഭംഗം വരുത്തും എന്നായിരുന്നു പോരൂക്കരയച്ചന്റെ അഭിപ്രായം. പാലയ്ക്കൽ മൽപാനോടുള്ള അകൈതവമായ അഭിമുഖ്യം കാരണം തന്റെ വിയോജിപ്പുകൾ മാറ്റിവെച്ച് ആ സംരംഭത്തിൽ പങ്കാളിയാവുകയായിരുന്നു പോരൂക്കര. മറ്റു ചില കുഴപ്പങ്ങളുടെ തുടക്കമായിരുന്നു അത്. ആന്റണികുടക്കച്ചിറ എന്നൊരു വൈദികവിദ്യാർത്ഥി, ആശ്രമാംഗങ്ങൾക്കും വിദ്യാർത്ഥികൾക്കുമിടയിൽ ചില ഭിന്നിപ്പുകളുണ്ടാക്കാൻ ശ്രമിച്ചു. ഇക്കാര്യങ്ങളിലെല്ലാം നിഷ്പക്ഷവും സഹിഷ്ണുതാപരവുമായ പങ്കാളിത്തമുണ്ടായിരുന്നു, ചാവറയച്ചന്. ഈ ദുരിതകാലത്തെയാണ് അദ്ദേഹം, 'ഞെരിക്കിട' എന്നു വിശേഷിപ്പിച്ചത്.

ക്രമേണ, പ്രശ്നങ്ങളും പ്രതിസന്ധികളും പരിഹൃതമാവുകയും ചാവറയച്ചനും പോരൂക്കരയും മാന്നാനത്ത് തിരിച്ചെത്തുകയും ചെയ്തെങ്കിലും മറ്റുചില ആഘാതങ്ങൾ അച്ചനെ കാത്തിരിക്കുന്നുണ്ടായിരുന്നു. പാലയ്ക്കൽ മൽപാന്റെ വിയോഗമായിരുന്നു അതിൽ ആദ്യത്തേത്. 1841- ജനുവരി 16 ന് മൽപ്പാൻ അന്തരിച്ചു. ഈ കാലയളവിലാണ് -1844- പോരൂക്കരയും ചാവറയച്ചനും മൽപ്പാൻമാരായി നിയമിതരാകുന്നത്. മാന്നാനത്തെ സന്ന്യാസി സമൂഹത്തിന്റെയും വൈദികവിദ്യാർത്ഥികളുടെയും അംഗസംഖ്യയിൽ കാര്യമായ വർധനവുണ്ടായ കാലയളവായിരുന്നു അത്. പോരൂക്കരമൽപ്പാന്റെ പ്രചോദകമായ ഉദ്ബോധനങ്ങളായിരുന്നു അതിനുപിന്നിൽ.

അകാലത്തിലായിരുന്നു പോരൂക്കര തോമാ മൽപ്പാന്റെ വിയോഗം. പ്രമേഹരോഗിയായിരുന്ന അദ്ദേഹം ചികിത്സയിലിരിക്കെ, 1846 ജനുവരി 8-ാം തിയ്യതി വെള്ളിയാഴ്ച തന്റെ 46-ാമത്തെ വയസ്സിൽ ഇഹലോകവാസം വെടിഞ്ഞു.

ഇങ്ങനെയെല്ലാം അവധൂതപാതയിൽ, പൊടുന്നനേ ഒറ്റപ്പെട്ടുപോയെങ്കിലും, ദൈവനിയോഗത്താൽ ചില പുതിയ സഹായികളുണ്ടായി ചാവറയച്ചന് തന്റെ കർത്തവ്യങ്ങൾ നിറവേറ്റാൻ. ഫാ. കുഞ്ഞാക്കോ പുത്തൻ പുരയിൽ എന്ന കാഞ്ഞിരപ്പള്ളിക്കാരനും ഫാ. കോരാ കല്ലുത്തറയും ഫാ. പുത്തൻ പുരയ്ക്കൽ മാത്തു(മുട്ടം) വുമൊക്കെയായിരുന്നു, അവർ.

1844,ഡിസംബർ ഏഴാം തിയ്യതി ബിഷപ്പ് ഫ്രാൻസിസ് സേവ്യർ

അന്തരിച്ചു. അതിനുതൊട്ടുമുൻപ് ബിഷപ്പിനെക്കണ്ടു സംസാരിച്ച് ആശീർവ്വാദങ്ങളും അനുഗ്രഹങ്ങളുമേറ്റുവാങ്ങാൻ ചാവറയച്ചനു സാധിച്ചിരുന്നു. മോൺസിഞ്ഞോർ ലുഡോവിക് മാർട്ടിനിയായിരുന്നു അന്തരിച്ച ബിഷപ്പിന്റെ പിൻഗാമി.

ചാവറയച്ചനെ സംബന്ധിച്ച്, ഒരു പുതിയ സന്ന്യാസി സംഘത്തിന്റെ ജീവിതക്രമവും ആരാധനാക്രമവും ചിട്ടപ്പെടുത്തേണ്ട ഏകാന്തമായ ചരിത്രദൗത്യം തനിച്ച് തന്റെ ചുമലിലേറ്റേണ്ടിവന്ന ദിനങ്ങളായിരുന്നു അത്. സന്ന്യാസ വീഥിയിൽ തന്റെ ആചാര്യന്മാരും അഗ്രഗാമികളുമായ പാലയ്ക്കലച്ചനെയും പോരൂക്കരയച്ചനെയും അദ്ദേഹം മാതൃകയാക്കിക്കാണും; അവരിൽ നി ന്നാർജ്ജിച്ച മൂല്യങ്ങളെയും. ഇന്ത്യൻ ആത്മീയതയുടെ ചൈതന്യ ത്തെ ക്രിസ്തീയ ജീവിതവുമായി സമന്വയിക്കാനുള്ള ശ്രമമായിരുന്നു ചാവറയച്ചന്റേത്. ആത്മീയതയുടെ ആഗോളപൈതൃകത്തെ അതിന്റെ ക്രിസ്തീയ വഴികളുമായി, വിശേഷിച്ച് ഡൊമിനികൻ സന്ന്യാസി പാരമ്പര്യവുമായി, അദ്ദേഹം കണ്ണിചേർത്തു, ചാവറയച്ചൻ സാക്ഷാത്ക്കരിച്ച ഈ കേരളീയക്രിസ്തീയസന്ന്യാസി സഭ 1855-ൽ കനോനികമായി അംഗീകരിക്കപ്പെടുകയും ചെയ്തു. പതിനൊന്ന് സന്ന്യാസിമാരായിരുന്നു അന്ന് അച്ചന്റെ കീഴിൽ. 'പ്രിയോർ' ഒരു തേന്മാവിന്റെ പേരായി മാറിയതിനെപ്പറ്റിയാണ് ഈ പുസ്തകത്തിന്റെ ആദ്യഅധ്യായത്തിൽ പ്രതിപാദിച്ചത്. വി.ചാവറകുരിയാക്കോസ് ഏലിയാസച്ചൻ എന്ന 'പ്രിയോർ' നട്ടു നീർപകർന്ന തേന്മാവിനും പിന്നീട് ശാഖോപശാഖകളനവധിയുണ്ടായി. 'കാർമ്മലൈറ്റ്സ് ഓഫ് മേരി ഇമ്മാക്കുലേറ്റ്' അഥവാ 'സി .എം.ഐ. ആയിരുന്നു (ഇരുപതാം നൂറ്റാണ്ടിലാണ് അച്ചൻ സ്ഥാപിച്ച സന്ന്യാസസഭയ്ക്ക് ഈ പേരുനൽകപ്പെടുന്നതെങ്കിലും) ആ തേന്മാവ് കൂനമ്മാവ്(1857), എൽത്തുരത്ത്(1858), വാഴക്കുളം(1859), പുളിങ്കുന്ന്(1861), അമ്പഴക്കാട്(1868) മുത്തോലി (1870) എന്നിവിടങ്ങളിൽ ആ അമൃതരുവനം പടർന്നു പന്തലിക്കുന്നതിന് തന്റെ ധന്യജീവിതത്തിന്റെ രണ്ടാം പകുതിയിൽ അച്ചൻ തന്നെ കാരണവും കാരകനുമായി. ഇന്നിപ്പോൾ ഇന്ത്യയിൽ പലഭാഗത്തും ആ പിതൃവൃക്ഷത്തിൽ നിന്നും പൊട്ടിക്കിളിർത്ത പർണ്ണശോഭ പടർന്നുപന്തലിച്ച് നിൽക്കുന്നുണ്ട്. പാലയ്ക്കലച്ചനും പോരൂക്കരമൽപ്പാനും കണ്ട ആത്മീയസ്വപ് നങ്ങൾക്കു ചിറകുമുളച്ചതും അവ നിത്യനീലമായ കാലത്തിന്റെ നിതാന്തവിഹായസ്സിൽ പറന്നുയർന്നതും ചാവറയച്ചൻ എന്ന കർമ്മധീരന്റെ ജീവിതകാലയളവിലാണ്. ആ ചരിതാർത്ഥതയിൽ ദൈവികമായ നിയോഗത്തിന്റെ നിറവേറലും

പൂർത്തീകരണവുമാവാം ചാവറയച്ചൻ എന്ന ക്രിയാനിരതനായ സന്ന്യാസിവര്യൻ അനുഭവിച്ചിട്ടുണ്ടാവുക. സന്ന്യാസസഭാസംസ്ഥാപനത്തിൽ മാത്രമൊതുങ്ങിനിന്നില്ല വി. ചാവറയുടെ കർമ്മ വീഥിയിലെ നിസ്തന്ദ്രയാത്രയെന്ന് ഇന്നു നമ്മൾക്കറിയാം. ധ്യാനസ്ഥന്റെ ഗിരിശൃംഗങ്ങളിൽ നിന്ന് ബഹുക്രിയാ ജടിലമായ സാമൂഹ്യസേവനത്തിന്റെയും സമൂഹനവീകരണത്തിന്റെയും മുഖരപാതകളിലേയ്ക്കാണ്, തുടർന്ന്, അച്ചൻ പ്രവേശിച്ചത്. കേരളീയ സമൂഹമെന്ന ജീർണ്ണമന്ദിരത്തെ അടിമുടി പുതുക്കി പുത്തൻ ചായമിടാനും, അതുവഴി കേരളീയ നവോത്ഥാനത്തിനു നാന്ദികുറിക്കാനും പോന്ന നവസംരംഭങ്ങളായിരുന്നു അവയൊക്കെ. കർമ്മകാഹളമുഖരമായ, അച്ചന്റെ ജീവിതത്തിലെ ആ സവിശേഷകാലയളവിലേയ്ക്കാണ്, ഇനിവരും താളുകളിൽ, നമ്മൾ പ്രവേശിക്കുന്നത്.

●

അധ്യായം പതിനൊന്ന്

ജ്ഞാനപീയൂഷം

വേണമെങ്കിൽ 'അച്ചടി'യെന്നോ 'അച്ചുക്കൂട'മെന്നോ 'അക്ഷര'മെന്നോ പേരിടാവുന്ന ഈ അധ്യായത്തിന് ഈ ശീർഷകം തന്നെ നൽകിയതിനു പിന്നിൽ ഒരു സവിശേഷകാരണ മുണ്ട്. അതുവഴിയേ വ്യക്തമാക്കാം.

വൈദികവിദ്യാഭ്യാസകാലത്തുതന്നെ അറിവിന്റെ അതീതവെ ളിച്ചത്താൽ പ്രലോഭിതനായിരുന്നു, ചാവറയച്ചൻ. തോമാമൽപ്പാൻ തേടിക്കൊണ്ടുവരുന്ന അധ്യാത്മഗ്രന്ഥങ്ങളുടെ പകർത്തിയെഴു ത്തുജോലി അച്ചനാണു ചെയ്തിരുന്നതെന്നു നമുക്കറിയാം; ഇതു കേവലമൊരു ജോലി മാത്രമല്ല എന്നും. ഗ്രന്ഥപാരായണ പ്രിയ ത്തിൽ നിന്നാണ് ഒരുവൻ പുസ്തകം പകർത്തിയെഴുതുന്ന ജോലി ഏറ്റെടുക്കുക; അതും പുസ്തകങ്ങളുടെ ലഭ്യത അതീവ ദുർല്ലഭമായിരുന്ന അക്കാലത്ത്. പുസ്തകം പകർത്തിയെഴുതുക എന്നതും, ഒരർത്ഥത്തിൽ, ഒരാത്മീയചര്യയാണ്. അങ്ങനെ ചെയ്യുന്നതിലൂടെ അക്ഷരചൈത ന്യം ആത്മസാക്ഷാൽക്കരിക്കാൻ അയാൾക്കാവും. ലേഖനവിദ്യ എന്നത് അറിവിന്റെ അമേയചൈതന്യത്തിന് ലിഖിതമായ നിയതരൂപം നൽകുന്ന പ്രവൃത്തിയാണ്. ആ അർഥത്തിൽ വെളിച്ച ത്തിൽ മുക്കിയ തൂലികയാലാണെഴുതപ്പെടുന്നത് ഓരോ അക്ഷരവും വാക്കും വാക്യവും. ഭൂർജ്ജപത്രങ്ങളിലും പാപ്പിറസ് ചുരുളുകളിലുമാണ് മാനവസംസ്കൃതിയുടെ ആദ്യാക്ഷരങ്ങൾ കുറിക്കപ്പെട്ടതെന്ന് നമുക്ക റിയാം.

നമ്മുടെ നാട്ടിൽ, അതായത് കേരളത്തിൽ, അത് താളിയോല കളിൽ നാരായത്തുമ്പുകൊണ്ട് കുറിക്കപ്പെട്ടു. എഴുത്തച്ഛൻപാട്ടുകൾ എഴുതപ്പെട്ടത്, ഇത്തരത്തിൽ, പാകംവന്ന പനയോലത്തോളിൽ നാരായമുനയുടെ ലോഹനിശിതത്വത്താലാണ്. വിവരസാങ്കേതി കവിദ്യ എത്രതന്നെ പുരോഗമിച്ചാലും എഴുത്തിലൂടെ തന്നെയാണ് അക്ഷരവിദ്യവശമാക്കുക. വിരൽത്തുമ്പിലാണ് അക്ഷരങ്ങൾ വിരിയുക. അതിന് അന്നുമിന്നും മാറ്റമൊന്നുമില്ല. എഴുത്ത് ഒരാത്മീയ

അക്ഷരം

പ്രവർത്തനമാണെന്നാണ് പറഞ്ഞുവന്നത്. അനർഘമായ ലിഖിതങ്ങളുടെ പകർത്തിയെഴുത്തായാലും അത് അങ്ങനെതന്നെ. കുടിപ്പള്ളിക്കൂടത്തിൽ നിലത്തെഴുത്തു ശീലിച്ച ചാവറയച്ചൻ പിന്നീട് തന്റെ ഗുരുനാഥനുവേണ്ടി ആത്മീയഗ്രന്ഥങ്ങൾ പകർത്തിയെഴുതുന്നതു ശീലമാക്കി. ഈ ശീലമായിരിക്കാം അച്ചനിൽ പിന്നീട് പുസ്തകങ്ങളോടുള്ള ആരാധനയും ഭക്തിയുമായി വികസിച്ചത്. അതെന്തായാലും ആ മനസ്സംസ്കാരത്തിന്റെ മയൂഖമാലകൾ കാലാന്തരത്തിൽ കേരളീയ നവോത്ഥാനത്തിന്റെ വഴിവെളിച്ചമായി മാറിയതിന്റെ കഥയാണ് ഇവിടെ പറഞ്ഞുവരുന്നത്.

1930-കളിൽ കേരളത്തിലെ ആദ്യതദ്ദേശീയ സന്ന്യാസസഭാസ്ഥാപനമെന്ന ദൗത്യം നിറവേറ്റിക്കഴിഞ്ഞതോടെ, അച്ചന്റെ സദാജാഗരൂകമായ ധിഷണ ആത്മീയവെളിച്ചത്തിന്റെ വ്യാപനത്തിനുതകുന്ന ഇതര കാര്യങ്ങളിൽ വ്യാപരിക്കാൻ തുടങ്ങി എന്നു വേണം അനുമാനിക്കാൻ. ആത്മീയജ്ഞാനം വാമൊഴിയുടെ രൂപത്തിൽ മാത്രം പകരുന്നതിന് അതിന്റേതായ പരിമിതികളുണ്ട്. ഗുരുമുഖത്തു നിന്ന് ശിഷ്യമാനസങ്ങളിലേയ്ക്കോ, ആചാര്യജിഹ്വയിൽ നിന്ന് ആരാധകവൃന്ദത്തിലേയ്ക്കോ മാത്രമേ അതു പകരൂ. ഇരുവരുടെയും ശരീരസാമീപ്യം അത്തരം വിനിമയങ്ങളിൽ അനിവാര്യം. ജ്ഞാനനിക്ഷേപമുള്ള സദ്ഗ്രന്ഥങ്ങളുടെ പ്രചാരണവും പാരായണവുമാണ് ഈ പരിമിതിയെ മറികടക്കാനുള്ള ഒരേയൊരു പോംവഴി.

കേരളത്തിലെ ശരാശരി മനുഷ്യൻ ഇങ്ങനെയൊക്കെ ചിന്തിച്ചു തുടങ്ങുന്നതിനു മുൻപുതന്നെ ചാവറയച്ചൻ ഇക്കാര്യം മനസ്സിലാക്കി. പുസ്തകങ്ങൾ പകർത്തിയെഴുതിയെടുത്ത് വായിക്കുന്നതിനും പരിമിതികളുണ്ട്. അത്രമേൽ അദമ്യമായ ജ്ഞാനബുഭുക്ഷയുള്ളവരേ അതു ചെയ്യൂ. അത്തരക്കാരുടെ എണ്ണം, സ്വാഭാവികമായും, വളരെ വിരളം. ജ്ഞാനത്തിന്റെ വെളിച്ചം, സൂര്യ വെളിച്ചംപോലെ, അത്രമേലനായാസമായി സകലിരിലേയ്ക്കും വ്യാപിക്കേണ്ടതാണ്. അതിന് പാശ്ചാത്യവിജ്ഞാനത്തിന്റെ പിന്തുണവേണം. അച്ചടിയാണതിന്റെ മാധ്യമം. അച്ചടിക്കപ്പെട്ട പുസ്തകമാണ് അറിവിന്റെ ജ്ഞാനദൂരങ്ങളെ, പ്രകാശദൂരങ്ങളെന്നോണം, അതിദ്രുതം പിന്നിടുക. അച്ചടിയും പുസ്തകനിർമ്മാണവും അന്നു കേരളത്തിൽ തീരേ, പ്രചാരത്തിലായിക്കഴിഞ്ഞിരുന്നില്ല. ആകെക്കൂടി രണ്ട് അച്ചടിശാലകളാണ് നിലവിലുള്ളത് ഒന്ന്, തിരുവനന്തപുരത്തെ സർക്കാർ വക അച്ചുക്കൂടം, മറ്റൊന്ന് കോട്ടയത്തെ സി.എം.എസ്സ്. പ്രസ്സും. പുസ്തക നിർമ്മാണമെന്ന കഠിനജ്വരം തന്നെ ബാധിച്ചതോടെ അച്ചൻ , കോട്ടയത്തുചെന്ന്

ബെഞ്ചമിൻ ബെയ്‌ലി

അതിന്റെ സാങ്കേതിക വിദ്യയും പ്രായോഗിക ജ്ഞാനവും സ്വായത്തമാക്കാൻ തീരുമാനിച്ചു. കോട്ടയത്തെ സി.എം.എസ്. പ്രസ്സാകട്ടെ പ്രൊട്ടസ് സ്റ്റാന്റ് മിഷനറിയായ ബഞ്ചമിൻ ബെയ്ലി സ്ഥാപിച്ചത്. മലയാളത്തിൽ ആദ്യം അച്ചടിക്കപ്പെട്ട പുസ്തകമായ 'സംക്ഷേപവേദാർത്ഥം' (1772)റോമിലാണ് അച്ചടിക്കപ്പെട്ടത്! അതെന്തായാലും ഈ പുതു സാങ്കേതിക വിദ്യയും അതിന്റെ അപൂർവ്യസാധ്യതകളും ചാവറയച്ചനെ വശീകരിച്ചു. വെറുമൊരു ഭ്രമം മാത്രമായിരുന്നില്ല അത്. ആ സാങ്കേതികവിദ്യ വശമാക്കാൻ തന്നെ അച്ചൻ തീരുമാനിച്ചു. കോട്ടയത്തെ സി.എം.എസ്. പ്രസ്സിൽ ചെന്ന് ആ അറിവു സ്വായത്തമാക്കുക എന്നതായിരുന്നു അച്ചന്റെ മുൻപിലുദിച്ച ആദ്യത്തെ പോംവഴി. എന്നാൽ സഭാവ്യത്യാസമെന്ന പ്രതിബന്ധമുണ്ടായിരുന്നു, അച്ചനും, സി.എം.എസ്. പ്രസ്സുടമകൾക്കുമിടയിൽ. എങ്കിലും അച്ചൻ ആ വഴിക്കൊരു ശ്രമം നടത്താതെയിരുന്നില്ല. പക്ഷേ, നിരാശയായിരുന്നു ഫലം. 1844 സെപ്തംബറിൽ കോട്ടയത്തെ സി.എം.എസ് പ്രസ്സിൽ ചെന്നപ്പോൾ തനിക്കുണ്ടായ അനുഭവം അച്ചൻ വിവരിച്ചിട്ടുള്ളതിങ്ങനെ. '1844 കാലം ചിങ്ങം മുതൽ പുസ്തകം അടിപ്പാനുള്ള

വേലക്കു പ്രത്യേകം മനസ്സുവച്ചു തുടങ്ങി. രണ്ടു കുറി ഞാൻ ഏറിയ ആഗ്രഹത്തോടെ കോട്ടയത്തു ചെന്നാറെ അവര് കാട്ടിയതുമില്ല' (നാളാഗമം). 'ഏറിയ ആഗ്രഹം' തന്നെയായിരുന്നു ഇക്കാര്യത്തിൽ ചാവറയച്ചനെ മുന്നോട്ടു നയിച്ചിരുന്നത്. അതിനാൽ പ്രാരംഭസംരംഭങ്ങൾക്കേറ്റ തിരിച്ചടിയൊന്നും അദ്ദേഹത്തെ ഹതാശനാക്കിയില്ല.

അച്ചടി വലിയ ചെലവും സാങ്കേതിക പരിജ്ഞാനവുമാവശ്യമുള്ള ഒരുദ്യമമായിരുന്നു, അക്കാലത്ത് എന്ന് പ്രത്യേകം പറയേണ്ടതില്ല. ഇതിനെക്കുറിച്ച് തികച്ചും ബോധവാനുമായിരുന്നു, അച്ചൻ. 1843 നവംബറിൽ, കപ്പമാവുമ്മൂട്ടിൽ മറിയത്തുമ്മ എന്ന സ്ത്രീ, മാന്നാനം ക്രൈസ്തവാശ്രമത്തിന് സംഭാവന നൽകിയ 12000 ചക്രമായിരുന്നു അച്ചൻ അച്ചുകൂടനിർമ്മാണത്തിനായി നീക്കിവെയ്ക്കാൻ നിശ്ചയിച്ചിരുന്നത്. അതിനേക്കാൾ എത്രയോ വലിയ മനുഷ്യവിഭവനിക്ഷേപവുമാവശ്യമുണ്ടായിരുന്നു ഈ മഹോദ്യമം സഫലമായിത്തീരാൻ.എന്നാൽ തന്റെ തന്നെ നിശ്ചയദാർഢ്യവും ക്ലേശസഹിഷ്ണുതയുമായിരുന്നു അച്ചൻ അച്ചുക്കൂടം നിർമ്മിക്കുന്നതിലേയ്ക്ക് ആദ്യമായി നിക്ഷേപിച്ചത്.

അച്ചൻ തന്റെ ശ്രമം തുടർന്നു. മുദ്രണകലയിൽ ചില അറിവുകൾ സ്വായത്തമായിരുന്ന പുളിങ്കുന്നത്തെ തോപ്പിൽ ഇട്ടിക്കുരുവിള മുഖാന്തിരം 1843, സെപ്തംബറിൽ തന്നെ ചാവറയച്ചൻ കോട്ടയത്തെ ഒരച്ചടിത്തൊഴിലാളിയുമായി ആശയവിനിമയം നടത്തിയിരുന്നു. പുതുച്ചേരിയിലെയും ചെന്നൈയിലെയും കത്തോലിക്കാമിഷനുകൾ വഴി അച്ചടിയന്ത്രവും അച്ചടിമഷിയും സമ്പാദിക്കാനായിരുന്നു അടുത്ത ശ്രമം. 500 ബ്രിട്ടീഷ് രൂപയും ഗതാഗതച്ചെലവുമായിരുന്നു അതിനാവശ്യം. 'എരോപ്പവില' എന്നാണ് ബ്രിട്ടീഷ് രൂപയെ അച്ചൻ വിവരിച്ചിട്ടുള്ളത്. അച്ചനുതാങ്ങാവുന്നതിലേറെയായിരുന്നു, ആ എരോപ്പവില. 'ദ്രവ്യച്ചുരുക്കത്താൽ മട്ടത്ത് ക്ലേശിച്ച്' എന്നാണ് അച്ചൻ തുടർന്ന് എഴുതുന്നത്. 'ദ്രവ്യച്ചുരുക്കം' പണത്തിന്റെ കുറവു തന്നെ. അങ്ങനെ ആ ശ്രമവും ഉപേക്ഷിക്കപ്പെട്ടു.

തിരുവനന്തപുരത്തെ സർക്കാർ പ്രസ്സ് സന്ദർശിക്കാനായാണ് അച്ചൻ അടുത്തതായി പുറപ്പെട്ടത്. മുട്ടുചിറപറമ്പിൽ പൗലോസ് കത്തനാരുമുണ്ടായിരുന്നു കൂടെ. അവിടത്തെ കത്തോലിക്കരായ ജീവനക്കാരുടെ ഒത്താശയാൽ അച്ചൻ അച്ചടിയന്ത്രത്തിന്റെ നിർമ്മാണരീതിയും പ്രവർത്തനരീതിയും കണ്ടു മനസ്സിലാക്കി. യന്ത്രങ്ങളുടെ നിർമ്മാണത്തിലും പ്രവർത്തനത്തിലും പ്രത്യേക നൈപുണിയുണ്ടായിരുന്നു പൗലോസച്ചന്. ഇരുവരും കൂടി മാന്നാനത്ത് മടങ്ങി എത്തിയ ഉടനേ ചെയ്തത് തിരുവനന്തപുരത്ത് തങ്ങൾകണ്ട

യന്ത്രത്തിന്റ ഒരു തനിപ്പകർപ്പ്, വാഴത്തടയിൽ നിർമ്മിക്കുകയാണ്. മനസ്സിൽ പകർത്തിയതിനെ, ഉടനടി, ഒരു മാതൃകാരൂപത്തിൽ പുനഃസൃഷ്ടിക്കുകയായിരുന്നു അവർ. അങ്ങനെ ചെയ്തു കഴിഞ്ഞാൽ പിന്നീടുള്ള പണി എളുപ്പമാകുമെന്ന് അച്ചനറിയാമായിരുന്നു.

വിദഗ്ധനായ ഒരാശാരിയെക്കൊണ്ട് വാഴത്തടയിൽ നിർമ്മിച്ചുവച്ച യന്ത്രസംവിധാനം മരത്തിൽ പണിതൊരുക്കിയെടുക്കുകയായിരുന്നു അടുത്തപടി. അതും സാധിച്ചെടുത്തു, അച്ചൻ. മരം കൊണ്ടുണ്ടാക്കിയ

അച്ചുക്കൂടം ഒരു കരിങ്കൽത്തറയിൽ സ്ഥാപിച്ചതോടെ ആ സുദീർഘ യത്നം ഭാഗികമായി സഫലമായി എന്നു പറയാം.

പക്ഷേ, ഭാഗികം മാത്രമായിരുന്നു ആ വിജയം. അച്ചുക്കൂടം പ്രവർത്തനസജ്ജമായി, അച്ചടിനടക്കണമെങ്കിൽ ഇനിയും പലതും സ്വരൂപിക്കേണ്ടിയിരുന്നു. അച്ചടിക്കാനാവശ്യമായ അച്ചുകൾ, അച്ചടിമഷി, കടലാസ് എന്നിവയുടെ ലഭ്യതയായിരുന്നു പ്രശ്നം. ബെഞ്ചമിൻ ബെയ്ലി കോട്ടയത്തു സ്ഥാപിച്ച സി.എം.എസ് പ്രസ്സിനെപ്പറ്റി മുൻപ് സൂചിപ്പിച്ചു. പക്ഷേ അച്ചുക്കൂടത്തിൽ ഉപയോഗിച്ചുവന്നിരുന്ന മലയാളം അക്ഷരങ്ങളുടെ അച്ചുകൾ, ഒരു വിധേനയും, അച്ചനു ലഭ്യമായിരുന്നില്ല. മറ്റൊരു സഭയുടെ അധീനതയിലായിരുന്നല്ലോ ആ അച്ചടിശാലയും അവിടത്തെ സ്ഥാവര-ജംഗമങ്ങളും! അത് ചാവറയച്ചനും കൂട്ടർക്കും കൂടി ഉപകരിക്കുന്നവിധത്തിൽ വിട്ടുകൊടുക്കാൻ അവർ ഒരുക്കമായിരുന്നില്ലെന്ന് നമ്മൾ മുൻപുതന്നെ കണ്ടു കഴിഞ്ഞു. പകരം സ്വന്തമായി പു തിയ അച്ചുകൾ നിർമ്മിക്കുക എന്നതായിരുന്നു അച്ചന് മുൻപി ലുണ്ടായിരുന്ന ഒരേയൊരു പോംവഴി. അച്ചുനിർമ്മിക്കണമെങ്കിൽ ആ സാങ്കേതികവിദ്യയിൽ പരിശീലനം സിദ്ധിച്ച ഒരാളുടെ സേവനമാവശ്യമാണ്. അച്ചടി തന്നെ അതിന്റെ ആദ്യമുദ്രകൾ പതിച്ചു കൊണ്ട് സഞ്ചാരമാരംഭിച്ചിട്ടേയുള്ളൂ അന്ന് കേരളത്തിൽ എന്നോർക്കണം. അച്ചന്റെ നിശ്ചയദാർഢ്യത്തിനു മുന്നിൽ, ഒടുവിൽ, ഈ പ്രതിബന്ധവും വഴിമാറി. കോട്ടയത്തെ 'പഴക്കാച്ചൻ' എന്നറിയപ്പെട്ടിരുന്ന പ്രഗല്ഭമതിയായ സുഹൃത്തായിരുന്നു ഇക്കാര്യത്തിൽ അച്ചന്റെ തുണയ്ക്കെത്തിയത്.

പഴക്കാച്ചനു പരിചയമുള്ള ഒരച്ചുകൊത്തിയുണ്ടായിരുന്നു. പാണ്ടിത്തട്ടാനായ (തമിഴ് വംശജനായ തട്ടാൻ) 'ശിവരാമ'നായിരുന്ന ആ അച്ചുകൊത്തി. തിരുവല്ലാക്കാരനായിരുന്നു ശിവരാമൻ. അച്ചനും പഴക്കാച്ചനും കൂടി ശിവരാമനെ കോട്ടയത്തേയ്ക്കു കൂട്ടിക്കൊണ്ടുവന്നു. സി.എം. എസ് പ്രസ്സിൽ മുൻപു ജോലി ചെയ്തിരുന്ന ആളാണ് ശിവരാമൻ. ഈവിവരം അവർ അറിഞ്ഞാൽ ശിവരാമനെ തട്ടിക്കൊണ്ടുപോകാനും ദ്രോഹിക്കാനും ഇടയുണ്ടെന്നതിനാൽ അച്ചന്റെ സഹായിയും അഭ്യുദയകാംക്ഷിയുമായ പുളിങ്കുന്നിലെ തോപ്പിൽ കുര്യൻ കുരുവിള എന്നയാളുടെ വീട്ടിൽ ഒളിച്ചുപാർപ്പിച്ചു അയാളെ. ഈ അക്ഷരശില്പിയാണ് ആദ്യമായി അച്ചനുവേണ്ടി 'ചതുരവടിവി'ലുള്ള മലയാളം അച്ചുകൾ നിർമ്മിച്ചത്. ഉരുളൻ അക്ഷരങ്ങളുടെ അച്ചുകളാണ് സി.എം.എസ്. പ്രസ്സുകാർ ഉപയോഗിച്ചിരുന്നത്. ആ രീതിയ പിൻതുടർന്ന് അതിന്റെ പകർപ്പെടുക്കേണ്ടെന്നു

കരുതിക്കാണും ശിവരാമൻ. അങ്ങനെയാണ് ശിവരാമന്റെ അച്ചുകൾ 'ചതുരവടിവി'ലായത്. പിന്നീട് മാന്നാനം പ്രസ്സിലെ ജീവനക്കാര നായി അവിടെത്തന്നെ തുടർന്നു അച്ചടിയക്ഷരങ്ങളുടെ'മയ'നായ ആ കൈവേലക്കാരൻ. 19-ാം നൂറ്റാണ്ടിനൊടുവിൽ കോട്ടയത്തു നിന്ന്. നിധീരിക്കൽ മാണിക്കത്തനാരുടെ നേതൃത്വത്തിൽ മലയാളത്തിലെ ആദ്യദിനപ്രത്രങ്ങളിലൊന്നായ 'നസ്രാണി' ദീപിക പുറത്തിറങ്ങിയ പ്പോൾ (1887, ഏപ്രിൽ 15) ആ മഹൽസംരംഭത്തിനു പിന്നിലും ഈ അച്ചുനിർമ്മാതാവിന്റെ നിപുണഹസ്തങ്ങളുണ്ടായിരുന്നു. മാന്നാനം പ്രസ്സിനു വേണ്ടി ചാവറയച്ചൻ നിർമ്മിച്ച അതേ അച്ചടിയന്ത്രമുപയോ ഗിച്ചാണ്'നസ്രാണി ദീപിക'യുടെ ആദ്യ പതിപ്പുകൾ അച്ചടിച്ചതെന്ന ചരിത്രവസ്തുതയും സ്മരണാർഹം.

അങ്ങനെ അച്ചുകൾ സജ്ജമായി. ഇനി അച്ചടിക്കാവശ്യമായ മഷിയും കടലാസും കണ്ടെത്തണം. ഈ പരിശ്രമത്തെപ്പറ്റി, 'നാളാഗമ' ത്തിൽ അച്ചൻ എഴുതിയിരിക്കുന്നത് ഇങ്ങനെ!

'ദ്രവ്യച്ചുരുക്കത്താൽ മട്ടുത്തും ക്ലേശിച്ചും കൊണ്ടു മറ്റുവഴിയിൽ ആലപ്പുഴെ എലഞ്ഞിക്കൽ ചെറിയാൻ കുഞ്ഞും വൈക്കത്തുകാരൻ കൊച്ചുപൗലോസും എന്നിവരെക്കൊണ്ട് കമീശ എന്ന ഒരു കച്ചവ ടക്കാരനുമായിട്ട് 100 രൂപായുടെ കടലാസ് മഷി ഈയം ഈ വക വരുത്തിച്ചുതരുവാൻ പറഞ്ഞ ബോധിച്ച 10 രൂപായും കൊടുത്തു' - പറഞ്ഞേൽപ്പിച്ച സാധനസാമഗ്രികൾ, 1847 സെപ്റ്റംബറിൽ കമീസ (Kameesa) എന്ന ഇറക്കുമതിച്ചരക്കുകച്ചവടക്കാരൻ അച്ച നെത്തിച്ചുകൊടുത്തു. കാഞ്ഞിരപ്പള്ളിയച്ചനൊടൊപ്പം ചാവറയ ച്ചൻ ചരക്കു കൈപ്പറ്റാൻ വേണ്ടി ആലപ്പുഴയിലെത്തിയ പ്പോൾ പിന്നെയും ഒരു പ്രതിബന്ധം, പറഞ്ഞതിന്റെ നാലിരട്ടി ചരക്കാണ് കമീസ കൊണ്ടുവന്നിരിക്കുന്നത്! അച്ചന്റെ 'ദ്രവ്യച്ചുരുക്കം' നിമിത്തം അത്രയും മഷി മുതലായ സാമഗ്രികളൊന്നും വിലകൊടുത്തുവാങ്ങാൻ അച്ചനെക്കൊണ്ടാവില്ല. കൊണ്ടുവന്ന സാമഗ്രികൾ തിരിച്ചെടുക്കാൻ കച്ചവടക്കാരനും ഒരുക്കമായിരുന്നില്ല. അവിടെയും ഒരാൾ അച്ചന്റെ സഹായത്തിനെത്തി. 'ചെന്നാട്ടു തോമൻ' എന്നായിരുന്നു. അയാളുടെ പേര്. തോമൻ അച്ചനുവേണ്ടി കമീസയുമായി വിലപേശുകയും ഔസേപ്പപുണ്യാളന്റെ പേരിൽ ചിട്ടി നടത്തി സ്വരൂപിച്ച മൂവായിരം ചക്രം റൊക്കം തുകയും ബാക്കി മൂവായിരത്തിനുള്ള കടപ്പത്രവും കച്ച വടക്കാരനു നൽകുകയും ചെയ്തു. ആ കടം വീട്ടുമ്പോഴേയ്ക്ക് പ്രസ്സിലെ പണിക്കാർക്കു നൽകാൻ പണമില്ലാതെ വലഞ്ഞ അച്ചനെ 500 ചക്രം സംഭാവനയായി നൽകി സഹായിച്ചത് ചേർപ്പുങ്കൽക്കാരനായ

'ഇട്ടി' എന്ന ഉദാരമതിയായിരുന്ന എന്ന് കൃതജ്ഞതാനിർഭരമായ ഹൃദയത്തോടുകൂടി അദ്ദേഹം'നാളാഗമ' ത്തിൽ എഴുതിയിട്ടുണ്ട്. ഒരു സാഹിത്യകൃതിയൊന്നുമല്ലെങ്കിലും അച്ചന്റെ 'നാളാഗമം' എന്ന 'ക്രോണിക്ക്ൾ' ഒരു ചരിത്ര രേഖയായി മാറുന്നതങ്ങനെയാണ്. അച്ചന്റെ വിയർപ്പും പ്രാർത്ഥനയും അദൃശ്യമുദ്രകളായി പതിഞ്ഞുകിടപ്പുണ്ട് അതിന്റെ താളുകളിൽ. ആ താളുകൾ ചരിത്രത്താളുകൾ കൂടിയായിരുന്നു എന്ന് ഇന്നു നമ്മൾ തിരിച്ചറിയുന്നു.

ഒരു പ്രൊമീഥിയൻ സംരംഭത്തിന്റെ ഉജ്ജ്വലമായ പൂർത്തീകരണമുഹൂർത്തമായിരുന്നു അത്. പ്രൊമിത്യൂസ് സംസ്കാരത്തിന്റെ അഗ്നി മോഷ്ടിച്ച് മാനവരാശിക്കു നൽകി, നാഗരികതയുടെ താപവും വെളിച്ചവും അതിലൂടെ മനുഷ്യ കുലത്തിലേയ്ക്കു സംക്രമിച്ചു. ഇവിടെ ചാവറയച്ചൻ എന്ന നവീനപ്രൊമീത്യൂസ് ദേവ കാര്യത്തിനായി അക്ഷരങ്ങളുടെയും അച്ചുകളുടെയും അഗ്നി മോഷ്ടിക്കുന്നു. സാങ്കേതിക വിദ്യയായിരുന്നു അച്ചൻ മോഷ്ടിച്ചത്. പാശ്ചാത്യരുടെ സാങ്കേതിക വിദ്യയെ സൗമ്യമായി അപഹരിച്ച് തദ്ദേശീയവും കേരളീയവുമാക്കി മാറ്റി അച്ചൻ. അച്ചുക്കൂടം പാശ്ചാത്യമായിരുന്നു. മഷിയും കടലാസുമെല്ലാം അങ്ങനെതന്നെ (ഈ കടലാസാകട്ടെ; അതിന്റെ ദൗർലഭ്യം നിമിത്തം സാധാരണ എഴുത്തുകടലാസ് തമ്മിൽ ഇണച്ചു ചേർത്തൊട്ടിച്ചുണ്ടാക്കിയതുമായിരുന്നു!) എന്നാൽ അക്ഷരങ്ങൾ മലയാള ലിപിയുടേതായിരുന്നു! ഇതാണ് മുൻപു പറഞ്ഞ സാങ്കേതിക വിദ്യയുടെ തദ്ദേശീകരണം. അങ്ങനെ മാന്നാനം സെയ്ന്റ് ജോസഫ് പ്രസ്സിൽ നിന്ന് ആദ്യപുസ്തകം പ്രസിദ്ധീകരിച്ചു, 'ജ്ഞാനപീയൂഷം' എന്ന പ്രാർത്ഥനാ പുസ്തകമായിരുന്നു അത്. ഈ പേരിലെ മലയാളിത്തവും ഭാരതീയതയും ശ്രദ്ധിക്കുക. 'ജ്ഞാന'വും 'പീയൂഷ'വും മലയാളത്തിനുകൂടി സ്വന്തമായ സംസ്കൃതപദങ്ങൾ. അവിടെയും തീരുന്നില്ല ആ ശീർഷകം പ്രസരിപ്പിക്കുന്ന സാംസ്കാരിക പരിമളം. ഒറ്റക്കേൾവിയിൽ ഒരു ഹൈന്ദവാത്മീയപുസ്തകത്തിന്റെ തലക്കെട്ടുപോലെ തോന്നും അത്. അങ്ങനെ തോന്നണമെന്ന ബോധപൂർവ്വമായ നിശ്ചയമുണ്ടായിരുന്നു അതിനു പിന്നിൽ.

പിൽക്കാലത്തു, 'ക്രിസ്തുവാം കൃഷ്ണന്റെ ഗീതോപദേശമാം നിസ്തുലമോഹന വേണുഗാനം' എന്നെഴുതിയ വള്ളത്തോളിനെപ്പോലെ ക്രൈസ്തവാത്മീയതയെ ഹൈന്ദവാത്മീയതയിൽ ചാലിച്ചെഴുതുകയായിരുന്നു ചാവറയച്ചൻ. അതൊരു സാംസ്കാരികപ്രവർത്തനമെന്നപോലെ രാഷ്ട്രീയപ്രവർത്തനവുമാണ്. സാംസ്കാരിക സമന്വയമെന്ന ബൃഹത്തായ സാംസ്കാരിക പദ്ധതിയുടെ ഭാഗമാണത്. ഭാരതത്തിലെ

ആദ്യത്തെ തദ്ദേശീയ ക്രൈസ്തവസന്ന്യാസസഭ സ്ഥാപിക്കുക മാത്രമല്ല അച്ചൻ ചെയ്തത്. അതിന് ഒരു ഭാരതീയ മുഖം നൽകാനും അച്ചൻ ശ്രദ്ധിച്ചു. ആ ശ്രദ്ധയുടെ ഫലമായിരുന്നു. 'ജ്ഞാനപീയുഷം' എന്ന ശീർഷകം. ആ ശ്രദ്ധയ്ക്കു മുന്നിലർപ്പിച്ച ഈ ഗ്രന്ഥകാരന്റെ വിനീതമായ ശ്രദ്ധാജ്ഞലിയാണ് ഈ അധ്യായത്തിന്റെ ശീർഷകം.

പിന്നീട് 'സുറിയാനി മലയാളം നിഘണ്ടു' (അബ്രഹാം കത്തനാർ) 'ജ്ഞാന പ്രജാഗാരം', 'പാപികളുടെ സങ്കേതമായിരിക്കുന്ന പരിശുദ്ധ ദൈവമാതാവിന്റെ നേരെയുള്ള ഭക്തി', 'തേമ്പാവണി പുത്രജനനപർവ്വം', 'ഡോറാഫ അമ്മ ഈശോടെ ത്രേസ്യ എന്ന പുണ്യവാളത്തിയുടെ ചരിത്രം', 'ബാലനിക്ഷേപം' 'നൊവേന' 'മാർയൗസേപ്പു പുണ്യവാളന്റെ വണക്കമാസം' എന്നിങ്ങനെ ആത്മീയഗ്രന്ഥങ്ങൾ ഒന്നിനു പിറകേ മറ്റൊന്നായി പുറപ്പെട്ടു, മാന്നാനം പ്രസ്സിൽ നിന്ന്. തീരെച്ചെറിയ ലഘുലേഖകളായിരുന്നില്ല അവയൊന്നും തന്നെ. മിക്കവയും നൂറും ഇരുന്നൂറും മൂന്നൂറും ഏടുകളുള്ള പുസ്തകങ്ങൾ. 'ജ്ഞാനപീയൂഷം' തന്നെ 332 താളുകളുള്ള ബൃഹദ്പ്രാർത്ഥനാസഞ്ചയമായിരുന്നു. സ്വന്തം കൃതികളൊന്നും അച്ചൻ മാന്നാനത്തെ അച്ചുകൂടത്തിൽ അച്ചടിച്ചിട്ടില്ലെന്ന വസ്തുതയും പ്രധാനമാണ്. 'മറ്റുള്ളർക്കായ് സ്വയം കത്തിയെരിയുന്ന/ സുസ്നേഹമൂർത്തിയാം സൂര്യ!' എന്ന സംബുദ്ധി, ഈ ജ്ഞാനസൂര്യനു കൂടി അവകാശപ്പെട്ടതു!

●

അധ്യായം പന്ത്രണ്ട്

പള്ളിയും പള്ളിക്കൂടവും

സഹസ്രകക്ഷ്യകളുള്ള ഒരു മന്ദിരമായി വിഭാവനം ചെയ്യപ്പെട്ടിട്ടുണ്ട് ദൈവരാജ്യം, ബൈബിളിൽ. ചാവറയച്ചൻ എന്ന കർമ്മനിരതനായ സന്ന്യാസിയുടെ ജീവിതസൗധത്തിനും ഇതുപോലെ നിരവധിയായ ശാലകളും ഉപശാലകളുമുണ്ടായിരുന്നു. 'ബഹുമുഖ വ്യക്തിത്വം' എന്ന തേയ്മാനം സംഭവിച്ച പദമുപയോഗിച്ചു മാത്രം വിവരിക്കാനാവില്ല അതിനെ. അനവധിയാളുകൾ അനേകം പുരുഷായുസ്സുകൾകൊണ്ടു ചെയ്തു തീർക്കേണ്ട ബഹുക്രിയാനിരതമായ ജീവിതമാണ് ആറു ദശകങ്ങളുടെ മാത്രം ദൈർഘ്യമുള്ള തന്റെ ധന്യ ജീവിതത്തിനിടെ അച്ചൻ പൂർത്തീകരിച്ചത്. സന്ന്യാസസഭകളുടെ സംസ്ഥാനമെന്ന കേവല ദൗത്യത്തിലൊതുങ്ങുന്നില്ല അത്. അച്ചടിയും പ്രസാധനവും പോലുള്ള സാംസ്കാരിക- ആത്മീയദൗത്യങ്ങളാണ് മറ്റൊരു ഭാഗത്ത്. അച്ചന്റെ ഇനിയും പരാമർശിക്കപ്പെട്ടിട്ടില്ലാത്ത മറ്റൊരു പ്രവർത്തന മേഖലയായിരുന്നു, വിദ്യാഭ്യാസം. പത്തൊൻപതാം നൂറ്റാണ്ടിലെ കേരളം എന്ന തമോമയമായ ഭൂമികയാണ് അച്ചൻ തന്റെ വിദ്യാഭ്യാസപ്രവർത്തനങ്ങളിലൂടെ അക്ഷരവെളിച്ചം നിറഞ്ഞ നവോത്ഥാനഭൂമികയാക്കി പരിവർത്തിപ്പിച്ചത്. 'വിദ്യാഭ്യാസത്തിലൂടെ വിമോചനം' എന്നത് എക്കാലത്തെയും നവോത്ഥാനാദർശമായിരുന്നു; അത് കേരളത്തിൽ ആദ്യമായി പ്രാവർത്തികമാക്കിയ യുഗപുരുഷൻ ചാവറയച്ചനും. ഫ. വലേരിയൻ എഴുതി 1939-ൽ വി. യൗസേപ്പ് മുദ്രണാലയം പ്രസിദ്ധീകരിച്ച 'മലങ്കര സഭാമാതാവിന്റെ ഒരു വീരസന്താനം' എന്ന ചാവറയച്ചന്റെ ജീവചരിത്രത്തിൽ ഒരു ഭാഗമുണ്ട്. വിദ്യാർജ്ജനത്തിന്റെ മഹത്വത്തെ സംബന്ധിച്ച പ്രസിദ്ധമായ ഒരു സംസ്കൃത ശ്ലോകവും അതിന്റെ പരാവർത്തനവുമാണ് ജീവചരിത്രകാരൻ നൽകിയിരിക്കുന്നത്. ചാവറയച്ചന്റെ ജീവിത സന്ദേശം കൂടിയാണിത്. എന്നതിനാൽ ആ ഭാഗം ഇവിടെ പകർത്തുന്നു.

'നചോരഹാര്യം നചരാജഹാര്യം
നഭ്രാതൃഭാജ്യം നചദാരകാരീ
വ്യയേകൃതേ വർദ്ധത ഏവനിത്യം-
വിദ്യാധനം സർവ്വ ധനാൽ പ്രധാനം'

സർവ്വ സമ്പത്തുകളേക്കാൾ പ്രധാനമായിരിക്കുന്ന വിദ്യാധനം കള്ളന്മാരിൽ അപഹരിക്കപ്പെടാത്തതും രാജാവിനാൽ പോലും അടക്കപ്പെടാത്തതും കുടുംബാംഗങ്ങളാൽ വിഭജിക്കപ്പെടാത്തതുമാണ്. പ്രത്യേകിച്ചും ഇത് ഒരു ദാരജനകമല്ല. വ്യയം കൊണ്ടു അത് വർധമാനമായിത്തീരുകയും ചെയ്യുന്നു. മേൽപ്പറഞ്ഞ ആപ്തവാക്യം സമ്യക്കായി ഗ്രഹിച്ച് തദനുസരണം പ്രവർത്തിച്ച ഒരു വിദ്യാഭ്യാസപ്രവർത്തകനും കൂടി ആയിരുന്നു നമ്മുടെ കഥാപുരുഷനായ ചാവറ കുര്യാക്കോസ് ഏലിയാച്ചൻ. അന്ന് വിദ്യാഭ്യാസവിഷയത്തിൽ മലങ്കര സഭ വളരെ പിന്നോക്കം നിന്നിരുന്ന ഒരു കാലമായിരുന്നു. പ്രസ്തുത ന്യൂനതയെ പരിഹരിക്കുന്നതിന് ഒരുപകരണമായിത്തീരാനിരുന്ന ഈ ദേഹം അക്കാലത്തെ പതിവിൽക്കവിഞ്ഞുള്ള വിദ്യാഭ്യാസം ചെറുപ്പം മുതൽ തന്നെ ചെയ്തതായി ഈ ചരിത്രത്തിന്റെ ആരംഭത്തിൽ പ്രസ്താവിച്ചിട്ടുള്ളതാണല്ലോ. മലയാളം, തമിഴ്, എന്നിവയ്ക്കു പുറമെ സംസ്കൃതവും ബാല്യകാലത്ത് പരിശീലിച്ചു. അനന്തരകാലങ്ങളിൽ സുറിയാനി, ലത്തീൻ, പോർട്ടുഗീസ്, ഇറ്റാലിയൻ എന്നീ ഭാഷകളിലുള്ള പരിജ്ഞാനം കുശാഗ്രബുദ്ധിയായ ഈ ദേഹത്തെ അക്കാലത്തെ ഒരു തികഞ്ഞ പണ്ഡിതനും കേരളീയകത്തോലിക്കരുടെ വിദ്യാഭ്യാസപരിവർത്തനത്തിനു പറ്റിയ ഉപകരണവുമാക്കിത്തീർക്കുകയാണുണ്ടായത്.'

അച്ചന്റെ വിദ്യാദാഹത്തെപ്പറ്റിയാണ് വലേരിയനച്ചൻ ഈ പീഠികയിൽ പ്രസ്താവിക്കുന്നത്; അദ്ദേഹത്തിന്റെ വിപുലമായ ഭാഷാപാണ്ഡിത്യത്തെക്കുറിച്ചും. അങ്ങനെയൊരാൾ ഒരു വിദ്യാഭ്യാസപ്രചാരകനായി മാറുന്നതിൽ വലിയ ഔചിത്യമുണ്ട്. വിളക്കു വയ്ക്കേണ്ടത് പറയുടെ കീഴിലല്ല, ഉന്നതപീഠത്തിനുമുകളിലാണെന്ന തിരുവെഴുത്ത് ചാവറയച്ചന് ഹ്യദിസ്ഥമായിരുന്നു എന്നുമാത്രമല്ല അതദ്ദേഹത്തിന്റെ ജീവിതപ്പാതയിലെ വഴിവെളിച്ചം കൂടിയായിരുന്നു. വിജ്ഞാനാർജ്ജനം പോലെതന്നെ പ്രധാനമാണ് വിജ്ഞാനവിതരണവും. പിന്നീട് മലയാളികൾക്കിടയിൽ ഏറെ പ്രചാരം ലഭിച്ച ആ സുഭാഷിതത്തിന്റെ- 'വിദ്യാധനം സർവ്വധനാൽ പ്രധാന'മെന്നവസാനിക്കുന്നത്- സാക്ഷാൽക്കാരമായിരുന്നു ചാവറയച്ചന്റെ ജീവിതവും പ്രവർത്തനങ്ങളും. അറിവിന്റെ ഗിരിശൃംഗങ്ങളിലേയ്ക്ക് അദ്ദേഹം

അനേകബാല്യങ്ങളെ ഉപനയിച്ചു. ഈ ഉപനയനം ഒരേകാന്തപ്രവർത്തനമല്ലെന്ന് അച്ചൻ മനസ്സിലാക്കി. 'സൂക്ഷ്മനിരീക്ഷണ പടുവായ പ്രിയോരച്ചൻ തന്റെ സഭയെ ഒരു വിദ്യാഭ്യാസ പ്രവർത്തനസംഘമായി നിർദ്ദേശിക്കയും തത്സംബന്ധമായ പ്രാരംഭനടപടികൾ അദ്ദേഹം തന്നെ നടത്തിത്തുടങ്ങുകയും ചെയ്തു.' എന്നാണ് ഫ. വലേരിയൻ എഴുതുന്നത്. ഈ വാക്യത്തിൽ ഒരു വാക്ക്- ഒരസാധാരണ പദമാണത്.- വളരെ പ്രധാനമാണ്. 'വിദ്യാഭ്യാസ പ്രവർത്തന സംഘം' എന്ന വാക്കാണത്. 'സാഹിത്യപ്രവർത്തനസഹകരണസംഘമെന്നപോലെ വിദ്യാഭ്യാസപ്രവർത്തനസംഘം! തന്റെ സഭയെ അച്ചൻ അത്തരമൊരു സംഘമായി വിഭാവനം ചെയ്തു എന്നതിലാണ് അസാധാരണത്വം. ആത്മീയപ്രവർത്തനത്തിനു മാത്രം സജ്ജമായിരുന്ന സഭയെ അച്ചൻ, ഒരു വിദ്യാഭ്യാസപ്രവർത്തനസംഘമാക്കി എന്നത് വിപ്ലവകരമാണ്. ആ വിപ്ലവത്തിന്റെ ആദ്യപടിയായിരുന്നു മാന്നാനത്ത് സെമിനാരിയോടു ചേർന്ന് ചാവറയച്ചൻ സ്ഥാപിച്ച സംസ്കൃതസ്കൂൾ.

1846-ൽ ആയിരുന്നു മാന്നാനത്ത് സംസ്കൃതപാഠശാല ആരംഭിച്ചത്. ഇതേപ്പറ്റി പാറപ്പുറത്ത് വർക്കി അച്ചന്റെ വാക്കുകൾ ഇങ്ങനെ - 'ഈ സമയം ഒപ്പിച്ച് മാന്നാനം ആശ്രമത്തോടു ചേർന്ന് ഒരു സംസ്കൃതസ്കൂളും, സ്ഥാപിച്ചിട്ടുണ്ടായിരുന്നു. അതിൽ ഈ ആശ്രമത്തിൽ ചേർന്ന വൈദികരും സമീപമുള്ളസ്ഥലങ്ങളിൽ നിന്ന് കുട്ടികളും ചേർന്ന് പഠിച്ചിരുന്നു. ഇതിന്റെ നടപ്പിനായി ത്രിശ്ശൂരിൽ നിന്ന് വാര്യരുജാതിയിൽ ചേർന്ന ഒരു വാദ്ധ്യാരെ വരുത്തിയിരുന്നു. ഇയാൾ മലയാളഭാഷയിലും സംസ്കൃതഭാഷയിലും വളരെ സമർത്ഥനായിരുന്നു.' വർക്കിയച്ചന്റെ 'നാളാഗമ'ത്തിലേതാണ് ഈ വാക്കുകൾ എന്തൊരവബോധവികാസത്തിന്റെ ഫലമാണീപ്രവൃത്തി! ഒരു സെമിനാരിയോടു ചേർന്ന്-അതും പത്തൊൻപതാം നൂറ്റാണ്ടിൽ- ഒരു സംസ്കൃത സ്കൂൾ തുടങ്ങുകയും അവിടെ പണ്ഡിതനായ ഒരു വാര്യർ അധ്യാപകനാവുകയും ചെയ്യുക! സാമുദായിക സൗഹാർദത്തിന്റെ എന്നപോലെ, സംസ്കാരികസമന്വയത്തിന്റേതുമായ ഈ മഹാമാതൃക മരണമില്ലാത്ത അക്ഷരങ്ങളാൽ ആലേഖനം ചെയ്യപ്പെടേണ്ടതാണ്, ചരിത്രത്തിൽ.

1865-ൽ വികാരി ജനറലായി പ്രവർത്തിച്ചുവരുമ്പോൾ, ആ അധികാരശക്തികൂടി ഉചിതമായി ഉപയോഗിച്ചുകൊണ്ടാണ് അച്ചൻ സാർവ്വത്രികവും സാർവ്വജനീനവുമായ വിദ്യാഭ്യാസമെന്ന സ്വപ്നവുമായി മുന്നോട്ടു പോയത്. എല്ലാവർക്കും വിദ്യാഭ്യാസം എന്നത്

തുല്യതയിലും സാമൂഹ്യനീതിയിലും അധിഷ്ഠിതമായ ജനാധിപത്യ സങ്കല്പനമാണ്. ആ സങ്കല്പം സഭ എന്ന വിദ്യാഭ്യാസ പ്രവർത്തനസംഘത്തിലൂടെ പ്രാവർത്തികമാക്കുകയായിരുന്നു ചാവറയച്ചൻ. ഈ പ്രവർത്തനത്തെപ്പറ്റിയാണ് പോരൂക്കരയച്ചൻ തന്റെ 'നാളാഗമ'ത്തിൽ ഇപ്രകാരം പ്രതിപാദിച്ചിരിക്കുന്നത്.

"ഓരോ കൊവേന്തക്കാരും അവരുടെ അതിർത്തിയിലുള്ള പള്ളിക്കാരുടെ ആത്മകാര്യങ്ങൾ വിചാരിപ്പാനും, ഇസ്കോളുകൾ അന്വേഷിപ്പാനും, പാഠാർത്ഥയാലും കുമ്പസാരത്താലും രക്ഷയുടെ വഴികാട്ടി നടത്തുവാനും ആയി ഓരോ പള്ളികളിൽ പോകണമെന്നും, പുറമെയുള്ള കാര്യം കേൾവി, കണക്കു കേൾവി മുതലായതിൽ ഉൾപ്പെടാതെയും ഇരിക്കണമെന്നും അവർക്കുള്ള ചിലവുകൾ പള്ളികളിൽ നിന്ന് നടത്തിക്കൊടുക്കണമെന്നും കല്പന തന്നിരിക്കുന്നതിൽ പ്രകാരം മാന്നാനത്തിൽ ചേർന്ന പള്ളികളായിട്ട് തെക്കൻ പറവൂരു മുതൽ തെക്കോട്ടും കടുത്തുരുത്തിമുതൽ അരുവിത്തുറ പുഞ്ഞാർ വരെയും 22 പള്ളികളായിരിക്കുന്നു."

1934-ൽ ഫാ. വലേരിയൻ വി.ചാവറയുടെ ജീവചരിത്രമെഴുതുമ്പോഴേയ്ക്ക് ഈ സ്കൂളുകളുടെ എണ്ണം 187 ആയിക്കഴിഞ്ഞിരുന്നു. ഒപ്പം രണ്ട് കോളേജുകളും സ്ഥാപിതമായിരുന്നു, അന്നേയ്ക്ക്. സാംക്രമികശക്തിയുള്ള ഈ വിദ്യാഭ്യാസ വിപ്ലവത്തിന് തുടക്കമിടാൻ ചാവറയച്ചനു സാധിച്ചതിനുകാരണം, 'വികാരിജനറൽ' എന്ന നിലയിലുള്ള അദ്ദേഹത്തിന്റെ ആജ്ഞാശക്തിയായിരുന്നു. ആ ആജ്ഞാശക്തിയുടെ ലിഖിതരൂപം ഒരു സഭാസർക്കുലറിന്റെ രൂപത്തിലാണ് അദ്ദേഹം പുറപ്പെടുവിച്ചത്. അതിൽ താഴെപ്പറയുന്ന കാര്യങ്ങൾ നിഷ്കർഷിച്ചിരുന്നു-

ഒന്ന്- ഓരോ ഇടവകയിലും സ്കൂൾ തുടങ്ങാത്ത പക്ഷം, അവിടത്തെ പള്ളി അടച്ചുപൂട്ടും.

രണ്ട്- സ്കൂൾ തുടങ്ങാത്ത ഇടവകപ്പള്ളിയിൽ കുർബ്ബാനയോ കൂദാശയോ നടത്താൻ പാടില്ല.

മൂന്ന് - എല്ലാ ജാതി-മതസ്ഥർക്കും സ്കൂളിൽ പ്രവേശനം നൽകേണ്ടതാണ്. അന്യമതസ്ഥർക്കുകൂടി ഗുണകരമാകുമല്ലോ എന്നു കരുതി, സ്കൂൾ തുടങ്ങാതിരിക്കുകയോ സ്കൂളിൽ അവർക്ക് പ്രവേശനം നിഷേധിക്കുകയോ ചെയ്യരുത്.

അസിധാരപോലെ നിശിതമായ ആ വിജ്ഞാപനം അച്ചനുകീഴിലുള്ള എല്ലാ ഇടവകക്കാരും അംഗീകരിച്ച് പ്രാവർത്തികമാക്കിയതിന്റെ ഫലമായിരുന്നു അനവധി സ്കൂളുകളുടെ ആവിർഭാവവും

അവയിലൂടെയുള്ള വിജ്ഞാനവ്യാപനവും. മലങ്കര സുറിയാനിസഭയും അതിലംഗമായവരും മാത്രമല്ല ഈ വിദ്യാവിനിമയത്തിന്റെ ഗുണ ഫലങ്ങൾ ആസ്വദിച്ചത്. അധഃസ്ഥിതരിലേയ്ക്കും അവർണ്ണരിലേയ്ക്കും അന്യമതസ്ഥരിലേയ്ക്കുമെല്ലാം ആ വിദ്യാദീപ്തിയുടെ പൊൻകിരണ ങ്ങൾ നീണ്ടുചെന്നെത്തി. സ്കൂളിൽ ചേർന്നു പഠിച്ചിരുന്ന ദളിതവി ദ്യാർത്ഥികൾക്ക് പുസ്തകവും വസ്ത്രവും സൗജന്യമായിരുന്നു. പഠിത്തം നിർത്തിപ്പോയ കൂലിപ്പണിക്കാരുടെ മക്കൾക്ക് ഉച്ചക്കഞ്ഞിവഴി ഭക്ഷണമുറപ്പാക്കി അവരെ മടക്കിക്കൊണ്ടുവരാനും അച്ചൻ ഉത്സാ ഹിച്ചു. പിൽക്കാലത്ത് സർക്കാർ വിദ്യാലയങ്ങളിൽ നടപ്പിലായ ജനാധിപത്യവിദ്യാഭ്യാസവിപ്ലവം അതിന്റെ പൂർണ്ണാർത്ഥത്തിൽ നിറവേറുകയായിരുന്നു ചാവറയച്ചന്റെ സമഗ്രവിദ്യാഭ്യാസവിപ്ലവ ത്തിലൂടെ.

അധ്യാപകർക്കു ശമ്പളം നൽകുന്നതിനുള്ള തുക കണ്ടെത്തുന്ന തിനു വേണ്ടിയും ഉച്ചക്കഞ്ഞിക്കാവശ്യമായ അരിലഭ്യമാക്കുന്നതി നുവേണ്ടിയും സംഭാവനകൾ വഴി സ്വരൂപിച്ച പണമുപയോഗിച്ച് അച്ചൻ മാന്നാനത്ത് കുറച്ച് നെൽവയലുകൾ വാങ്ങി കൃഷി ചെയ്തിരു ന്നു. അന്നവും അറിവും അക്ഷരവും അങ്ങനെ, അധഃസ്ഥിതരുടെ കൂടി വിമോചനമാർഗ്ഗമായി മാറിയ, പള്ളിക്കൂടങ്ങളിലൂടെ കേരള ജനതയി ലേക്കൊഴുകിയെത്തി. അതിന്റെ ഭൂമിശാസ്ത്രപരമായ വ്യാപ്തിയേക്കൂടി സൂചിപ്പിക്കാൻ വേണ്ടിയാണ് പോരുക്കരയച്ചന്റെ 'നാളാഗമ'ത്തിൽ നിന്നൊരു ഭാഗം ഇവിടെ എടുത്തെഴുതിയത്. പള്ളി എന്നതിന്റെ അനുബന്ധവും അനിവാര്യാംശവുമായി അങ്ങനെ പള്ളിക്കൂടം മാറി. പള്ളിയും പള്ളിക്കൂടവുമെന്ന ഈ യുഗ്മകല്പനയുടെ ഉപജ്ഞാതാവ് ചാവറയച്ചനായിരുന്നു. അതുവരെ സി.എം.എസ്. സ്കൂളുകൾ മാത്ര മുണ്ടായിരുന്ന കേരളത്തിലെ വിദ്യാഭ്യാസരംഗം അതോടെ അഭൂ തപൂർവ്വമായി വികസിച്ചു. വിദ്യാഭ്യാസവും ഇംഗ്ലീഷ്വിദ്യാഭ്യാസവും അറിവിന്റെയും അവബോധത്തിന്റെയും സീമകളെ ആധുനീകരിച്ചു.

●

അധ്യായം പതിമൂന്ന്

പിടിയരിയിലൂടെ സ്നേഹവിപ്ലവം

വ്യാസഭാരതത്തിൽ ഒരു കഥയുണ്ട്; ഒരു സ്വർണ്ണക്കീരിയുടെ കഥ. ഉഞ്ഛവൃത്തിയായ (ഉതിർമണികൾ പെറുക്കിയെടുത്ത്, അതുകൊണ്ട് വിശപ്പടക്കുന്ന രീതിയാണ്. ഉഞ്ഛവൃത്തി (ഒരു ബ്രാഹ്മണന്റെയും കുടുംബത്തിന്റെയും കഥയാണത്. അവർ ഒരു ദിനം പരതിക്കിട്ടിയ ധാന്യം കൊണ്ട് അന്നത്തെ അത്താഴത്തിനൊരുങ്ങുകയായിരുന്നു. അല്പം ആഹാരം, അത് അവർ പങ്കിട്ടുകഴിഞ്ഞു. ഇനി, കഴിച്ചാൽ മതി, അപ്പോഴാണ് അവിചാരിതമായി ഒരതിഥിയുടെ വരവ്. അയാൾക്കവർ എന്തുകൊടുത്ത് സൽക്കരിക്കും? തന്റെയോഹരി ആഹാരം, അയാൾക്കു കൊടുക്കാമെന്നായി ഗൃഹനാഥൻ. തന്റേതുകൂടി എന്ന് ഗൃഹനാഥ. തങ്ങളുടേതുമെന്ന് പുത്രനും പുത്രഭാര്യയും. ചുരുക്കിപ്പറഞ്ഞാൽ, ആ കുടുംബത്തിലെല്ലാവരും അന്ന് പട്ടിണികിടന്നു. അതിഥിയെ അവർ മൃഷ്ടാന്നം, കാലുകഴുകിച്ചൂട്ടുകയും ചെയ്തു. അങ്ങനെ അവർ ചരിതാർത്ഥരായുറങ്ങുമ്പോൾ അതു വഴി വന്ന ഒരു കീരി ആപാദോദകത്തിൽചെന്നു വീണു. അത്ഭുതം! അതിന്റെ പാതിയുടൽ അതോടെ സ്വർണ്ണവർണ്ണമായി മാറി. മറുപാതി നനയാൻ വെള്ളമുണ്ടായിരുന്നില്ല. മറുപാതി നനയാൻ, അങ്ങനെ ആസകലം സ്വർണ്ണനിറമണിയാൻ, കൊതിച്ച് കീരി, നാടുനീളെ നടന്നു. ദാനനീരിൽ മുഴുകിയാൽ അങ്ങനെ സംഭവിക്കുമെന്നായിരുന്നു കീരിയുടെ വിശ്വാസം. ഒടുവിൽ കീരി ഹസ്തിനപുരത്തെത്തി. അവിടെ കുരുക്ഷേത്രയുദ്ധം വിജയിച്ച യുധിഷ്ഠിരന്റെ രാജസൂയം നടക്കുന്നു. അനേകം ബ്രാഹ്മണരെ കാലുകഴുകിച്ചൂട്ടുന്ന ചടങ്ങുമുണ്ട്. ആ ദാനനീരുതന്നെയുണ്ട് ഒരു പുഴയോളം! കീരി അതിലെല്ലാം വിണുരുണ്ടു, മുങ്ങിപ്പൊങ്ങി എന്നുതന്നെ പറയാം. പക്ഷേ അതിന്റെ ഉടലിനുണ്ടോ വല്ല വ്യത്യാസവും? ഒരു പാതിയുടൽ ഇപ്പോഴും പഴേപടി, ഒരു രോമം പോലും പൊൻനിറം പൂണ്ട് തിളങ്ങിയില്ല. നിരാശനായ കീരിയുടേതാണ് ഈ ഉപാഖ്യാനം. അതിന്റെ ഗുണപാഠം വ്യക്തമാണ്. ഉള്ളവന്റെ ദാനമല്ല, ഇല്ലാത്തവന്റെ അരിഷ്ടിച്ചുള്ള ദാനമാണ് മഹത്തരം.

ഈ കടലാസ് മരിക്കയില്ല
ചാവറയച്ചൻ

ഈ മഹാഭാരതോപാഖ്യാനത്തിൽ നിന്ന്, അതിലെ മഹത്ത്വസങ്കല്പ ത്തിൽ നിന്ന് ചാവറയച്ചന്റെ പിടിയരി പ്രസ്ഥാനത്തിലേക്കെത്താൻ വളരെയെളുപ്പമാണ്. ചാവറയച്ചൻ തന്റെ സഭയുടെ കീഴിലുള്ള പള്ളി കളിൽ നടപ്പാക്കിയ 'പിടിയരിസമ്പ്രദായം' ലളിതമായിരുന്നു. ഒപ്പം മഹാത്മ്യമേറിയതും. ഉള്ളവർ, അതിലൊരു പങ്ക്, ഇല്ലാത്തവർക്കു കൊടുക്കുന്നു, അന്നം മുടങ്ങാത്ത വീടുകളിലെ ഇടവകാംഗങ്ങൾ മൂന്നുനേരവും ചോറിനരിയിടുമ്പോൾ ഒരു പിടി മാറ്റിവയ്ക്കുന്നു.ഇങ്ങനെ മാറ്റിവെച്ച അരി പള്ളിയിലേൽപ്പിക്കുന്നു. പള്ളിയിൽ നിന്ന് ആ അരി വീതിച്ച് ഇല്ലാത്തവർക്കു കൊടുക്കുന്നു. അങ്ങനെ അന്നദാനം എന്ന മഹാദാനം സഭയുടെയും പള്ളിയുടെയും മധ്യസ്ഥതയിൽ സഫലമായിത്തീരുന്നു. പട്ടിണിയും പരിവട്ടവുമില്ലാതെ കുടുംബങ്ങൾ സ്വസ്ഥരായി ഉണ്ടുറങ്ങുന്നു. അതിന്റെ ചാരിതാർത്ഥ്യം ഒരു ജനതയി ലൊന്നാകെ വ്യാപിക്കുന്നു. പൂർണ്ണ ചന്ദ്രനുള്ള രാത്രിയിൽ നിലാവെ ന്നപോലെ സ്നേഹം സർവ്വത്ര വഴിയുന്ന സാന്ത്വനനിറവായി മാറുന്നു. ഈ സ്നേഹസാമ്രാജ്യനിർമ്മിതിയിലേയ്ക്കുള്ള മനുഷ്യപാതയാണ് വെട്ടിത്തെളിച്ചത് ചാവറയച്ചൻ തന്റെ പിടിയരിസമ്പ്രദായത്തിന്റെ ഫലപ്രദമായ നടത്തിപ്പിലൂടെ. മഹാഭാരതകഥയിലെ സ്വർണ്ണക്കീ രിയെപോലെ എത്രയെത്ര സ്വർണ്ണവർണ്ണന്മാർ ഉരുവപ്പെട്ടുകാണും, ആ ദാനനീരിന്റെ തടാകങ്ങളിൽ തീർത്ഥമാടി നിവർന്നതിനാൽ!

'കെട്ടു തെങ്ങും' , 'നൂറ്റിക്കഞ്ചു' മാണ് അച്ചൻ ആവിഷ്ക്കരിച്ച മറ്റു രണ്ട് നൂതനവിഭവസമാഹരണപദ്ധതികൾ.'കെട്ടുതെങ്ങ്' എന്നാൽ അനേകം തെങ്ങുകളുള്ള അൽമായൻ അതിൽ ചില തെങ്ങുകളുടെ കാഫലം പള്ളിക്കായി മാറ്റിവയ്ക്കുന്ന രീതിയാണ്. ആ തെങ്ങിൽ അടയാളമായി ഒരു കെട്ടുമിടുന്നു. പുരയിടത്തിന്റെ ഉടമസ്ഥന്റെ ഉദാ രതയുടെ കൂടി വിളംബരമായി മാറുന്ന, അത്തരം കെട്ടുള്ള തെങ്ങുകൾ. തെങ്ങ് അതിന്റെ ഫലം മനുഷ്യർക്കു നൽകുന്നു. മനുഷ്യർ അത് സഭ എന്ന മഹാസ്ഥാപനത്തിനും, അതുവഴി അനേകം സേവനസംരം ഭങ്ങൾക്കുമായി സംഭാവന ചെയ്യുന്നു. ഉദാരമായ ഒരു വിനിമയ ശൃംഖലയിലെ കണ്ണികളായി മാറുന്നു അതോടെ മനുഷ്യനും മണ്ണും മരവുമെല്ലാം.

സമ്പത്തിന്റെ നൂറിൽ അഞ്ചുഭാഗം ഓരോ അൽമായനും പള്ളിക്കു കൊടുക്കുന്ന രീതിയാണ് 'നൂറ്റുക്കഞ്ച്.' ദാനസന്നദ്ധതയിലൂടെ ദുരയും ദുർമ്മോഹവും നിയന്ത്രിക്കാമെന്ന ജ്ഞാനവും സാമ്പത്തി കശാസ്ത്രവും സംഭൃതമായിട്ടുണ്ട് ഈ സംഭാവനാ സംരംഭത്തിൽ. മനുഷ്യന്റെ സന്മനസ്സിനെയാണത് ഉണർത്തുന്നത്. സ്വാർത്ഥം,

പരാർത്ഥമാകുന്നതോടെ ഒരുവൻ, ഒരുവൾ കൂടുതൽ മികച്ച മനുഷ്യത്വത്തിനുടമയായി മാറുന്നു. കൊടുക്കുന്ന കൈ നേടുന്ന കയ്യേക്കാൾ എത്ര പാവനം! കൊടുക്കുന്ന കൈകളാണ് ഭൂമിയെ സ്നേഹസമൃദ്ധവും ഉദാരതയാൽ ഉർവ്വരവുമാക്കി മാറ്റുന്നത്. അത്തരം മനുഷ്യരുടെയഭാവത്തിൽ സംഭവിക്കാവുന്ന വിപരിണാമത്തേക്കുറിച്ചാണ് മഹാകവി വൈലോപ്പിള്ളിയുടെ ഈ വരികൾ-

തൻ സ്വാർത്ഥം, ഗൃഹസ്വാർത്ഥം, വർഗ്ഗീയ
സ്വാർത്ഥം, രാഷ്ട്ര
-വൻ സ്വാർത്ഥം, സുഖതൃഷ്ണാസാർത്ഥവാഹ
സംഘങ്ങൾ!

സുഖചിന്താസാർത്ഥവാഹസംഘമായി മാറേണ്ട ലോകത്തെ സ്നേഹചിന്തയാലും ദാനചിന്തയാലും നയിക്കപ്പെടുന്ന നി സ്വാർത്ഥരായ സാർത്ഥവാഹകരുടെ സൗമ്യസഞ്ചാരമാക്കി മാറ്റുകയായിരുന്നു ചാവറയച്ചൻ. ഭൂമിയിൽ സ്വർഗ്ഗരാജ്യം ആഗതമാകുന്നത് ഇങ്ങനെയൊക്കെയാണെന്ന് വിശ്വസിക്കുകയും അതിനായി അഹോരാത്രം തന്റെ മേധാശക്തിയും ക്രിയാശക്തിയും ജ്ഞാനശക്തിയും വ്യയം ചെയ്യുകയും ചെയ്തു, അച്ചൻ.

●

അധ്യായം പതിന്നാല്

അകമേ വിപുലമാം പുണ്യവികാസം

ലോകത്തിലാദ്യമായി, സന്ന്യാസിമാർക്കൊപ്പം സന്ന്യാസിനിമാർക്കു കൂടി ഇടമുള്ള സന്ന്യാസാലയങ്ങൾ സ്ഥാപിച്ചത് ഭഗവാൻ ബുദ്ധനായിരുന്നു. ഭിക്ഷുക്കളോടൊപ്പം ഭിക്ഷുണിമാരുമുണ്ടായിരുന്നു ബുദ്ധവിഹാരങ്ങളിൽ. ഇത്തരമൊരു സ്ത്രീയുടെ-അതും അവർണ്ണസ്ത്രീയുടെ ബുദ്ധവിഹാരപ്രവേശനത്തെക്കുറിച്ചായിരുന്നു 1922-ൽ കുമാരനാശാൻ 'ചണ്ഡാലഭിക്ഷുകി' എന്ന മൂന്നുഭാഗങ്ങളുള്ള ഖണ്ഡകാവ്യം രചിച്ചത്. അത് ഒരു സാമൂഹ്യവിപ്ലവത്തിനുള്ള സൗമ്യാഹ്വാനമായിരുന്നു എന്നും നമുക്കറിയാം. ആശാൻ ആഹ്വാനം ചെയ്തത് അതിനും മുൻപേ നടപ്പിലാക്കിയിരുന്നു ചാറവയച്ചൻ. 1866-ൽ അച്ചൻ കേരളത്തിലെ ആദ്യത്തെ തദ്ദേശിയ ക്രൈസ്തവസന്ന്യാസിനി സഭയായ 'കോൺഗ്രിഗേഷൻ ഓഫ് മദർ കാർമൽ' -സി.എം.സി- എന്ന യോഗിനീസംഘത്തിന് ആരംഭം കുറിച്ചു. വായ്പ്പശ്ശേരി തൊമ്മൻ അന്നയാളുടെ വിധവയായ മകൾ എലീശ്വായും ഏലീശ്വായുടെ മകൾ അന്നയുമായിരുന്നു ആ സഭയിലെ ആദ്യ സന്ന്യാസിനിമാർ. മുളയും ഓലയും കൊണ്ട് ഏലിശ്വാസയുടെ വകയായിരുന്ന സ്ഥലത്ത് കൂനമ്മവിലാണ് ആ സന്ന്യാസിനീമഠം, അതിന്റെ പ്രാഥമികരൂപത്തിൽ, പണി ചെയ്യപ്പെട്ടത്. ഏലീശ്വായെയും അന്നയെയും കൂടാതെ ക്ലാര, തേരേസ എന്നീ രണ്ടു സന്ന്യാസിനിമാർ കൂടിയുണ്ടായിരുന്നു മഠത്തിൽ. വലിയ പ്രാരാബ്ധങ്ങളുടെ നടുവിലായിരുന്നു സി.എം.സി സഭ അതിന്റെ ആദ്യ ചുവടുകൾ വച്ചതെങ്കിലും പിന്നീടതിന് പുതിയ കെട്ടിടവും മറ്റു സൗകര്യങ്ങളുമൊക്കയായി. 1866 ജൂൺ ഇരുപത്തിമൂന്നിന് പുതിയ കെട്ടിടത്തിനു തറക്കല്ലിട്ടു. മറ്റ് ഇടവകകളിൽ നിന്നുള്ള സഹായവുമുണ്ടായി. ഇന്ന് കേരളത്തിലെമ്പാടും ശാഖകളുള്ള സന്ന്യാസിനീ സഭയാണ് സി.എം.സി. കൂടാതെ സി.റ്റി.സി. എന്ന പേരിൽ ഒരു സഹോദരസഭയും അതിനുണ്ട്.

'സ്ത്രീശാക്തീകരണം' എന്ന് നമ്മളിപ്പോൾ പറഞ്ഞുവരുന്ന പുത്തൻ

പ്രയോഗത്തിന്റെ പ്രാഗ്രൂപമായിരുന്നു അച്ചന്റെ സന്ന്യാസിനീസഭ എന്ന ആശയം. സൂര്യവെളിച്ചം നിഷ്പക്ഷപാതമായി എല്ലാവരിലേയ്ക്കും വികിരണം ചെയ്യപ്പെടുന്നതുപോലെ ആത്മീയതയുടെ വെളിച്ചവും ഒരു സാർവ്വത്രികപ്രസരമായി മാറണമെന്ന ചാവറയച്ചന്റെ ശുഭ കാമനയാണതിനു പിന്നിൽ. സ്ത്രീകളിലാണ് ആത്മീയതയുടെ അത്യുദാരമായ നീരുറവകളുള്ളതെന്ന് അച്ചൻ കരുതി. അച്ചന്റേത് പൈതൃകമെന്നതിനേക്കാൾ മാതൃകമായിരുന്നു എന്നു നമ്മൾ കണ്ടു കഴിഞ്ഞു. തന്റെ മാതാവിന്റെ ആത്മീയപ്രസരമാണ് അച്ചനിൽ സന്ന്യാസാസക്തിയായി വികസിച്ചത്. പരിശുദ്ധ ദൈവമാതാവിന് അടിമകിടത്തിയ ശിശുവുമായിരുന്നു ചാവറയച്ചൻ. ഈ രണ്ട് മാതൃദീപങ്ങളുടെ മാതൃകാശോഭയാവണം സന്ന്യാസിനീസഭ എന്ന അച്ചന്റെ ആശയത്തെ പ്രചോദിപ്പിച്ചത്.

സ്ത്രീകളിൽ നിലീനമായ ആത്മീയശക്തിയെ സമൂഹോപകാരപ്രദമായി വികസിപ്പിക്കാൻ സന്ന്യാസം തന്നെയാണ് പോംവഴി. നാം മുൻപു പരാമർശിച്ച 'ചണ്ഡാലഭിക്ഷുകി'യിൽ മാതംഗിയുടെ 'അകമേ വിപുലമാം പുണ്യ വികാസ'ത്തേക്കുറിച്ചെഴുതുന്നുണ്ട്, ആശാൻ. സ്ത്രൈണാത്മീയതയുടെ സൂക്ഷ്മാർത്ഥവും വ്യാഖ്യാനവുമുണ്ട്, അതിൽ. അകമേ സംഭവിക്കുന്ന പുണ്യവികാസവും വിപുലനവുമാണ് ആത്മീയത. അഗോചരമായ ഒരാത്മീയപുഷ്പത്തിന്റെ വിരിയലാണത്. അത് അവളുടെ ആന്തരികതയിൽ ദൈവസാന്നിധ്യത്തിന്റെ അദൃശ്യ മധുനിറയ്ക്കുകയും മനുഷ്യസ്നേഹത്തിന്റെയും സാമൂഹ്യസേവനത്തിന്റെയും പരിമളമായി അത് പുറത്തേയ്ക്ക് വഴിയുകയും ചെയ്യുന്നു. 'അവികലശോഭവഹിക്കും പൂവേ!' എന്നാണ് ആശാൻ തന്റെ നായികയുടെ സന്ന്യാസിനീത്വത്തിലേയ്ക്കുള്ള പരിണാമത്തിന്റെ പ്രാരംഭമുഹൂർത്തത്തെ മുൻനിർത്തി നൽകുന്ന ആശംസ. സ്ത്രീത്വത്തിന്റെ പൂർണ്ണതയിലാണ് സന്ന്യാസം എന്ന ആത്മീയമാതൃത്വം നിറവേറുക എന്നൊരു ധ്വനി അതിലുണ്ട്. ഈ പരിപൂർണ്ണതയിലേയ്ക്ക് സ്ത്രീകളെയും സ്ത്രീത്വത്തെയും ഉയർത്തുകയായിരുന്നു അച്ചന്റെയും ലക്ഷ്യം.

ആത്മീയതയുടെ സൗരഭം മാത്രമല്ല സന്ന്യാസിനിമാരിലൂടെ സമൂഹമധ്യത്തിലെ ഇതരസ്ത്രീകളിലേയ്ക്കെത്തേണ്ടത്. അവരുടെ ഭൗതികജീവിതവും ഭദ്രമാകണം. അതിനാവശ്യമായ കൈത്തൊഴിലുകൾ ആദ്യം സന്ന്യാസിനിമാരെയും പിന്നീട് അവരിലൂടെ മറ്റു സ്ത്രീകളെയും അഭ്യസിപ്പിക്കുക എന്നതായിരുന്നു അച്ചനാവിഷ്കരിച്ച പദ്ധതി. കൈത്തയ്യലും എംബ്രോയ്ഡറിയും കൊന്തനിർമ്മാണവുമായിരുന്നു ഇത്തരത്തിൽ കൂനമ്മാവിലെ സന്ന്യാസിനിമാർ

അഭ്യസിച്ചതും അവർക്കു ചുറ്റിലുമുള്ള ഇടവകാംഗങ്ങളായ സ്ത്രീകളെ അഭ്യസിപ്പിച്ചതും. ഈ രീതി ഇന്നും തുടരുന്നു. കൊന്തനിർമ്മാണം കൊണ്ട് ഉപജീവനം കണ്ടെത്തുന്ന സ്ത്രീകളനവധിയുണ്ട്, ഇപ്പോഴും കൂനമ്മാവിൽ. ലിയോപോൾഡ് ബെക്കാരോ എന്ന ഇറ്റാലിയൻ മിഷണറിയുടെ പ്രേരണയുമുണ്ടായിരുന്നു അച്ചന്റെയീ ഉദ്യമത്തിനു പിന്നിൽ. അതെന്തായാലും അച്ചൻ നട്ട മറ്റൊരു തേൻമാവായി ആ സഭാവൃക്ഷവും പിന്നീട് പടർന്നു പന്തലിച്ചതായി നമ്മൾ കണ്ടു കഴിഞ്ഞു. സ്ത്രൈണാത്മീയതയേക്കുറിച്ചുള്ള ചർച്ചകൾ കൂടുതൽ സജീവമായ നമ്മുടെ കാലയളവിൽ അച്ചൻ സൃഷ്ടിച്ച കർമ്മലീത്താ സന്ന്യാസിനീ സമൂഹമെന്ന സാലവനവും സവിശേഷ പ്രസക്തി യോടുകൂടി നമ്മുടെ ശ്രദ്ധയിലേയ്ക്കു കടന്നു വരുന്നുണ്ട്. തേൻമാവുകൾ നട്ടുപരിപാലിച്ച കർമ്മയോഗിയായ പുരോഹിതൻ എന്ന രൂപകം ഈ ജീവചരിത്രത്തിലുടനീളം തുടരാനാണ് ഇത് നമ്മെ പ്രേരിപ്പിക്കു ന്നത്. ദൈവത്തിന്റെ മുന്തിരിവനിയിലെ ജോലിക്കാരൻ എന്നൊരു കല്പന വി. വേദപുസ്തകത്തിൽ കാണാം. മുന്തിരിവനികളല്ല, അമൃതരു കുഞ്ജങ്ങളാണ് ചാവറയച്ചൻ സൃഷ്ടിച്ചത്. അവ അനേകർക്ക് താങ്ങും തണലും ഫലവും നൽകി. അത്തരത്തിലൊരു ഫലവൃക്ഷത്തോപ്പിന്റെ സാഫല്യമാകുന്നു സി.എം.സി., സി.റ്റി.സി. സഭകൾ.

●

അധ്യായം പതിനഞ്ച്

ഉപവി

ചാവറയച്ചനെന്ന നന്മമരത്തെയാണ് ഇതുവരെ വിവരിച്ചത്. ധാരാളമായി മധുരഫലങ്ങൾ കായ്ക്കുന്ന ആ തേന്മാവിൽ നിന്നതിർന്ന സവിശേഷമായ രണ്ട് മനുഷ്യ സ്നേഹഫലങ്ങളെക്കുറിച്ചാണ് ഇനി പ്രതിപാദിക്കേണ്ടത്. തന്റെ ജന്മനാടായ കൈനകരിയിലാണ് അച്ചൻ ഈ നന്മമരം നട്ടുവളർത്തിയത്. 'ഉപവിശാല' എന്നും 'നന്മരണക്കൂട്ടായ്മ' എന്നും അതിനുപേരുകൾ. 'ഉപവി' എന്ന വാക്ക്, ക്രിസ്തീയ ജീവിതത്തിന്റെ അടിസ്ഥാനശിലയാണ്. മനുഷ്യസ്നേഹത്തിന്റെ മറുപേരാണത്. പരസ്പരമുള്ള കരുതലാണ് സ്നേഹം എന്ന അനിർവ്വചനീയഭാവത്തിന്റെ ആധാരശ്രുതി. പ്രസിദ്ധമായ ഒരു ഒ.എൻ.വിക്കവിതയിൽ പറയുംപോലെ 'അപരന്റെ ദാഹത്തിനെന്റേതിനെക്കാളു/ മധികമാം കരുതലും കരുണയും കുടിപാർക്കമൊരു വീടെനിക്കുണ്ട്', എന്നതാവണം മനുഷ്യസ്നേഹനിർഭരമായ ഹൃദയമുള്ള ഒരുവൻ/ ഒരുവളുടെ ആത്മഗതം. സ്നേഹം ഒരു വീടാണെന്നതുപോലെ, സ്നേഹത്താൽ പണിയപ്പെടുന്ന വീടുമുണ്ട്. അത് അവനവനുവേണ്ടിയുള്ളതല്ല. അപരനുവേണ്ടി പണിയപ്പെടുമ്പോഴാണ് വീട്, സ്നേഹവീടാകുന്നത്. അത്തരമൊരു സ്നേഹവീടായിരുന്നു ചാവറയച്ചൻ കൈനകരിയിൽ സ്ഥാപിച്ച 'ഉപവിശാല'.

'ഉപവിശാല'യെ നമുക്ക് വേണമെങ്കിൽ 'ഓർഫനേജ്' എന്നോ'ഓൾഡ് ഏജ് ഹോം' എന്നോ പരിഭാഷപ്പെടുത്താം. 'പാലിയേറ്റീവ് കെയർ സെന്ററി'ന്റെ മറ്റൊരു രൂപമായിരുന്നു അച്ചൻ സ്ഥാപിച്ച 'നന്മരണക്കൂട്ടായ്മ'. ആസന്നമരണരെയും രോഗികളെയും അനാഥരെയും പാർപ്പിച്ച് ശുശ്രൂഷിക്കാൻ വേണ്ടിയുള്ള സ്ഥാപനമാണ് ഉപവിശാല. അതിനുവേണ്ട സഹായസഹകരണങ്ങൾ നൽകുന്നതിനുവേണ്ടിയുള്ള കൂട്ടായ്മയാണ് 'നന്മരണക്കൂട്ടായ്മ'. നന്മരണക്കൂട്ടായ്മയുടെ പ്രധാനലക്ഷ്യം ധനസമാഹരണം തന്നെ. ആതുരശുശ്രൂഷയ്ക്കായാണ് ഈ ധനധാന്യങ്ങൾ വിനിയോഗിക്കുക. പള്ളികൾക്കടുത്ത് ഓരോ പെട്ടിവയ്ക്കണം. 'നന്മരണസഹായത്തിനുള്ള

PAULKALLANODE

സംഭാവനപ്പെട്ടി' എന്ന് അതിന്മേലെഴുതിയിരിക്കും. ഇത്തരംപെട്ടികളിൽ ചങ്ങനാശ്ശേരി, ആലപ്പുഴചന്തകളിലും സ്ഥാപിക്കണമെന്ന് അച്ചന്റെ നിർദ്ദേശമുണ്ടായിരുന്നു. കൊയ്ത്തുകാലത്ത് നിസ്സങ്കോചം പാടങ്ങളിൽ ചെന്ന് ഭിക്ഷയെടുക്കേണ്ടതും ഈ കൂട്ടായ്മയുടെ ചുമതലയാണ്. സുമനസ്സുകളിൽ നിന്ന് സംഭാവനകൾ സ്വീകരിക്കുകയും പള്ളിക്കു നൽകപ്പെട്ട 'കെട്ടുതെങ്ങി'ൽ നിന്നുള്ള വരുമാനം ഇതിലേയ്ക്കു വിനിയോഗിക്കുകയുമാവാം. ആസന്നമരണരെ ശാന്തമായി മരണം വരിക്കാൻ സഹായിക്കുക എന്ന ഉദാരമായ സ്നേഹസന്ദേശമാണിതുവഴി അച്ചൻ തന്റെ ജന്മനാട്ടുകാർക്കു നൽകിയത്. ജീവിക്കാൻ വേണ്ട സഹായമെന്നപോലെ മരണസഹായവും നൽകണം നമ്മൾ സഹജീവികൾക്ക്. അപ്പോഴാണ് അവന്റെ/അവളുടെ മരണം നന്മരണമാവുക. അപ്പോഴാണ് അവനും അവളും തന്റെ'സഹോദരന്റെ കാവലാളാ'കുന്നത്. 'അനായാസേന മരണം' എന്ന സങ്കല്പം ഭാരതീയമാണ്. ഈ ഭാരതീയതയെ ക്രിസ്തീയതയുടെ ആത്മാവായ ഉപവിയുമായി സമന്വയിച്ച് ഉപവിശാല തുടങ്ങാനുള്ള നിർദ്ദേശത്തോടൊപ്പം അതിനാവശ്യമായ പ്രായോഗികമാർഗ്ഗനിർദ്ദേശവും നൽകുകയായിരുന്നു അച്ചൻ. ഒരു കത്തിന്റെ രൂപത്തിലാണ് അച്ചൻ ഈ അറിയിപ്പ് പുറപ്പെടുവിച്ചത്. നാട്ടുകാർ അത് പ്രാവർത്തികമാക്കുകയും ചെയ്തു. 'നല്ല സമരിയാക്കാരൻ' എന്ന മാതൃകാബിംബത്തെ സ്വന്തം ജീവിതത്തിൽ പ്രാവർത്തികമാക്കാനുള്ള അസുലഭാവസരമാണ് അതുവഴി ആ കേവലമനുഷ്യർക്കു കൈവന്നത്.

മനുഷ്യസ്നേഹത്തിന്റെയും സേവനത്തിന്റെയും ബഹുവിധമായ ആവിഷ്കാര രൂപങ്ങളായിരുന്നു അച്ചന്റെ ഓരോ പ്രവർത്തനവും. അവയിലൂടെ 'ചാഞ്ഞു തേന്മാവിന്റെ കൊമ്പുകുലകളാൽ' എന്നതുപോലെ ആ സ്നേഹവൃക്ഷം, 'പ്രിയോർ' എന്ന തേന്മാവിന്റെ മനുഷ്യരൂപവുമായി കൂടുതൽ കൂടുതൽ അടുത്തുകൊണ്ടിരുന്നു. തന്റെ ജീവിതാന്ത്യത്തോടടുക്കെ, പരിണതഫലങ്ങൾ മാത്രം നിറഞ്ഞ ഒരു ആത്മാധിപനും ആശ്രമാധിപനുമായി വി. ചാവറ കുരിയാക്കോസ് ഏലിയാസച്ചൻ മാറി.

●

അധ്യായം പതിനാറ്

വിരാമതിലം

ചാവറയച്ചൻ എന്ന കർമ്മസൂര്യന്റെ ജീവിതമധ്യാഹ്നത്തിന്റെ ദീപ്തവിനാഴികകളെയാണ് ഇതുവരെ വിവരിച്ചത്. ബഹു ക്രിയാജടിലമായ ജീവിതത്തിന്റെ 'വിരാമതിലക'മാണ് മരണമെന്ന് മഹാകവി കുമാരനാശാൻ. ഏതു ജീവിതത്തിനും അനിവാര്യമാണ് ഈ വിരാമതിലകം. ജീവിതം കർമ്മോത്സുകമാകുന്നതിനുസരിച്ച് വിരാമതിലകത്തിന്റെ കാന്തിയും മിഴിവും ആകാരത്തികവും വർധി ക്കുകയും ചെയ്യും. ഇത്തരത്തിൽ ജീവിതത്തിലെന്നപോലെ മരണ ത്തിലും അഭിജാതമായ കുലീനതപുലർത്താനായി ചാവറയച്ചന്. ഇതിഹാസകാവ്യമായ മഹാഭാരതത്തിൽ ശരശയ്യയിൽ മരണകാ ലമായ ഉത്തരായണകാലം കാത്തുകിടന്ന ഭീഷ്മപിതാമഹനെക്കുറിച്ച പറയുന്നുണ്ട്. 'മുക്തിയാം നാരി വരുന്നതും പാർത്ത്' എന്നാണ് ഈ സന്ദർഭത്തെ എഴുത്തച്ഛൻ ഭാഷപ്പെടുത്തിയിരിക്കുന്നത്. രോഗം ഒരു മുൾമെത്തയാണെങ്കിലും ആ മുൾമെത്തയെപ്പോലും പുഷ്പശയ്യയാക്കി മാറ്റുന്ന ആത്മീയമായ ഉൾക്കരുത്ത് പ്രിയോരച്ചനുണ്ടായിരുന്നു. ആസന്നമരണന്റെ മരണാഭിമുഖീകരണംപോലെ തീക്ഷ്ണവും ദീപ്തവു മായ ഒരു ജീവിതമുഹൂർത്തമില്ല. അപ്പോഴാണ് ആ വ്യക്തിയിലെ ജീവചൈതന്യം ആന്തിക്കത്തുക. ആ ആന്തലിൽ ആധിയുടെയോ മരണഭയത്തിന്റെയോ നേരിയ നിഴൽപോലുമില്ലെങ്കിൽ ആത്മീയപ്ര ഭയോടുകൂടിയ അപൂർവ്വജ്വലനമായി അതു മാറും. ശാന്തനിശ്ചലമായ ഏകാഗ്രനാളത്തിന്റെ സൗമ്യപ്രഭയായിരിക്കും അത്. ധ്യാനസ്ഥന്റെ സമാധിയെ വിവരിക്കുമ്പോൾ കാളിദാസൻ ഉപയോഗിക്കുന്ന ഒരു കല്പനയുണ്ട്, 'കുമാരസംഭവ'ത്തിൽ.'നിവാത നിഷ്കമ്പ ഇവ പ്രദീപ' എന്നാണ് ആ കാളിദാസകല്പന.'കാറ്റിൽപ്പെടാ ദീപവുമെന്നപോലെ' എന്ന് ഏ.ആറിന്റെ പരിഭാഷ. ആ ദീപനാളത്തിന്റെ ശാന്തജ്വലന ത്തെയും അനുക്രമമായ അണഞ്ഞുപോകലിനെയുമാണാവിഷ്കരി ച്ചത്, ചാവറയച്ചൻ. തന്റെ അവസാന നാളുകളിൽ കൂനമ്മാവിലെ സന്ന്യാസിനീ മഠത്തിന്റെ സ്ഥാപകച്ചെലവുകൾക്കായി സംഭാവന

പിരിക്കുന്നതിനും മറ്റും നിരന്തരയാത്രകൾ നടത്തിവരവേ, 1866 -ൽ അച്ചനെ ഒരു കടുത്ത വാതപ്പനിപിടികൂടി. രണ്ടുദിവസം അബോധാവസ്ഥയിൽക്കിടന്ന അച്ചൻ, ക്രമേണ ജീവിതത്തിലേയ്ക്കു തിരിച്ചു വരികയും വീണ്ടും കർമ്മനിരതനായി തുടരുകയും ചെയ്തു. എന്നാൽ മരണം അധികദൂരത്തല്ലാതെ തന്നെ കാത്തിരിക്കുന്നു എന്ന വിചാരം, ഇതോടെ, അച്ചനെ ബാധിച്ചു. വരനെ കാത്തിരിക്കുന്ന വധുവിന്റെ മധുരോദാരമായ ഉത്ക്കണ്ഠപോലൊന്നായിരുന്നു അത്. ടാഗോറിന്റെ വിശ്വപ്രസിദ്ധമായ 'ഗീതാഞ്ജലി'ക്കൊട്ടുവിൽ ആ വിശ്വമഹാകവി മരണത്തെക്കുറിച്ചെഴുതിയിട്ടുണ്ട്. 'ഞാൻ വരന്റെ വേഷമണിയും എന്റെ കഴുത്തിൽ വരണമാലയും കാണും' എന്നാണ് ആ കവിതകളിലൊന്നിൽ മരണം എന്ന സ്വയംവരത്തെ ടാഗോർ വിവരിച്ചിരിക്കുന്നത്. ('വരണം വരൻ മാത്രമാസന്നമായ്പ്പോയിവരണം' എന്ന് മഹാകവി ജി. ശങ്കരക്കുറുപ്പ്) മരണത്തിന്റെ സവിധത്തിൽ നിറകുടമെന്നോണം തന്റെ ധന്യജീവിതം താൻ സമർപ്പിക്കുമെന്നും ടാഗോർ. 'വെളിച്ചത്തിന്റെ സമുദ്രത്തിൽ വിരിയുന്ന താമരയുടെ അജ്ഞാതമധുതാൻ നുകർന്നു' എന്നും ഒരു ഗീതാഞ്ജലി ഗീതത്തിൽ ടാഗോർ എഴുതുന്നുണ്ട് ഇത്തരത്തിൽ സ്വച്ഛവും ധന്യവും പൂർണ്ണവുമായിരുന്നു. വി. ചാവറ കുരിയാക്കോസ് ഏലിയാസച്ചന്റെ മരണാഭിമുഖീകരണം. വലേരിയനച്ചന്റെ ജീവചരിത്രത്തിൽ ചാവറയച്ചന്റെ ജീവിതാവസനത്തോടടുത്ത സംഭവങ്ങൾ വിവരിച്ചിരിക്കുന്നത് 'ഭാഗ്യമരണം' എന്ന ശീർഷകത്തിനു താഴെയാണ്. ചാവറയച്ചന്റെ 'ആത്മാനുതാപം' എന്ന കാവ്യത്തിലെ ചില വരികളും അച്ചൻ ഉദ്ധരിക്കുന്നുണ്ട്. ദൈവദർശനദാഹത്താൽ തപിക്കുന്നമാനവാത്മാവിന്റെ പ്രാർത്ഥനയാണ് ആ കാവ്യഖണ്ഡത്തിൽ. ഇങ്ങനെയാണ് ആ ഉദ്ധരണിയുടെ അവസാനത്തിലുള്ള ഈരടി-

ശോഭിച്ചതിരുമുഖം നോക്കുന്ന നേരത്തിങ്കൽ
താപത്തിന്നല്ല സ്നേഹം ശോഭിച്ചു വിളങ്ങുന്നു

താപമല്ല, ദൈവസ്നേഹമാണ് ആസന്നമരണനായ പുണ്യാത്മാവിന്റെ അടിസ്ഥാനഭാവം. വലേരിയനച്ചൻ തുടർന്നു നൽകുന്ന വിവരണം തുടങ്ങുന്നതിങ്ങനെ- 'നമ്മുടെ കഥാനായകന്റെ സ്നേഹകുംഭം നിറഞ്ഞ് കവിഞ്ഞു കഴിഞ്ഞിരിക്കുന്നു. സ്നേഹഭാജനമായ ദൈവത്തെ അഭിമുഖമായി കണ്ടാനന്ദിച്ചല്ലാതെ ഈ സ്നേഹം സംതൃപ്തമാകയില്ല. അതിനാൽ "ഇനി നിന്റെ ശുശ്രൂഷിയെ സമാധാനത്തിൽ വിട്ടയയ്ക്കുക" എന്ന് കഴിഞ്ഞ അധ്യായത്തിൽ മെത്രോപ്പലീത്തയോട് അദ്ദേഹം പ്രസ്താവിച്ചപോലെ തന്റെ അന്ത്യനിമിഷത്തെ അത്യാശയോടെ

പ്രതീക്ഷിച്ചുകൊണ്ട് ഓരോ നിമിഷങ്ങളും കടത്തിവിട്ടിരുന്നു' ഇവിടെ 'നിറഞ്ഞുകവിയുന്ന സ്നേഹകുംഭം' എന്ന കല്പന എത്രമാത്രം ഭാവോജ്ജ്വലമായിരിക്കുന്നു എന്നു നോക്കുക. മിസ്റ്റിക് കാവ്യങ്ങളിൽ കാണപ്പെടുന്ന തരത്തിലുള്ള ഒരപൂർവ്വബിംബമാണത്. നിറഞ്ഞുവഴിയുന്ന സ്നേഹഭാജനവുമായി ഭക്തൻ, ദൈവം എന്ന സ്നേഹസാഗരതീരത്തു നിൽക്കുന്നു. സാഗരവുമായി ഏകീഭവിക്കാതെ ഇനി അതിന് ശാന്തതയോ സംതൃപ്തിയോ കൈവരില്ല. മരണവും ദൈവാനുഭവവും തമ്മിൽ അപൂർവ്വമായൊരു അദ്വൈതസങ്കലനം സംഭവിച്ചിരിക്കുന്നു. മരണം ഈശ്വരസായുജ്യംപോലെ ഒരു മധുരാനുഭവമായി മാറിയിരിക്കുന്നു. ഈയൊരു അസാധാരണ മാനസിക നിലയെയാണ് വലേരിയനച്ചൻ, പ്രിയോരച്ചന്റെ ഉള്ളു കണ്ടെഴുതിയതുപോലെ ഇവിടെ വിവരിച്ചിരിക്കുന്നത്. അസഹ്യമായ ദേഹപീഡകളുടെ നടുവിലും ചാവറയച്ചൻ എങ്ങനെ നിറഞ്ഞുവഴിയുന്ന ഒരു സ്നേഹകുംഭമായി സ്വയം പരിണമിച്ചുവെന്നാണ് ഇനി നമുക്ക് കാണേണ്ടത്.

വരാപ്പുഴ മെത്രാനായിരുന്ന ലിയൊണാർഡ് ലൂയിസ് വത്തിക്കാൻ സന്ദർശനത്തിനു പുറപ്പെടുകയും സഹചാരനായി ലിയോപ്പോൾഡ് മിഷനറിയെ കൂടെക്കൂട്ടുകയും ചെയ്തത് 1869 ഓഗസ്റ്റ് മാസത്തിലായിരുന്നു. ഇരുവരുമായും ചാവറയച്ചന് ആത്മീയസൗഹാർദ്ദമുണ്ടായിരുന്നു. യാത്രപുറപ്പെടും മുൻപ് പ്രിയോരച്ചന്റെ ആഗ്രഹവും ക്ഷണവുമനുസരിച്ച് മെത്രാൻ കൂനമ്മാവിൽ വരികയും പ്രിയോർ അദ്ദേഹത്തിന് ഒരു മംഗളപത്രം സമർപ്പിക്കുകയും ചെയ്തു. യാത്രപുറപ്പെടുന്ന വൈദികശ്രേഷ്ഠന്മാരെ പിരിയുന്നതിലുള്ള വ്യസനം പ്രകാശിപ്പിക്കുന്നതായിരുന്നു ആ മംഗളപത്രത്തിലെ വാക്യങ്ങൾ. മെത്രാനച്ചൻ, യാത്രയുടെ അനിവാര്യതയെപ്പറ്റിപറഞ്ഞ് ചാവറയച്ചനെ ആശ്വസിപ്പിച്ചപ്പോൾ അദ്ദേഹം, പൊടുന്നനേ കീശയിൽ കരുതിയിരുന്ന കടലാസ് പുറത്തെടുത്ത് അതിലെഴുതിയിരുന്ന ഒരു കവിത വായിച്ചു. കവിതയുടെ സാരാംശം, വലേരിയച്ചന്റെ വാക്കുകളിൽ ഇങ്ങനെയായിരുന്നു- 'ദിനചര്യകൾ നടത്തുന്നതിനുപോലും വശഹീനനായ എന്റെ മേൽ ഇത്ര വലുതായ ഭാരം ചുമത്തുന്നത് വലിയ സങ്കടമാണ്; എന്റെ മരണസമയത്ത് എന്നെ സഹായിക്കുമെന്ന് കരുതിയിരുന്ന ജ്ഞാനപിതാവിനെക്കൂടെയും കൊണ്ടുപോകുന്നത് അത്യന്തം ദുഃഖമാകുന്നു.' മെത്രാനച്ചന്റെ അസാന്നിധ്യത്തിൽ അദ്ദേഹത്തിന്റെ ജോലികൾ കൂടി പ്രിയോരച്ചനെ ചുമതലപ്പെടുത്തിയിരുന്നു. ഇതിനേക്കുറിച്ചുള്ള പരാമർശത്തേക്കാൾ ഈ കവിതയെ ശ്രദ്ധേയമാക്കുന്നത് അതിൽ വീണുകിടക്കുന്ന മൃത്യുബോധത്തിന്റെ നിഴലുകളാകുന്നു. തന്റെ മരണം

മുൻകൂട്ടി കാണുവാനുള്ള ജ്ഞാനചക്ഷുസ്സ് സ്വായത്തമായിരുന്നോ ചാവറയച്ചന്, എന്ന് സന്ദേഹിക്കേണ്ടിയിരിക്കുന്നു.

തന്റെ വൈദിക ജീവിതത്തിലെ പ്രധാനചര്യകളിലൊന്നായിരുന്ന ജ്ഞാനസാധനയിലേയ്ക്ക് കൂടുതലായി ശ്രദ്ധ തിരിക്കുകയാണ് പിന്നീടുള്ള ദിവസങ്ങളിൽ അച്ചൻ ചെയ്തത്. ജെറാർദച്ചൻ യുവതാപസൻമാർക്ക് വായിച്ചു കേൾപ്പിച്ചിരുന്ന ഇറ്റാലിയൻ ചരിത്രപുസ്തകങ്ങളുടെ പാരായണം കേട്ടിരിക്കാൻ, അതോടെ പ്രിയോറച്ചനും വന്നിരിക്കുക പതിവായി. ഇറ്റാലിയൻ ഭാഷയിൽ പരിജ്ഞാനമുണ്ടായിരുന്ന 'യൗസേപ്പേലിയ' എന്ന ശെമ്മാശ്ശനിൽ നിന്ന് ആ ഭാഷയുടെ പാഠങ്ങൾ ഗ്രഹിക്കുന്നതും അച്ചന്റെ പതിവായിത്തീർന്നു. ആ വർഷത്തെ അമലോത്ഭവത്തിരുനാൾ പ്രിയോരച്ചന്റെ പ്രത്യേക ഉത്സാഹത്തിൽ, പൂർവ്വാധികം ഭംഗിയായി കൊണ്ടാടിയതായും ആ അവസരത്തിൽ അമലോത്ഭവത്തെക്കുറിച്ച് അദ്ദേഹം സുദീർഘമായി സംസാരിച്ചതായും പറയപ്പെടുന്നു.

ലാറ്റിൻപഠനം തന്നെയായിരുന്നു ഈ കാലയളവിൽ അച്ചന്റെ മേധയെ മുഖ്യമായും മഥിച്ചിരുന്നത്. ആ ഭാഷയിലെഴുതപ്പെട്ട പുണ്യവാളന്മാരുടെ ജീവിതാഖ്യാനങ്ങൾ വായിച്ചറിയുക എന്നതായിരുന്നു ഈ ഭാഷാധ്യയനത്തിന്നു പിന്നിലെ പ്രേരകശക്തി. ആ ജ്ഞാനതൃഷ്ണ, പക്ഷേ, അവിചാരിതമായ മറ്റൊരു പതനത്തിലേയ്ക്കാണ് അച്ചനെ കൊണ്ടുചെന്നെത്തിച്ചത്. നിരന്തരമായ വായന അച്ചനെ ഒരു നേത്രരോഗിയാക്കി മാറ്റി. ഈ വിവരം മാന്നാനത്തറിഞ്ഞപ്പോൾ പ്രിയോരച്ചന്റെ അനന്തിരവനായ യൗസേപ്പച്ചൻ തന്റെ ശിഷ്യനും കണ്ണു വൈദ്യനുമായ കുടമാളൂർ മുട്ടത്തുപാടത്തു വർക്കി ശെമ്മാശ്ശനെയും കൂട്ടി കൂനൻമ്മാവിലെത്തി അവിടെ താമസിച്ച് അച്ചനെ പരിചരിച്ചു. മാന്നാനത്തു കൊണ്ടുപോയി അദ്ദേഹത്തെ ചികിത്സിക്കുന്നതിനും ശ്രമമുണ്ടായി. എന്നാൽ മെത്രാനച്ചൻ തന്നെ ഭാരമേൽപ്പിച്ചു പോയ കാര്യങ്ങൾ വിട്ടെറിഞ്ഞ് മാന്നാനത്തേയ്ക്ക് പോകാൻ വിസമ്മതിക്കുകയായിരുന്നു ആ ജ്ഞാനതപസ്വി.

പിന്നീട് ഒരു ഈഴപ്പൻ വൈദ്യനായിരുന്നു അച്ചനെ ചികിത്സിച്ചത്. കണ്ണിൽ അട്ടയെ ഇട്ടുകൊണ്ടുള്ള ആ ചികിത്സയിൽ പലർക്കും വെറുപ്പു തോന്നി. ചികിത്സയാകട്ടെ ഫലപ്രദമായതുമില്ല. അങ്ങനെ ഈഴപ്പൻ വൈദ്യൻ മടങ്ങിപ്പോയി. എറണാകുളത്തുനിന്നു വന്ന ഡോ. ഗെഡ്രുവായിരുന്നു പിന്നീട് അച്ചനെ പരിചരിച്ചത്. ആ ചികിത്സ ഫലം കണ്ടു; അച്ചന്റെ കാഴ്ച ശക്തി വീണ്ടുകിട്ടി.

ഈ കാലയളവിലെ അച്ചന്റെ ജീവിതചര്യയെക്കുറിച്ച് ഫാ.

വലേറിയൻ നൽകുന്ന വിവരണം ഇപ്രകാരമാണ്.

'കൂനമ്മാവുകൊവേന്തപ്പറമ്പിൽ കൊവേന്തയ്ക്കു കിഴക്കുവിശത്തുണ്ടായിരുന്ന ചെറിയ ബംഗ്ലാവിലാണ് പാർത്തിരുന്നത്. സുഖത്തിനു കൂടെക്കൂടെ ഉപകരിക്കുമെന്ന വിചാരത്താൽ പ്രൊ. വികാരി അപ്പോസ്തലിക്കായും മറ്റും നിർബ്ബന്ധിച്ചതുകൊണ്ടാണ് അവിടെ താമസിച്ചത്. ദീനത്തിൽ കിടന്നിരുന്നപ്പോഴും ധ്യാനം മുതലായ കൊവേന്തക്കടുത്ത ജ്ഞാനാഭ്യാസങ്ങൾ ഒക്കയും ശരിയായി അനുസരിച്ചു വന്നിരുന്നു. കാനോനനമസ്കാരം പുസ്തകത്തിൽ നോക്കിച്ചൊല്ലുവാൻ പാടില്ലാതിരുന്നുവെങ്കിലും മസ്മോറകളും മറ്റും തനിക്ക് മനഃപാഠമായിരുന്നതിനാൽ ശേഷം പേരുടെ സഹായത്തോടുകൂടെ പതിവായിട്ട് ജപിച്ചുവന്നിരുന്നു. എന്നാൽ അത് ദീനം വർധിക്കുന്നതിന് കാരണമാകുമെന്ന് പ്രൊ. വികാരി അപ്പസതോലിക്കാ കരുതി അതിനെ മുടക്കുകയും പകരം ഏതാനും 'ആകാശങ്ങളിലിരിക്കുന്ന' നമസ്കാരം ചൊല്ലിയാൽ മതിയെന്ന് ആജ്ഞാപിക്കുകയും ചെയ്തു. ജ്ഞാനപുസ്തകങ്ങളും പ്രത്യേകമായി പുണ്യവാന്മാരുടെ ചരിത്രങ്ങളും തന്റെ മക്കളായ സന്ന്യാസികളെക്കൊണ്ട് എപ്പോഴും വായിപ്പിച്ചു കേട്ടിരുന്നു. വിശേഷിച്ച് നൽമരണായത്തപുസ്തകത്തിലെ പല ജപങ്ങളും വായിപ്പിക്കയും താൻ കൂടി ചൊല്ലുകയും ചെയ്തിരുന്നു. പാട്ടുപോലെ അടുക്കലടുക്കൽ ശുദ്ധകുർബ്ബാന ഉൾക്കൊണ്ടിരുന്നു. തന്നെ കാണുവാൻ ചെല്ലുന്ന സകലരോടും വളരെ നന്ദിയോടും സ്നേഹത്തോടും കൂടെ സംസാരിക്കയും ഓരോരുത്തന്റെയും സ്ഥിതിക്കനുസരണമായ സൽബുദ്ധികൾ പറഞ്ഞു കൊടുക്കയും ചെയ്തിരുന്നു. കണ്ണിന് അധികം വേദന ഉണ്ടായിരുന്നെങ്കിലും കാഴ്ചക്കുറവുണ്ടായിരുന്നില്ല; തന്മൂലം തന്റെ സമീപത്തു വച്ചിരുന്ന തിരുക്കുടുംബത്തിന്റെ രൂപത്തെ കൂടെക്കൂടെ നോക്കുകയും ഓരോ സുകൃതജപങ്ങൾ ചൊല്ലുകയും ചെയ്തിരുന്നു. ദീനത്തെക്കുറിച്ചോ ശുശ്രൂഷകളെക്കുറിച്ചോ ഒരിക്കലും സങ്കടം പറഞ്ഞിരുന്നില്ല. തന്നെ കാണുവാൻ ചെന്നിരുന്നവരെയൊക്കെയും സന്തോഷിപ്പിക്കുന്നതിനുള്ള ഒരു വിശേഷ സാമർത്ഥ്യം ഇദ്ദേഹത്തിനുണ്ടായിരുന്നു.' വാസ്തവത്തിൽ 'ചരമ വത്സരം' എന്ന കൃതിയിൽ നിന്നൊരു ഭാഗം എടുത്തെഴുതുക മാത്രമായിരുന്നു ഫാ. വലേരിയൻ. അച്ചന്റെ സ്വഭാവ വൈശിഷ്ട്യത്തിനടിവരയിടുന്നതാണ് ഈ ഗദ്യഖണ്ഡത്തിലെ ഓരോ വാക്യവും. അച്ചന്റെ മതനിഷ്ഠ, സഹിഷ്ണുത നിസ്വാർത്ഥത എന്നിവയാണാഗുണങ്ങൾ. 1870 വർഷാവസാനത്തോടടുത്ത് ലിയോപ്പോൾദ് മൂപ്പച്ചൻ റോമിൽ നിന്നു മടങ്ങിയെത്തി. ഊഷ്മളമായിരുന്നു അവരുടെ പുന: സമാഗമം. ലിയോപ്പോൾദച്ചൻ റോമിൽ നിന്നു കൊണ്ടു വന്ന

പലവിധസാധനസാമഗ്രികൾ നിരത്തിവെച്ചിട്ട്, അച്ചന് ഇതിൽ എന്തുവേണമെങ്കിലും എടുത്തുകൊള്ളാൻ പറഞ്ഞപ്പോൾ അച്ചൻ കൊടുത്ത മറുപടി ഇപ്രകാരമായിരുന്നു. 'എനിക്ക് അച്ചനെ തിരിച്ചുവന്നു കാണാൻ കഴിഞ്ഞതിനാൽത്തന്നെ സന്തോഷമായി. ഇതിൽ കവിഞ്ഞ യാതൊന്നും എനിക്കു വേണ്ട!' ഇതു പറഞ്ഞിട്ട് ഒരു കുല മുന്തിരി മാത്രം അച്ചൻ ആ ഉപഹാരങ്ങളുടെ കൂട്ടത്തിൽ നിന്നെടുത്തു. ആ മുന്തിരിക്ക് കണ്ണീരുറഞ്ഞ്, മധുരക്കനിയായി മാറിയ നിസ്വാർത്ഥതയുടെയും കറകളഞ്ഞ സ്നേഹ- സൗഹൃദ-ഭക്തി-ബഹുമാനങ്ങളുടെയും അനന്യമായ ആത്മീയലഹരിയായിരുന്നിരിക്കണം. മനുഷ്യപാരസ്പര്യത്തിന്റെ ഒരപൂർവ്വസുന്ദരനിമിഷമായി ആ സമാഗമമുഹൂർത്തം ചാവറയച്ചൻ ജീവചരിത്രത്തിൽ സ്ഥാനപ്പെടുന്നു. മൂപ്പച്ചൻ മടങ്ങിയെത്തിയതോടെ അച്ചൻ ഒരു ഭാരമൊഴിഞ്ഞതുപോലെ സ്വാസ്ഥ്യമടഞ്ഞു. ഇനി തന്റെ പരലോകയാത്ര ഏതു വിധേനയും ഏതു നേരവും ആകാം എന്ന സന്നദ്ധത കൂടി ഉൾച്ചേർന്നിരുന്നു ആ പ്രശാന്തതയിൽ എന്ന് പ്രിയോരച്ചന്റെ ജീവചരിത്രകാരന്മാർ രേഖപ്പെടുത്തുന്നു. മറുതീരമണഞ്ഞ കേവഞ്ചിയിൽ നിന്ന് ഭാരിച്ച വസ്തുക്കൾ എടുത്തു മാറ്റുന്നതുപോലെയായിരുന്നു അത്. അങ്ങനെ ഭാരമൊഴിഞ്ഞ തോണി അജ്ഞാതമായ മറുതീരത്തേയ്ക്കു തനിച്ച്, മടക്കയാത്രയ്ക്കൊരുങ്ങുന്നു. ആ തോണിക്ക് സമാനമായ മാനസികാവസ്ഥയിലും ജീവിതാവസ്ഥയിലുമായിരുന്നു അപ്പോൾ പ്രിയോരച്ചൻ. ഇക്കരെയ്ക്ക് കെട്ടിയിട്ട തോണിയിൽ അക്കരെനിന്ന് ചില സൂക്ഷ്മസന്ദേശങ്ങൾ വന്നലച്ചു തുടങ്ങുന്നു. അതോടെ തോണിയുടെ കെട്ടഴിഞ്ഞു തുടങ്ങുകയും അത് ക്രമേണ മറുതീരത്തേയ്ക്ക്, സായാഹ്നച്ഛവിയിൽ തോണിക്കാരനില്ലാതെ ഒഴുകിത്തുടങ്ങുകയും ചെയ്യുന്നു. ഇത്തരത്തിൽ വരയാം വേണമെങ്കിൽ വി. ചാവറയച്ചന്റെ പരലോകയാത്രാരംഭത്തെ.

രോഗിക്ക് സൗഖ്യം കിട്ടുമെന്ന പ്രതീക്ഷയാൽ അമ്പഴക്കാട്ടേയ്ക്ക് കൊണ്ടുപോയെങ്കിലും ഡിസംബർ മാസമായതിനാലും വടക്കൻ ശീതക്കാറ്റിന്റെ ഉപദ്രവം അസഹ്യമായതിനാലും അച്ചനെ വീണ്ടും കൂനമ്മാവിലേയ്ക്ക് തന്നെ മടക്കിക്കൊണ്ടുവന്നു. അച്ചന്റെ വിയോഗം സുനിശ്ചിതമായിത്തീർന്ന ദിനങ്ങളായിരുന്നു അവ. അച്ചനും ആ അനിവാര്യതയെ അനതിവിദൂരമായ സംഭാവ്യതയായി മുന്നിൽ കാണുന്നുണ്ടായിരുന്നു. അന്ന് അച്ചന്റെ മുറിക്കു മുന്നിൽ 'ഇവിടേയ്ക്കു വരുന്നവർ അധ്യാത്മിക കാര്യങ്ങൾ മാത്രമേ സംസാരിക്കാവൂ' എന്നൊരറിയിപ്പു പതിച്ചിരുന്നു എന്ന് വലേറിയനച്ചനെപ്പോലുള്ള

ടാഗോർ

ജീവചരിത്രകാരന്മാർ രേഖപ്പെടുത്തുന്നു. തന്റെ സ്വർഗ്ഗീയമണവാള നുമായുള്ള സ്വകാര്യസല്ലാപമൊഴികെ മറ്റെല്ലാം അരോചകമായി മാറുന്ന ഗാഢമായ പ്രണയാവസ്ഥയാണത്. ശരീരക്ലേശവും ശരീ രനാശത്തിന്റെ ആസന്നതയുമൊന്നും ആ ഏകാന്തസംഭാഷണ ത്തിന് തടസ്സമാകുന്നില്ല. ടാഗോറിന്റെ 'ഗീതാഞ്ജലി'യിൽ തന്നെ ഇത്തരമൊരു ഗീതമുണ്ട്. 'പകലിന്റെ പങ്കപ്പാടുകൾ കഴിഞ്ഞ്, ഇനി എന്റെ ദൈവമേ, നിന്റെ പ്രിയദർശനമായ മുഖം നോക്കിയിരുന്ന് നിന്റെ ഇഷ്ടഗാനങ്ങൾ ആലപിക്കാൻ കാലമായി' എന്നു പറയുന്ന ഗീതമാണത്

'നിന്റെ തിരുമുഖം നോക്കിയിരുന്ന് നീരവശാന്തമായ
ആത്മനിവേദനഗാനമാലപിക്കട്ടെഞാനിനി'

എന്നവസാനിക്കുന്നു, ഗീതാഞ്ജലിയിലെ അഞ്ചാമത്തേതായ ആ ഗീതം. ഇതേ ധ്യാനസ്വരം അച്ചന്റെ 'ആത്മാനുതാപ' ത്തിലൊ രിടത്തും നമുക്കു കേൾക്കാം-

'നിന്നുടെ തിരുമേനി, സുന്ദര തിരുമുഖം
മിന്നുന്ന നയനങ്ങൾ, ശോഭിതതിരുനാസി,
ചുവന്നൊരധരങ്ങൾ, ശംഖുവൽ ദന്തങ്ങളും,

ചുണ്ടിൽ നിന്നൊഴുകുന്ന തേൻതുള്ളി സ്വരങ്ങളും
പാർക്കുവാൻ കൊതിക്കുന്നു, കേൾക്കുവാനാശിക്കുന്നു,,
പാർത്തുസൂക്ഷിപ്പാൻ നേത്രം യോഗ്യമിലല്ലയ്യോനാഥാ!

സ്നേഹാഗ്നി നീയെന്നതും നിന്നുടെ ദയാനിധി
ദാഹിച്ചു കൊതിക്കുന്നേൻ മമപാപം തടവിതൊ?
എങ്കിലും സർവ്വേശ്വരാ, നിന്നുടെ തിരുക്കൺകൾ
ശങ്കയെ നീക്കിടുന്നു എന്നു ഞാൻ സ്മരിക്കുന്നു.
ശോഭിച്ച തിരുമുഖം നോക്കുന്ന നേരത്തിങ്കൽ
താപത്തിന്നല്ല സ്നേഹം ശോഭിച്ചു വിളങ്ങുന്നു.!

എത്ര മനോഹരമായ കാവ്യ പ്രവാഹമാണിത്.

'മിസ്റ്റിക് കവിതകളുടെ ഗോത്രത്തിൽ ഈ കാവ്യഖണ്ഡത്തിനും മിസ്റ്റിക് കവികളുടെ ഗണകല്പനയിൽ ചാവറയച്ചനും ഇടം നേടിക്കൊടുക്കുന്ന കാവ്യോദ്ഗമമാണിത്. ഈ ധ്യാനസൂക്തങ്ങൾ ഇടതടവില്ലാതെ ഉരുക്കഴിച്ചു കാണും, നീരവശാന്തമായ ആത്മഭാഷണത്തിന്റെ സ്വകാര്യതയിൽ ആ പുണ്യ പാദന്റെ അന്തഃരംഗം.

ചാവറയച്ചന്റെ ചരമസന്ദർഭത്തെയാണ് ഇനി വിവരിക്കേണ്ടത്. സ്വാഭാവികമായും ഒരു ജീവചരിത്രകാരന്റെ പേനയിൽ കണ്ണീരിന്റെ ചവർപ്പുനിറയുകയും എഴുതിവന്നിരുന്ന ദൃഢാക്ഷരങ്ങൾ ഇടറുകയും ചെയ്യുന്ന വേളയാണിത്. എങ്കിലും ആ അനിവാര്യ ഋതുവിലൂടെയും നമുക്ക് കടന്നുപോകേണ്ടിയിരിക്കുന്നു. ആ മ്ലാനദിനത്തിന്റെ വിവരണം ഫാ. വലേരിയന്റെ വാക്കുകളിൽ ഇങ്ങനെ- '1871 മകരം രണ്ടാം തീയതി പതിവുപോലെകാലത്ത് തന്റെ പതിവുകാരനായ കുമ്പസാരക്കാരനോട് കുമ്പസാരിച്ച് വിശേഷമായ ഒരുക്കത്തോടെ ശുദ്ധകർബ്ബാന ഉൾക്കൊണ്ടു. അന്നുച്ച കഴി ഞ്ഞ് പതിവില്ലാത്തതുപോലെ ഒരു ഓക്കാനവും ഛർദ്ദിയും തുടങ്ങി. ബ്രദർ നിക്കോലാപോസ് ഓക്കാനം നിർത്തുന്നതിന് പല പോം വഴികൾ പ്രയോഗിച്ചിട്ടും ഒരാശ്വാസമുണ്ടായില്ല. ലെയോപ്പോൾ ദ് മിഷനറിയുടനേ കന്യാസ്ത്രീകൾക്ക് ഇങ്ങനെയെഴുതി-'പ്രി യമക്കളേ, പ്രിയോരച്ചന് പെരുത്ത് യോഗ്യംപോലെയിരിക്കുന്നു. അപേക്ഷിക്കുള. ഇപ്പോൾ നിങ്ങളെല്ലാവരും കപ്പേളയിൽച്ചെന്ന് അരമണിനേരം പ്രിയോരച്ചനു വേണ്ടി അപേക്ഷിക്കുള' ഈ വർത്തമാനം കേട്ടപ്പോൾ ദൈവതിരുമനസ്സിന് കീഴ്വഴങ്ങി എങ്കിലും നമ്മുടെ ഈ പ്രിയ പിതാവിന് ദൈവം തിരുമനസ്സാവുന്നെങ്കിൽ സൗഖ്യവും സ്വസ്ഥതയും കൊടുത്തരുളുവാൻ എല്ലാവരും കണ്ണുനീരുകളോടുകൂടെ വളരെ അപേക്ഷിച്ചു.'

ഒടുക്കത്തെ 'ഒപ്രുശ്രുമാ' തരണമെന്ന് പ്രിയോരച്ചൻ തന്നെ ആവശ്യപ്പെട്ടുകയായി പിന്നെ. അതാരു ചെയ്യണമെന്ന സന്ദേഹമുദിച്ചു അച്ചന്മാർക്കിടയിൽ. ലെയോപ്പോൾദ് മൂപ്പച്ചൻ തന്നെയാണ് അതിനധികാരി എന്ന പ്രിയോരച്ചൻ അറിയിച്ചു. എന്നാൽ തനിക്കതിനു ശേഷിയില്ലെന്നു പറഞ്ഞ് കണ്ണീരോടെ പ്രാർത്ഥിച്ച്, തളർന്നു കിടക്കുകയായിരുന്നു അപ്പോൾ മൂപ്പച്ചൻ(ഹൃദയബന്ധത്തിന്റെ മറ്റൊരനർഘനിമിഷം!) അന്നത്തെ കൂനമ്മാവു കൊവേന്താവികാരിയായിരുന്ന വി. യോഹന്നാൻ ക്രൂസിന്റെ യൗസേപ്പച്ചനാണ് ഒടുവിൽ ആ ദിവ്യ ദൗത്യം നിറവേറ്റിയത്. അന്ന് കൂനമ്മാവ് കൊവേന്തയിലുണ്ടായിരുന്ന പ്രിയോരച്ചന്റെ പ്രിയമക്കളെല്ലാവരും ഈ പുണ്യശ്ലോകനായ അപ്പന്റെ ചാവരുൾ കേൾക്കുന്നതിനായി ചരമശയ്യക്കു ചുറ്റും മുട്ടുകുത്തി നിന്നു. വിലാപമുഖരിതമായ ആ അന്തരീക്ഷത്തിൽ ആസന്നമരണനായ അച്ചൻ തന്റെ അന്തിമ വചസ്സുകൾ ഉച്ചരിച്ചു-

'നിങ്ങൾ എന്തിനു ദുഃഖിക്കുന്നു. മനുഷ്യൻ ആരുതന്നെ ആയാ ലും എപ്പോഴെങ്കിലും മരിക്കണം. എനിക്കായിട്ടുള്ള സമയം ഇപ്പോഴാകുന്നു. ദൈവാനുഗ്രഹത്താൽ ഈ സമയം ഓർത്തു എന്നാൽ പാട്ടുള്ള ഒരുക്കങ്ങൾ കുറേ നാൾ മുമ്പു തുടങ്ങി ഞാൻ ചെയ്തു വന്നു. ഭക്തിയുള്ള എന്റെ മാതാപിതാക്കന്മാർ ഈശോമറിയം യൗസേപ്പ് എന്ന മഹാകുടുംബത്തെ പലവിധത്തിൽ എന്നെ ഓർപ്പിക്കയും ഞാൻ ആ തിരുകുടുംബത്തെ ഇതുപോലെ (കട്ടിലിന്റെ അരികിൽ ഇരുന്നിരുന്നതും എപ്പോഴും കാണത്തക്കവിധം തന്റെ മേശയിൽ വച്ചിരുന്നതുമായ രൂപത്തെ കാണിച്ചുകൊണ്ട്) എപ്പോഴും എന്റെ ഹൃദയത്തിൽ ഞാൻ കാക്കുകയും ഓർക്കുകയും വണങ്ങുകയും ചെയ്തിരുന്നതിനാൽ അവരുടെ അനുഗ്രഹം എപ്പോഴും എന്നെ സംരക്ഷിക്കകൊണ്ട് മാമ്മോദീസായിൽ എനിക്കു കിട്ടിയ ദൈവഇഷ്ടപ്രസാദത്തെ നശിപ്പിക്കുന്നതിന് ഇടയായിട്ടില്ല എന്നു പറയുന്നതിന് ദൈവാനുഗ്രഹത്താൽ എനിക്കു ധൈര്യമുണ്ട്. നമ്മുടെ പാവപ്പെട്ട സഭയെയും അംഗങ്ങളായ നിങ്ങളെല്ലാവരെയും ഈ തിരുക്കുടുംബത്തിനു ഞാൻ പ്രതിഷ്ഠിക്കുന്നു. തിരുക്കുടുംബത്തെ നിങ്ങളാശ്രയിക്കുവിൻ, നിങ്ങളുടെ ഹൃദയങ്ങളിൽ ആ തിരുക്കുടുംബം അധികാരം നടത്തട്ടെ. ഞാൻ മരിക്കുന്നതിനെക്കുറിച്ചു നിങ്ങൾ ദുഃഖിച്ചു കലങ്ങേണ്ടാ, ദൈവതിരുമനസ്സിന്നു സന്തോഷത്തോടുകൂടി കീഴ്വഴങ്ങുവിൻ, ദൈവം സർവ്വവല്ലഭനും അറുതിയില്ലാത്ത അനുഗ്രഹക്കാരനുമാകുന്നു. സഭയ്ക്കും നിങ്ങളോരോരുത്തർക്കും എന്നെക്കാൾ കൂടുതൽ നന്മചെയ്വാൻ കഴിയുന്ന ഒരു പുത്തൻ പ്രിയോരച്ചനെ ദൈവം ഉടനെ തരും. നിങ്ങളെല്ലാവരും

റേഗളയും ന്യായപ്രമാണങ്ങളും ശ്രേഷ്ഠൻമാരുടെ കല്പനകളും സൂക്ഷ്മമായി അനുസരിച്ച കാക്കണം. ദിവ്യകാരുണ്യത്തിൽ എഴുന്നള്ളിയിരിക്കുന്ന ഈശോയെ നിങ്ങൾ മുഴുഹൃദയത്തോടു കൂടെ സ്നേഹിക്കണം. ആ തിരുഹൃദയത്തിൽ നിന്ന് നിവ്യായുടെ വചനംപോലെ ആയുസ്സിന്റെ വെള്ളത്തെ കോരിയെടുപ്പിൻ. സഭയുടെ അംഗങ്ങളായിരിക്കുന്ന എല്ലാവരും പ്രത്യേകം ശ്രേഷ്ഠന്മാരും തമ്മിൽതമ്മിൽ പരമാർത്ഥ ഉപവിയുള്ളവരായിരിക്കണം. ഇപ്രകാരം നിങ്ങൾ ചെയ്യുമെങ്കിൽ ഈ സഭ വഴിയായിട്ട് ദൈവസ്തുതിയും ആത്മരക്ഷയും ഉണ്ടാകയും സഭ ഒന്നിനൊന്ന് അഭിവൃദ്ധിപ്രാപിക്കുകയും ചെയ്യും.'

കൂനമ്മാവു മഠത്തിന്റെ 'നാളാഗമ'ത്തിൽ അച്ചന്റെ ചരമമുഹൂർത്തം രേഖപ്പെടുത്തിയിരിക്കുന്നതിങ്ങനെ (-'കൂനമ്മാവു കൊവേന്തയിൽ ന.പി. മൂപ്പച്ചൻ പ്രിയോരച്ചനു വേണ്ടി കുർബ്ബാന ചൊല്ലി ഉപകാര സ്മരണ ചെയ്യുന്ന സമയത്തിൽ 1871-ാം കാലം മകരം 3-ാം ചൊവ്വാഴ്ച കാലത്ത് 71/2 മണിക്ക് ചെയ്ത വേലകൾക്കും ബുദ്ധിമുട്ടിനും തക്ക മോക്ഷസമ്മാനം കൊടുപ്പാൻ സർവ്വേശ്വരൻ തിരുമനസ്സായതിനാൽ കൂനമ്മാവ് ആശ്രമത്തിൽ വച്ച് തന്റെ ജ്ഞാനമക്കളുടെ കൈകളിൽ സമാധാനത്തിൽ മരണം പ്രാപിച്ച് ദൈവതൃക്കയ്യിൽ ആത്മാവിനെ കൊള്ളിക്കയും ചെയ്തു.' അങ്ങനെ ആ മഹച്ചരമത്തിന്റെ മഹാമാത്രയും കടന്നുപോയി. ഭക്തജനസഹസ്രങ്ങൾ കൂനമ്മാവിലേക്കൊഴുകിയെത്തുന്ന ദിന-രാത്രങ്ങളായിരുന്നു, പിന്നീട്. പിറ്റേന്നാളായ നാലാം തിയ്യതി ഉച്ചയ്ക്ക് ശേഷമായിരുന്നു അച്ചന്റെ ഭൗതികദേഹത്തിന്റെ സംസ്കാരച്ചടങ്ങുകൾ. ചരമപ്രസംഗം നടത്തിയത് തത്തൻപള്ളി ഇടവകക്കാരനായ കാപ്പിൻ ബ. മത്തായി മറിയം അച്ചനായിരുന്നു.'ഇന്ന് മലയാളത്തിന്റെ കൊടി വീണിരിക്കുന്നു' എന്ന അദ്ദേഹത്തിന്റെ ആദ്യവാക്യത്തോടൊപ്പം, വലിയ മണിനാദം മുഴങ്ങുകയും അവിടെക്കൂടിയിരുന്ന ആരാധകസഹസ്രങ്ങളുടെ ആർത്തനാദം അതിനകമ്പടിയാവുകയും ചെയ്തു. കൂനമ്മാവിൻ വി. ഫിലോമിനായുടെ ദേവാലയത്തിലായിരുന്നു അച്ചനെ സംസ്കരിച്ചത്. വലിയ മദ്ബഹായ്ക്കു താഴെ അഴിയോട് ചേർന്ന് പള്ളിയുടെ മധ്യത്തിൽ. മുൻ വാക്യത്തിനൊടുവിലിട്ട വിരാമബിന്ദുതന്നെയാവേണ്ടതുണ്ട് ഈ ജീവചരിത്രാഖ്യാനത്തിന്റെയും വിരാമതിലകം. എന്നാൽ മഹാത്മാക്കളുടെ ജീവിതത്തിന് വിരാമമോ വിരാമചിഹ്നമോ ഇല്ല എന്നതാണു വസ്തുത. മരണാനന്തരമാണ് അവരുടെ യശശ്ശരീരം അതിന്റെ ജീവിതമാരംഭിക്കുക. അങ്ങനെ, വിശുദ്ധനും വാഴ്ത്തപ്പെട്ടവനുമായി ഇന്നും, എന്നും, ജീവിക്കുന്ന വി. ചാവറ കുരിയാക്കോസ് ഏലിയാസച്ചന്റെ

സജീവസ്മൃതിയുടെ ദിവ്യപ്രകാശത്തിലിരുന്നുകൊണ്ടാണ് ഈ ജീവചരിത്രഗ്രന്ഥം എഴുതപ്പെട്ടത്. ഈ പുസ്തകത്തിന്റെ വായനക്കാരും ആ പ്രിയോർ എന്ന തേന്മാവിന്റെ ഛായയിലിരുന്നിളവേൽക്കുന്ന പാവന സൗഖ്യത്തോടുകൂടി ഈ ജീവചരിത്രാഖ്യാനം വായിച്ചേക്കാം. കാരണം, 'പ്രിയോർ' ഒരു തേന്മാവിന്റെ പേരാണ്. ഒറ്റയൊറ്റയായ പ്രിയോർമാവുകൾ വേരറ്റുപോയാലും പ്രിയോർ മാവ് എന്നും നിലനിൽക്കും, അതിലൂടെ ചാവറയച്ചന്റെ അനശ്വരസ്മരണയും.

●

അധ്യായം പതിനേഴ്

കാവ്യപ്രകാശം

ചാവറയച്ചന്റെ അപൂർവ്വസുന്ദരമായ കവിത്വത്തേക്കുറിച്ചുകൂടി പ്രതിപാദിച്ചാലേ ഈ ലഘുജീവചരിത്രം അതിന്റെ അസമഗ്രതയിൽ നിന്ന് തെല്ലെങ്കിലും മുക്തിനേടൂ. അച്ചന്റെ മതാത്മകസ്വത്വംപോലെ തന്നെ പ്രധാനമായിരുന്നു അതിനദ്ദേഹം നൽകിയ കാവ്യപ്രകാശനവും. 'ആത്മാനുതാപം' 'അനസ്താസ്യയുടെ രക്തസാക്ഷിത്വം', 'അപ്പന്റെ ചാവരുൾ' എന്നിവയാണ് അച്ചന്റെ പ്രധാനപ്പെട്ട സാഹിത്യസംഭാവനകൾ. ഇതിൽ ആദ്യം പറഞ്ഞവ രണ്ടും ദീർഘകാവ്യങ്ങളാണ്; ഒടുവിലത്തേത് ഒരു ഗദ്യരചനയും. രണ്ടു പ്രകാശനമാധ്യമങ്ങളിലും ഒരുപോലെ കൃതഹസ്തനായിരുന്നു അച്ചൻ. കവിത്വം സഹജവാസനയായ ഒരാളുടെ അനായാസവിരചിതമായ പദ്യമായിരുന്നു അച്ചൻ എഴുതിയിരുന്നത്. ഗദ്യത്തിന്റെ കലയിലാകട്ടെ, നല്ല ഓജസ്സുള്ള ശൈലിയിൽ ആശയനിവേദനം നടത്താൻ അച്ചനു സാധിച്ചിരുന്നു. പ്രബോധനപ്രസംഗങ്ങളിലൂടെ സ്പഷ്ടം ചെയ്തെടുത്ത ഗദ്യമായിരുന്നു അച്ചന്റേത്. 'പ്രേരണയുടെ കല' എന്ന് പ്രഭാഷണകലയെ വിവരിക്കാറുണ്ട്. പ്രേരണയുടെ കലയാണ് സുവിശേഷവേലയും. അച്ചന്റെ ഞായറാഴ്ച്ച പ്രസംഗമായാലും, കേൾവിക്കാരിൽ അഗാധമായ പ്രേരണാശക്തി ചെലുത്തുമ്പോഴാണ് അത് ദൈവപുത്രന്റെ വചനങ്ങൾപോലെ ഹൃദയങ്ങളെ ഭേദിക്കുന്ന തിളങ്ങുന്ന പ്രകാശഖഡ്ഗമായി മാറുക. ഗിരിപ്രഭാഷണത്തിന്റെയും ക്രിസ്തുദേവന്റെ ഉപമകളുടെയും മാതൃക അച്ചന്റെ മുന്നിലുണ്ടായിരുന്നു. തുരുവെഴുത്തുകളിൽ ഭാഷാസ്നാനം ചെയ്യപ്പെട്ട ഗദ്യമായിരുന്നു വി.ചാവറയച്ചന്റേത്. അച്ചന്റെ കത്തുകളും സർക്കുലറുകളും ആത്മീയധ്യാനങ്ങളുമെന്നപോലെ, 'അപ്പന്റെ ചാവരുൾ' എന്ന പത്തൊൻപതാം നൂറ്റാണ്ടിലെ മലയാളഗദ്യത്തിന്റെ അനന്യമാതൃകയുമെല്ലാം ആത്മീയസൗന്ദര്യവും അദമ്യമായ പ്രേരണാശക്തിയും ആർജ്ജവവും വഴിയുന്ന ഉദാത്തഗദ്യമാതൃകകൾ. 'ചാവരുൾ' എന്ന ആ വാക്കുതന്നെ നോക്കുക. എന്തൊരു തെളിമലയാളമാണത്! ഒപ്പം, ലളിതവും സുതാര്യമായ ഗദ്യസുഷമ വഴിയുന്നതും. അച്ചന്റെ ഗദ്യസരസ്വതിയെ

നമുക്ക് പിന്നീട് പരിചയപ്പെടാം. ഇപ്പോൾ 'ആത്മാനുതാപം' എന്ന മഹാകാവ്യഗരിമയുള്ള ആ ദീർഘകാവ്യത്തിലൂടെ നമുക്ക് ഒരല്പം ദൂരം, ഒന്ന് കവിയോടൊപ്പം യാത്ര ചെയ്യും. ആദ്യമായി അച്ചടിക്കപ്പെട്ട അച്ചന്റെ കൃതി, 'ആത്മാനുതാപ'മാണ് (1871).

അകൈതവമായ കൃതജ്ഞതയോടുകൂടി സ്രഷ്ടാവായ ദൈവത്തിനു നന്ദി പറഞ്ഞുസ്തുതിക്കുന്ന 'ദ്രുതകാകളി' വൃത്തത്തിലുള്ള ഈരടികളോടെയാണ് 'ആത്മാനുതാപ'ത്തിന്റെ ആദ്യപാദം സമാരംഭിക്കുന്നത്. പദ്യരചനയിലെ അനായാസതയെന്നപോലെ, ഹൃദയസ്പൃക്കായ ആത്മനിവേദനസ്വരവും ഈ കാവ്യഖണ്ഡത്തെ തേജോമയമായ ഒരാത്മീയ/പാരായണാനുഭവമാക്കി മാറ്റുന്നു. 'ആത്മാനുതാപം' എന്ന ശീർഷകം സൂചിപ്പിക്കുന്നതുപോലെ വ്യഥാകലുഷമായ അന്തഃരംഗത്തിൽ നിന്നുയരുന്ന, ദൈവവാഭിമുഖ്യമായ, പരിദേവനങ്ങളാണവ. അവിടെ അപാരതയുടെ മുന്നിൽ വിനീതമായ വിനമ്രഭാവത്തിൽ ബദ്ധാഞ്ജലിയായി നിൽക്കുന്ന ഏകാകിയായ മാനവാത്മാവിനെക്കാണാം. അവർക്കിടയിൽ അപരസാന്നിധ്യത്തതിന്റെ നേരിയ നിഴൽ പോലുമില്ല. പ്രപഞ്ചത്തോളം വലുതായ ഒരേകാന്തതയുടെ ധ്യാന സൗരംഭം മാത്രം. ഈ ധ്യാന സൗരഭവും ധ്യാനസൗഭഗവുമാണ് ചാവറയച്ചന്റെ 'ആത്മാനുതാപ' ത്തിന്റെ ആദ്യഖണ്ഡത്തെ എളുപ്പം ഹൃദിസ്ഥമാകുന്ന ധ്യാനശീലകളുടെ ലളിതസമാഹാരമാക്കിമാറ്റുന്നത്.

മഹാകവി ജി. ശങ്കരക്കുറുപ്പിന്റെയും മഹാകവി കുമാരനാശാന്റെയും പ്രാർത്ഥനാരൂപമായ കവിതകളെയാണോർമ്മിപ്പിക്കുന്നത്, മറ്റൊരു നൂറ്റാണ്ടിന്റെ പ്രാക്തനസുഗന്ധം വഴിയുന്ന ചാവറയച്ചന്റെ ദൈവവന്ദനങ്ങൾ–

'ആദിനായകനായ സർവ്വേശ്വരൻ
ആദത്തിൽ സുതനായ് ചമച്ചെന്നെയും
ആയതിനെന്തുകാരണം ദൈവമേ!
ആദ്യഹീനനാം നിന്റെ ദയ തന്നെ!

എന്ന പ്രാരംഭം തന്നെ എത്ര ലളിത സുഭഗമായിരിക്കുന്നു. ആദ്യാക്ഷരങ്ങളും ആദ്യ പദവും ഓരോ പാദത്തിലും ഒരുപോലെ വിന്യസിക്കപ്പെട്ടുമ്പോഴുണ്ടാകുന്ന ആകർഷകത്വം എഴുത്തച്ഛൻ പാട്ടുകളിൽ മലയാളി കണ്ടു ശീലിച്ചതാണ്. 'സ്വർണ്ണ വർണ്ണത്തെപ്പൂണ്ട മൈഥിലി മനോഹരി/ സ്വർണ്ണ മാലയും ധരിച്ചാദരാൻ മന്ദം മന്ദം...' എന്നപോലെ. ദ്രാവിഡ പദ്യരചനയിലെ ഈ വഴക്കമാണ് ചാവറയച്ചനും മേലുദ്ധരിച്ച ഈരടികളിൽ പ്രകടിപ്പിക്കുന്നത്. 'ആദിനായകൻ', 'ആദം', 'ആദ്യഹീനൻ' എന്നിങ്ങനെ പ്രപഞ്ചോല്പത്തികാരണമായ

അനാദ്യന്തന്റെ സവിധത്തിലേയ്ക്ക്, നമ്മെ അനായാസമായി, ആനയി ക്കുന്ന ആ ഈരടികൾ.

'ആത്മാനുതാപ'ത്തിലെ ധ്യാനകാണ്ഡമാണ് അതിന്റെ ആദ്യപാദം. എഴുത്തച്ഛന്റെ 'ഹരിനാമകീർത്തന'ത്തെ അനുസ്മരിപ്പി ക്കും വിധം, അക്ഷരമാലാക്രമത്തിൽ തുടങ്ങുന്ന ഈരടികളുടെ ഒരു ക്രമം അതിന്റെ പ്രാരംഭഭാഗത്തു കാണാം. അനായാസമായ പദ്യ രചനാപാടവം സ്വായത്തമായുള്ള ഒരു കവിക്കുമാത്രം സാധ്യമായ രചനാരീതിയാണിത്. 'ഋ' എന്ന അക്ഷരത്തിൽ തുടങ്ങുന്ന പാദ ങ്ങളുള്ള (ഈ അക്ഷരത്തിൽ തുടങ്ങുന്ന പദങ്ങൾ വളരെ വിരളമാ ണെന്നോർക്കണം!) ഒരു കാവ്യഖണ്ഡം കാണാം 'ആത്മാനുതാപം' ത്തിൽ. അതിങ്ങനെയാണ്-

'ഋഷികൾക്കൊക്കെയുമീശൻ നീയെന്നിട്ടും
ഋഷഭാക്ഷംവേസരി മധ്യനായി
ഋഷം മുതൽ വെട്ടും നാണിപ്പിച്ചീടുന്ന
ഋത്വധിനാഥനെ കാണാകേണം'

പദപ്രഭുത്വവും കവിത്വവും ഒരേയളവിൽ, സംഗമിക്കുമ്പോഴാണ് ഇത്തരം രചനാമാതൃകകൾ രൂപം കൊള്ളുക. ഭാഷകൊണ്ടുള്ള വിരുതുകാണിക്കലല്ല ഇത്. (അത്തരം കവികൾ നമുക്കുണ്ട്) കവി താരചനയെ ഒരൊഴിവുസമയ വിനോദമായി കാണുകയും അത്തരം ഒഴിവുസമയം ധാരാളവും ജോലിസമയം തുലോം തുച്ഛവുമാവുകയും ചെയ്യുമ്പോഴാണ് കവികൾ ഇത്തരം വ്യായാമങ്ങളിലോ നേരം പോക്കുകളിലോ ഏർപ്പെടുക. അത്തരമൊരു നേരമ്പോക്കുകാരനാ യിരുന്നില്ല ചാവറയച്ചൻ. വാക്കുകളെ വരുതിക്കു നിർത്തി, അനാ യാസസുന്ദരമായ പ്രാസഭംഗി സൃഷ്ടിക്കുകയായിരുന്നു അച്ചൻ ഈ ഈരടികളിൽ. ഇതാ, അച്ചന്റെ ചില ധ്യാനാത്മകവും ഭാവാത്മകവു മായ ഈരടികൾ-

'ഇഹലോകത്തിൽ കാണും മൃഗത്തെപോൽ
ഇക്കൃമിയായയെന്നെയും ചെയ്യേങ്കിൽ
ഇതെന്തിനെന്നു നിന്നോടുണർത്തിപ്പാൻ

ഇഹലോക പരലോകെയാരുള്ളൂ!'
ഈ മഹാവലിപ്പത്തിൽ ചിത്തംപോൽ
ഈ മഹാപാപിയായോരടിയനെ

ഈ മഹത്വത്തിൻ ഛായയിൽ ചെയ്തതും
ഈശനായ നിൻകൃപയതിൻ മൂലം

ഊഴിയിൽ നുരച്ചുരുന്ന കൃമിപോൽ
ഊഴിയാലെന്നെ സൃഷ്ടിച്ചുവെങ്കിലും
ഊനമേലാതീഭ്രമിയിൽ മേവുവാൻ
ഊനഹീനമാം കാവലും തന്നല്ലോ'

ദൈവകാരുണ്യമാണ് മനുഷ്യനെ മഹത്ത്വപ്പെടുത്തുന്നത്. ആ കാരുണ്യം ലഭ്യമാകാത്തിടത്തോളം അവൻ വെറും കൃമിയോ മൃഗമോ മാത്രം. 'ഊഴിയിൽ നുരച്ചുരുന്ന കൃമിപോൽ/ഊഴിയാലെന്നെ സൃഷ്ടിച്ചുവെങ്കിലും' എന്നതിലെ സമാനപദത്തിന്റെ ആവർത്തനവും അതു സമ്മാനിക്കുന്ന അധികാർത്ഥദീപ്തിയും സൃഷ്ടിക്കപ്പെട്ട മനുഷ്യനുമായി തൊട്ടുത്തു നിർത്തുന്നതിലെ രചനാസൂക്ഷ്മതയാണ് ഈ ഈരടിയെ ശ്രദ്ധേയമാക്കുന്നത്.

ഇനി, 'ആത്മാനുതാപ'ത്തിന്റെ ഘടനയിലേയ്ക്കൊന്നു കണ്ണോടിക്കാം. പന്ത്രണ്ടധ്യായങ്ങളുള്ള ഈ ഖണ്ഡകാവ്യത്തിന്റെ അഥവാ മഹാകാവ്യത്തിന്റെ ഉള്ളടക്കം, ക്രിസ്തുദേവചരിതമാണ്. ജീസസ്സിന്റെ ജനനം, പ്രബോധനങ്ങൾ, മരണം, മരണാനന്തരം എന്നിങ്ങനെയാണതിന്റെ ക്രമം. ഇതിനൊരു പീഠികമാത്രമാണ് ഒന്നും രണ്ടും പാദങ്ങൾ. 'ആത്മ താപം' എന്ന പദം സൂചിപ്പിക്കുന്ന ആത്മസ്പർശം വെളിവാകുന്ന ഖണ്ഡങ്ങളാണിവ. തന്റെ ജനനവും ബാല്യവും വളർച്ചയും ആ വളർച്ചയ്ക്കുതുരു നിന്ന ഈശ്വരകൃപയുടെ വെളിച്ചത്തിൽ വായിക്കുകയാണ് കവി, ഈ ഖണ്ഡങ്ങളിൽ. അങ്ങനെ ഈ ആഖ്യാനകാവ്യം 'ആത്മാനുതാപം' എന്ന പേരിനർഹമായിത്തീരുന്നു. മൂന്നാം പാദം ക്രിസ്ത്വവതാരത്തിന്റെ ഒരു നഖചിത്രമാണവതരിപ്പിക്കുന്നത്. നാലാം പാദത്തിൽ യൗസേപ്പും മേരിയുമാണ് കഥാപാത്രങ്ങൾ; ഒരു പാർപ്പിടം തേടിയുള്ള അവരുടെ അലച്ചിലും. നാലാം പാദത്തിലാണ് തിരുപ്പിറവിയുടെ പാവനരംഗം വിവരിക്കപ്പെട്ടിരിക്കുന്നത്. നൂറുവരികളുള്ള മൂന്നാംപാദത്തിന്റെ രചനാഭംഗി, പ്രത്യേകിച്ചെടുത്തു പറയേണ്ടതാണ്. പരമ്പരാഗത ഹൈന്ദവ ഭക്തിഗീതങ്ങളുടെ, പൂന്താനം കവിതകളുടെ എന്നും പറയാം, മാതൃകയിൽ ദൈവപുത്രന്റെ അവതാരം – അതിന്റെ ആരംഭം മുതൽ അവസാനം വരെ 'കാണാകേണം' എന്ന കവിയുടെ പ്രാർത്ഥനയാണിതിൽ. 'കാണാകേണം' എന്ന അർത്ഥന, അതിൽ ഒരു പല്ലവിപോലെ ആവർത്തിക്കുന്നു.

'നോവും കറയും കൂടാതെ പ്രസവിച്ച
ദൈവമാതാവെയും കാണാകേണം
കണ്ണിണ ചായാതെ കുമ്പിട്ടുതന്നുടെ
ഉണ്ണിയെൻ കൺകൾക്കു കാണാകേണം

മാലാഖമാതാവിൻ കൈകളിൽ നൽകിയ
ആലാഹാപുത്രനെ കാണാകേണം'

എന്നിങ്ങനെയാണ് രചനാശൈലി; യത്ന ലളിതം, അതീവ സുഭഗം. 'ദൈവം' എന്നർത്ഥമുള്ള സുറിയാനിവാക്കിനെ, മണിപ്രവാള ശൈലിയിൽ സംസ്കൃതപദങ്ങളെന്നപോലെ, മലയാള ശീലുകളിൽ തുന്നിച്ചേർക്കുന്ന കവിത്വസിദ്ധിയുടെ കയ്യൊപ്പുകാണുക! പാവനത്വത്തിന്റെ പരിവേഷമുള്ള മാതാവിനെയും മാതാവിന്റെ നവജാതശിശുവിനെയും, റാഫേലിന്റെ മഡോണാച്ചിത്രങ്ങളുടെ ചാരുതയോടെയാണ് തുടർന്ന് ചാവറയച്ചൻ വിവരിക്കുന്നത്.

'തൃക്കണ്ണുകൾകൊണ്ടു മാതാവെ നോക്കുന്ന
അക്കൺമണിയെ ഞാൻ കാണാകേണം
പുഞ്ചിരികാട്ടി സ്നേഹാഗ്നി ജ്വലിപ്പിച്ച
പൊഞ്ചുണ്ടുകളെ ഞാൻ കാണാകേണം
ഇച്ഛയോടമ്മയെ കെട്ടിപ്പിടിച്ചൊരു
കൊച്ചുകരങ്ങളെ കാണാകേണം
അന്നേരം ജീവൻ നിലചാഞ്ചലാടുന്ന
ആനന്ദാധിക്യവും കാണാകേണം.

സ്നേഹാധിക്യത്താൽ ചുരത്തിയപാൽ തള്ള
മോഹാൽ കൊടുത്തതും കാണാകേണം
പുത്രൻ പാലുണ്ണുമ്പോൾ മാതാവിനുണ്ടായ
ചിത്രമാം ഭക്തിയും കാണാകേണം'

ഇങ്ങനെ അനുക്രമമായി വിവരിക്കപ്പെടുന്ന ക്രിസ്തു ഗാഥ, 12-ാം പാദത്തോടെ അതിന്റെ പരിസമാപ്തിയിലെത്തുകയും കവി, ദൈവമാതാവിനോടുള്ള മധ്യസ്ഥപ്രാർത്ഥനയോടെ വിരമിക്കുകയും ചെയ്യുന്നു.

അപൂർവ്വവും അനന്യവുമെന്നു പറയാവുന്ന ചില കല്പനകൾ 'ആത്മാനുതാപ'ത്തിന്റെ സവിശേഷതയാണ്- ഉദാഹരണത്തിന് കന്യകയായിത്തന്നെ മാതൃത്വം വരിച്ച ദൈവമാതാവിനെക്കുറിച്ചുള്ള ഈ കല്പന ശ്രദ്ധിക്കുക.

'സൂര്യാഭപളുങ്കിനെകടക്കുമെന്നപോലെ
നാര്യാര്യകന്നിക്ഷയം വരാതെപെറ്റു നൂനം'

പളുങ്കിലൂടെ അതിനെ ഭേദിക്കാതെ കടന്നിപ്പുറം വരുന്ന സൂര്യരശ്മിപോലെയാണ് കന്യകാമേരി ദൈവപുത്രനെ പ്രസവിച്ചതെന്നർത്ഥം. ദൈവശാസ്ത്രരഹസ്യത്തിന്, ഭൗതികശാസ്ത്രപാഠങ്ങളിൽ നിന്നൊരുപമാനം കണ്ടെത്തുകയും, അതുവഴി, അനന്യമായ കവിത സൃഷ്ടിക്കുകയുമാണിവിടെ ചാവറയച്ചൻ.

തിരുപ്പിറവിയുടെ ആ നിസ്തുലോദാരമുഹൂർത്തത്തെ സന്ന്യാസിയായ കവി എങ്ങനെയാണു വിവരിച്ചതെന്നറിയാൻ ഈ പു സ്തകത്തിന്റെ വായനക്കാർക്കു കൗതുകം കാണും. അതിൽ നി ന്നൊരു ഭാഗമിതാ-

'മധ്യരാത്രിയാം നേരം മാർത്താണ്ഡദേവപ്രഭ
മധ്യാഹ്നനേരംപോലെ പെയ്തുടൻ തൊഴുത്തതിൽ
ദ്യോവിൽ നിന്നിറങ്ങുന്ന വാനവർ മഹാക്കൂട്ടം
നാവിനാൽ സ്തുതിക്കുന്നു പാടുന്നു ഗാനഗീതം
ഉയരങ്ങളിൽ സ്തുതി സർവേശൻ കൂടസ്ഥന്
ഉന്നതമഹത്ത്വവും മഹത്ത്വവും ഭൂതലേ മനുഷ്യന്.'

എത്ര, ഉദാത്തവും ലളിതവുമാണ് ഇവിടെ കാവ്യഭാഷയും അനുനയിക്കുന്ന ഭാവവും! ഒരു പക്ഷേ, ക്രിസ്തുവിന്റെ തിരുവവതാരം വർണ്ണിച്ച പിൽക്കാലകവികൾക്കും കവിതകൾക്കുമൊന്നുമില്ലാത്ത ഒരപൂർവ്വ ലാളിത്യത്താലും ലാവണ്യത്താലും അനുഗ്രഹീതമാണിക്കാവ്യഖണ്ഡമെന്ന് നിസ്സംശയം പറയാം.

എഴുത്തച്ഛൻ പാട്ടുകളിലെ ഭക്തിഭാവഭരിതമായ സ്തോത്രഖണ്ഡങ്ങളെയാണോർമ്മിപ്പിക്കുന്നത് 'ആത്മാനുതാപ'ത്തിലെ, ഇതുപോലെയുള്ള ഈരടികൾ-

'മാമകപ്പിതാവുമീ ഭാഗ്യവുമെനിക്കു നീ
മംഗലം നീയെന്നിയേ മറ്റെന്തുളളൂ നാഥാ.
എന്നുടെ സ്നേഹം നീയേ എന്നുടെ ഭാഗ്യം നീയേ
നിന്നിലല്ലാതെ ഞാനുമെങ്ങനെജീവിക്കുന്നു.
ശ്വാസവുമെനിക്കുനീ ഭക്ഷണം പാനീയം നീ
ആശ്വാസം നിന്നിലല്ലാതെവിടെ വസ്തും നാഥാ'

ഇതുപോലെ തന്നെ ഉദാത്തഗംഭീരമാണ്, മലയാളകവിതയിലെ ചിരസ്ഥായിയായ ഭാവധാരകളിലൊന്നായ, ജീവിതനശ്വരതയെക്കുറിച്ചുള്ള ചാവറയച്ചന്റെ ഈ കാവ്യാത്മക വിചാരങ്ങൾ-

'ഇന്നു കാണുന്ന പച്ചപ്പുല്ലതു നാളെത്തന്നെ
മന്ദിച്ചു വരളുന്നു വാടുന്നു സൂര്യോഷ്ണത്താൽ

മെച്ചമായ് കണ്ടീടുന്ന പുഷ്പങ്ങൾ ബഹുവിധം
ഇച്ഛയായതിനുള്ള ശോഭയും സുഗന്ധവും
എത്രയും ക്ഷണം കൊണ്ടു മാറിപ്പോയ് വീണീടുന്നു
ചിത്രമായതിനുള്ളോരഴകമൊക്കെപ്പോകും'

ലളിതമായ ദ്രാവിഡവൃത്തശീലുകളായി നിബന്ധിക്കപ്പെട്ടിരിക്കുന്ന

ഈ ഈരടികളെ കുമാരനാശാന്റെ 'ലോകം' എന്ന കവിതയിലെ നശ്വരതാവിചാരവുമായി ഒന്നു തട്ടിച്ചു നോക്കുക-

'പുതിയ തളിരുദിക്കുന്നിന്നു നാളൊന്നു പോയാ-
ലതു ഹരിതപലാശം പാണ്ഡുപത്രം ക്രമത്താൽ
ഇതു ചപലമവസ്ഥാജാലമെന്നല്ല കാക്കു-
ന്നതിനെ ബഹുവിപത്തും ക്രൂദ്ധമാം മൃത്യുതാനും'

ആശാൻ പ്രൗഢഭാഷയിലാവിഷ്കരിച്ചതിനെ ലളിതമായ ദ്രാവിഡശീലിന്റെ ചിമിഴിലൊതുക്കുകയായിരുന്നു ചാവറയച്ചൻ. പിന്നീട് ആശാൻകവിതയുടെ കേന്ദ്രഭാവമായിമാറിയ ഭാവഗ്രന്ഥികളിലൊന്നാണിതെന്നും ഓർക്കാം.

പരിദേവനസ്വരം, ഭക്തികാവ്യഖണ്ഡങ്ങൾക്ക് അപാരമായ ഒരു കരുണരസച്ഛവി പകരാറുണ്ട്. ദൈവമാതാവിനോടുള്ള ചാവറയച്ചന്റെ ഈ പരിദേവനം ശ്രദ്ധിക്കുക-

'മരണമെന്ന സ്മരണയെന്നിലുണരുമെന്ന സമയമേ
സ്മരണ രണ്ടു വിധമതായി ഉഴലുമെന്റെ ചേതസി
മരണമെന്നതിരയിറക്കിൽ ദയനിറഞ്ഞ തിരുമുഖം
നയനമെന്നതിന്നു ദൃശ്യമാക്കുവാന പേക്ഷയും...'

'ആത്മാനുതാപ' ത്തിന്റെ അവസാനപാദത്തിലേതാണ് ശോകാവിലമായ ഈ പദ്യ ഖണ്ഡം. 'മരണമെന്ന തിരയിറക്കിൽ' എന്ന് ചാവറയച്ചൻ എഴുതുന്നു. തിര, തിരശ്ശീലയാണ്, മരണം ഒരു തിരശ്ശീലയുടെ ശാന്തവും അനിവാര്യവും സുനിശ്ചിതവുമായ വീഴ്ച്ചയാണെന്ന കാഴ്ച ഈ വരികളിലുണ്ട്. 'തിര' എന്ന തനിമലയാള പദത്തിന്റെ സന്ദർഭാനുഗുണമായ ഉചിത സന്നിവേശവും. ഇതേ വാക്കുതന്നെ രണ്ടുവട്ടം ആവർത്തിച്ചു കടന്നുവരുന്ന ഈ ഈരടികളിലെ രൂപകവിന്യാസ ഭംഗി ശ്രദ്ധിക്കുക-

'സർവ്വേശ, പരാപര, സർവ്വമംഗല നിധേ,
സർവ്വരക്ഷയ്ക്കായുള്ള നിന്നുടെ പുത്രൻ
തന്നെമേഘത്തിൻ തിരനീക്കി ശോഭിക്കും സൂര്യൻപോലെ
മേപ്രിയകന്നിതന്റെ ഉദരത്തിരനീക്കി
മേദിനിയിതിൽക്കണ്ടു വന്ദിപ്പാനരുളേണം
ദാഹത്തേത്തീർത്തീടുവാൻ വേഗത്തിൽ കാട്ടേണമേ'

-'മേഘത്തിര' 'ഉദരത്തിര' 'മരണത്തിര' എന്നിങ്ങനെ ഒന്നിനെ പലതാക്കുന്ന ഈ രൂപകമായ ജാലം ഒരു മികച്ച കവിക്കുമാത്രം സാധ്യമായതത്. അത്തരമൊരു മികച്ച കവിയായിരുന്നു ചാവറയച്ചൻ; 'ആത്മാനുതാപം' ആ കവിയുടെ മികച്ച രചനകളിലൊന്നും!

●

അധ്യായം പതിനെട്ട്

ഗദ്യം

ചാവറ കുരിയാക്കോസ് ഏലിയാസച്ചന്റെ മികച്ച ഗദ്യമാതൃകളിലൊന്നാണ് 'ഒരു നല്ല അപ്പന്റെ ചാവരുൾ'. 'ക്രിസ്തീയ കുടുംബചട്ടം' എന്നും ഇതിനൊരു ഉപശീർഷകമുണ്ട്. ചാവറയച്ചൻ വികാരി ജനറളായിരുന്നപ്പോൾ തന്റെ ഇടവകയായ കൈനകരിയിലെ അൽമായർക്കയച്ച സർക്കുലറാണിത്. (അത് ഈ പുസ്തകത്തിലെ അനുബന്ധമായി ചേർത്തിട്ടുണ്ട്) പത്തൊൻപതാം നൂറ്റാണ്ടിലെ മലയാളഗദ്യത്തിന്റെ ഓജസ്സു തുളുമ്പുന്ന ഒരു മാതൃകയാണത്. 'ചാവരുൾ' എന്ന വാക്കുതന്നെ അത്ര ലളിതഗംഭീരമായിരിക്കുന്നു! ആദ്യഖണ്ഡികയുടെ പ്രാരംഭവാക്യം തന്നെ ഇങ്ങനെയാണ്-

'ഒരു നല്ല ക്രിസ്ത്യാനികുടുംബം ആകാശമോക്ഷത്തിന്റെ സാദൃശ്യമാകുന്നു'. ഉദാത്തമായ കുടുംബസങ്കല്പമാണിത്. ഈ ഉദാത്തത അച്ചൻ തുടർന്നെഴുതുന്ന വാക്യങ്ങളോരോന്നിലുമുണ്ട്. കാരണം വെളിച്ചത്താൽ ജ്ഞാനസ്നാനം ചെയ്യപ്പെട്ടവാക്യങ്ങളാണവ. അച്ചൻ തുടർന്നെഴുതുന്നു-

'കുടുംബത്തിന്റെ ന്യായം എന്തെന്നാൽ, ചോരയാലും സ്നേഹത്താലും തമ്മിൽ തമ്മിൽ കെട്ടപ്പെട്ട പല ആളുകൾ കാരണവന്മാരുടെ നേരെ ആചാരവും കീഴ്വഴക്കവും അനുസരിച്ചു തമ്പുരാനോടും മനുഷ്യരോടും സമാധാനമായി നടക്കുകയും അവരവരുടെ അന്തസ്സിനു തക്കതിൻവണ്ണം നിത്യഗതിയെ പ്രാപിക്കുന്നതിനും പ്രയത്നം ചെയ്തു കൂട്ടമായി ജീവിക്കുകയും ചെയ്യുന്നതാകുന്നു. ദുഃഖങ്ങളുടെ സ്ഥലമായിരിക്കുന്ന ഈ ലോകത്തിൽ ഓരോരോ ഞെരുക്കങ്ങളിലും സങ്കടങ്ങളിലും ഏറ്റവും മധുരിക്കപ്പെട്ട ആശ്വാസവും സമാധാനവും ഉപവിയും ക്രമവുമുള്ള ഒരു കുടുംബത്തിൽ ജീവിക്കുന്നതാകുന്നു...' കുടുംബജീവിതത്തിന്റെ സാരാംശവും സാംഗത്യവും എത്ര ലളിതമനോഹരമായാണ് അച്ചൻ വിവരിക്കുന്നത്. കുമാരനാശാൻ 'ചിന്താവിഷ്ടയായ സീത' എന്ന കാവ്യത്തിൽ ഇതിനു സമാനമായ ഒരാശയം അവതരിപ്പിച്ചിട്ടുള്ളതായി നമുക്കറിയാം- 'നരജീവിതമായ വേദന/- യ്ക്കൊരു

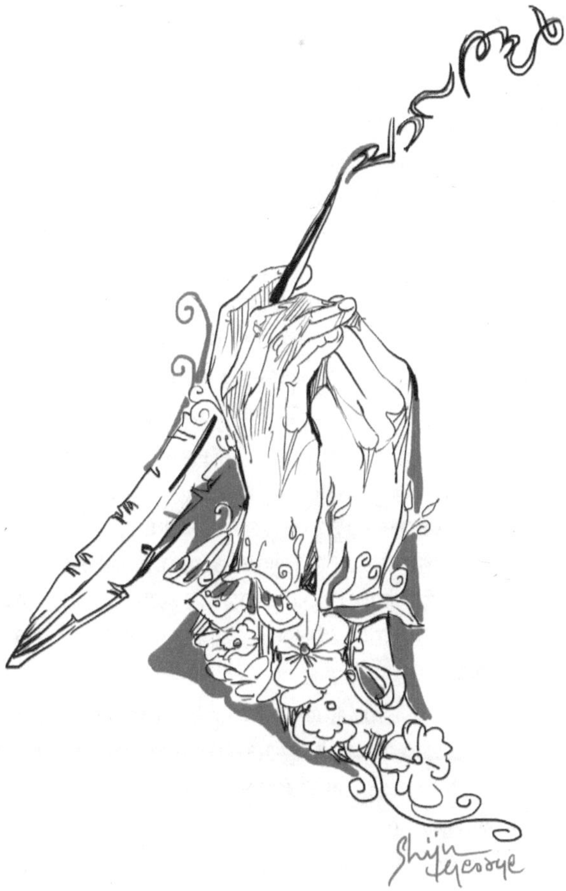

മട്ടർഭകരൗഷധങ്ങൾ താൻ'. 'നരജീവിതമായ വേദന' എന്ന് അച്ചൻ എഴുതുന്നില്ല. പകരം 'ദുഃഖങ്ങളുടെ സ്ഥലമായിരിക്കുന്ന ഈ ലോകം' എന്നെഴുതുന്നു, 'ഓരോരോ ഞെരുക്കങ്ങളിലും സങ്കടങ്ങളിലും ഏറ്റം മധുരിക്കപ്പെട്ട ആശ്വാസം' എന്നും. കവിയായ കുമാശനാശാൻ കവിതയുടെ ഗാഢഭാഷയിലെഴുതിയതിനെ, ഏവർക്കും മനസ്സിലാകുന്ന സരളോക്തികളിലൂടെ പ്രകാശിപ്പിക്കുകയായിരുന്നു, ചാവറയച്ചൻ. രണ്ടു പേരും കുടുംബത്തെ, വേദനകളുടെ നടുവിലെ ദ്വീപായി, ആശ്വാസത്തിന്റെയും സ്നേഹത്തിന്റെയും തുരുത്തായി കാണുന്നുവെന്നതാണ് ശ്രദ്ധേയം.

കുടുംബത്തിൽ പുലർന്നു കാണേണ്ട മൂല്യങ്ങളിൽ ഒന്നാമത്തേതായി അച്ചൻ സ്ഥാപിക്കുന്നത് 'സ്നേഹ'ത്തെയാണ്. ക്രിസ്തീയസ്നേഹത്തെ സ്നേഹസങ്കല്പങ്ങളുടെ പരമാവധിയായി കാണാമെങ്കിൽ ആ പാരമ്യത്തിന്റെ കൊടുമുടിയിൽ കുടുംബത്തെ സ്ഥാപിക്കുകയായിരുന്നു ചാവറയച്ചൻ. കൊടുമുടിയിൽ പണിത വീട്ടിലിരുന്നാലാണ് ആദ്യം ഉദയരശ്മികൾ മുത്തുന്ന ഭൂമിയുടെ പ്രസന്ന നിർമ്മലമായ മുഖം കണ്ട്, പറവകളെപ്പോലെ ഉണർന്നു പാടാനാവുക. സ്നേഹമാണ് ആ സൂര്യൻ എന്ന് അച്ചൻ കരുതി; സ്നേഹസ്പർശമേലാത്ത ഹൃദയങ്ങൾ 'മുഴങ്ങുന്ന കൈത്താളം'പോലെ നിരർത്ഥമായി ചിലമ്പുന്നവയാണെന്നും. സ്നേഹം കുടുംബത്തെ സ്വർഗ്ഗീയാനന്ദത്തിലേയ്ക്കുയർത്തുമെന്നും അതിന്റെ അഭാവത്താലാണ് നരകങ്ങൾ ഉണ്ടായിത്തീരുക എന്നും മനസ്സിലാക്കിയ അച്ചൻ ഒരു ദൃഷ്ടാന്തകഥ പറയുന്നുണ്ട്-

'ഒരിക്കൽ ഒരു കിഴവി ഒരു വീട്ടിൽ വഴക്കുണ്ടാക്കുവാൻ പല കാരണങ്ങളുമുണ്ടാക്കിയതിനാൽ പിശാചു കാണപ്പെട്ട് പൊന്നു നിറഞ്ഞ ഒരു സഞ്ചി അവൾക്കു കൊടുത്തുകൊണ്ട്, ഞാൻ മൂന്നു വർഷക്കാലം പ്രയത്നിച്ചിട്ടു സാധിക്കാത്തത് നീ മൂന്നു ദിവസം കൊണ്ടു സാധിച്ചു. ഇതിനാൽ നീ എന്റെ ആലോചനക്കാരി ആയിരിപ്പാൻ യോഗ്യതയുള്ളവരായിരിക്കുന്നു എന്നു പറഞ്ഞ് അവളെപിടിച്ച് നരകത്തിൽ കൊണ്ടു പോകുകയും ചെയ്തു'

ഇത്തരം ദൃഷ്ടാന്ത കഥകൾ, ചാവറയച്ചന്റെ 'ചാവരുളി'നെ ചേതോഹരവും പാരായണക്ഷമവുമാക്കുന്ന പ്രധാന വിനിമയോപാധികളിലൊന്നാകുന്നു. ക്രിസ്തുദേവന്റെ ഉപമകൾപോലെയാണവ. ഇതാ, മറ്റൊരുദാഹരണം-

'എങ്ങിനെയെന്നാൽ കൊൺസ്തന്തീനോസ് എന്ന മഹാചക്രവർത്തി ഒരിക്കൽ തന്റെ രാജസമൂഹത്തോടു കൂടി നടക്കുമ്പോൾ വഴിമധ്യേ ഒരുത്തൻ ആ ചക്രവർത്തിയുടെ ഒരു കന്നത്തിൽ അടിച്ചു. അപ്പോൾ ആ സമൂഹക്കാരെല്ലാവരും പകരം വീഴ്ചചെയ്യുവാനും ആ ദുഷ്ടനെ കൊല്ലുവാനും ഗുണദോഷിച്ചു. ഇതിനു ആ മഹാരാജാവ് ഉത്തരിച്ചതായത്. "എന്റെ ഏറ്റവും താഴ്ന്ന ഉദ്യോഗസ്ഥനു ചെയ്യാൻ കഴിയുന്നത് ഞാൻ ചെയ്യുന്നത് വലിയകാര്യമോ? എന്നാൽ ഇതു ഞാൻ ക്ഷമിക്കുന്നു. ഇത് എന്റെ ഏറ്റവും വലിയ ശക്തിയുടെ അടയാളമാകുന്നു'

വിനയം എന്ന 'മനോതാഴ്മ'യെ ഉദാഹരിക്കുന്നതിനായി അച്ചൻ പറയുന്ന ഈ കഥ ഒരു ടാഗോർ ഗീതംപോലെ മനോഹരം-

'ഒരു ദ്രവ്യസ്ഥൻ വിരുന്നുകൾ, കല്യാണങ്ങൾ മുതലായ ആഘോഷങ്ങൾ നടത്തിയതിനാൽ ദാരിദ്രസ്ഥിതിയിൽ ആയി ദുഃഖിച്ചിരിക്കയിൽ, ഒരു ശാസ്ത്രി അവനെ കണ്ട് പറഞ്ഞതായത്. "സഹോദരാ! നീ പകൽ വിളക്കു കത്തിക്കാതിരുന്നുവെങ്കിൽ രാവിൽ കത്തിക്കാമായിരുന്നു." '

അച്ചന്റെ മറ്റുചില ദൃഷ്ടാന്തങ്ങൾ വി. വേദപുസ്തകത്തിൽ നിന്നു തന്നെയാണ്-

'നിനക്കു സ്നേഹിതന്മാർ അധികം വേണ്ട. പിന്നെയോ ആയിരം പേരിൽ നിന്നും സൂക്ഷിച്ചു ഒരുത്തനെ തെരഞ്ഞെടുക്കുക. തമ്പുരാനെ സ്നേഹിക്കാത്തവൻ സത്യമായിനിന്നെയും സ്നേഹിക്കയില്ല. ദാവീദും യോനാഥനും തമ്മിൽ സ്നേഹിച്ചിരുന്നു. അവർ ഒരു മനസ്സുള്ളവരായി തമ്മിൽത്തമ്മിൽ പട്ടാങ്ങയായിട്ടു സ്നേഹിച്ചു. ഒടുക്കംവരേയും അവർ തമ്മിൽ പട്ടാങ്ങയായി സ്നേഹിക്കുകയും സഹായിക്കുകയും ചെയ്തു. അവരുടെ ഈ സ്നേഹം അല്പകാരണങ്ങളാൽ കുറഞ്ഞുപോകാത്ത ആപത്തുകളിലും ദിഷ്ടതികളിലും വർധിച്ചുവരികയും ചെയ്തു.'

പത്തൊൻപതാം നൂറ്റാണ്ടിലെ മലയാളഗദ്യത്തിന്റെ വിശുദ്ധസംഭരണിപോലയാണ് അച്ചന്റെ ഗദ്യം. അതിൽ സംസ്കൃതവാക്കുകൾ തീരേ കുറവ്, ദ്രാവിഡമണമുള്ള തെളിമലയാള പദങ്ങൾ ഏറെയും. ഇവിടെ എടുത്തെഴുതിയ ഗദ്യഭാഗത്തെ 'പട്ടാങ്ങ്'. 'ദിഷ്ടതി' തുടങ്ങിയ വാക്കുകൾ ശ്രദ്ധിക്കുക.

നല്ല കുടുംബം പടുക്കുന്നതിൽ പുസ്തകങ്ങൾക്കുള്ള പങ്കിനെക്കുറിച്ചും അച്ചൻ എഴുതുന്നുണ്ട്. 'ചിറ്റിമ്പാപ്പാട്ടുകൾ അടങ്ങിയ പുസ്തകങ്ങളും ഇടത്തുട്ടുകാരുടെ പുസ്തകങ്ങളും വീട്ടിൽ വച്ചു സൂക്ഷിക്കുന്നത് വൈക്കോലിൽ തീ ഒളിച്ചു വെക്കുന്നതിനു സമമാകുന്നു. ഭക്തിയെ വർധിപ്പിക്കുന്ന ജ്ഞാനപുസ്തകങ്ങളും തത്വശാസ്ത്രപുസ്തകങ്ങളും മക്കൾക്കു സമ്പാദിച്ചു വെക്കേണ്ട നിക്ഷേപങ്ങളാകുന്നു. ഇപ്രകാരമുള്ള പുസ്തകങ്ങളെ ശക്തിപോലെ വാങ്ങിച്ചു ശേഖരിക്ക.'

ഇവിടെ, രണ്ടു കാര്യങ്ങൾ ശ്രദ്ധേയമാണ്. ഒന്ന് 'ചിറ്റിമ്പപ്പാട്ട്' എന്ന വാക്കാണ്. തുച്ഛമായ ലൗകികസുഖമാണ് 'ചിറ്റിമ്പം'. ആത്മീയസൗഖ്യമാകട്ടെ 'പേരിമ്പ'വും. ഇത്തരം അമൂല്യപദങ്ങൾ നമ്മുടെ ഭാഷയിൽ ഏറെയുണ്ട്; അവയുടെ കലവറയാണ് ചാവറയച്ചന്റെ ഗദ്യം. മറ്റൊന്ന് സദ്ഗ്രന്ഥപാരായണത്തിനും അവയുടെ സമ്പാദനത്തിനും അച്ചൻ നൽകുന്ന മുന്തിയ പ്രാധാന്യമാണ്. 'മക്കൾക്കു സമ്പാദിച്ചു വെക്കേണ്ട നിക്ഷേപങ്ങൾ' ആണവ എന്നാണ് അച്ചന്റെ പക്ഷം. 'പുസ്തങ്ങളിൽ നിക്ഷേപിക്കു' എന്നാണിപ്പറഞ്ഞതിനർത്ഥം;

മറ്റു ഭൗതിക സൗകര്യങ്ങളിൽ അങ്ങനെ ചെയ്യരുത് എന്നും.

ഇതിനെ ഉദാഹരിക്കാനും അച്ചൻ ഒരു കഥ പറയുന്നുണ്ട്. ഹൃദയാവർജ്ജകമാണ് അതിന്റെ ഉള്ളടക്കവും സംക്ഷിപ്തതയും. 'ഒരു ഭിക്ഷക്കാരൻ വായന അറിഞ്ഞുകൂടാത്തവൻ ആയിരുന്നു. എങ്കിലും യാചിച്ചു കിട്ടിയ പണം കൊണ്ട് വായിപ്പിച്ചു കേട്ട് അതിനൊത്തവണ്ണം നടക്കയും പുണ്യത്തിന്റെ മാതൃകശേഷം പേർക്ക് കാണിച്ചുകൊടുക്കുകയും ചെയ്തു വന്നു.' ഇതെന്തൊരു ജീവിതമാതൃകയാണ്, അതും ഒരു ഭിക്ഷക്കാരന്റെ! എത്ര സമ്പന്നനാണയാൾ! ഇതിനു സമാനമായ ഒരു കഥ, വൈലോപ്പിള്ളി കവിതാരൂപത്തിൽ ആവിഷ്കരിച്ചിട്ടുണ്ട്; 'ശിവനാഥൻ' എന്ന പേരിൽ. ശിവനാഥനും ഒരു ഭിക്ഷക്കാരനായിരുന്നു. കിട്ടിയ പിച്ചക്കാശിനൊക്കെ മാമ്പഴം വാങ്ങിത്തിന്നു ശിവനാഥൻ, എന്നിട്ട് ആ കുരുവൊക്കെ നാട്ടിലെമ്പാടും ആരും കാണാതെ പലയിടത്തായി കുഴിച്ചിട്ടു. ശിവനാഥൻ മരിച്ചു. അപ്പോഴേയ്ക്കും ആ നാടാകെ കുളിർത്ത മാന്തോപ്പായി മാറിക്കഴിഞ്ഞിരുന്നു. അതിന്റെ തണലിലിരുന്ന്, മാമ്പഴംതിന്നും കുളിർകാറ്റേറ്റും നാട്ടുകാരിപ്പോൾ 'ശിവനാഥൻ' ചെയ്ത പുണ്യത്തെപ്പറ്റി പറയുന്നു. ഇത്തരമൊരു പുണ്യമാണ് താനും ചെയ്യുന്നതെന്ന് വി. ചാവറയച്ചനറിയാമായിരുന്നു. തന്റെ ജ്ഞാനനിക്ഷേപം അദ്ദേഹം പുസ്തകത്തിൽ, എഴുത്തിൽ സൂക്ഷിച്ചുവച്ചു. അതിനാൽ

'ഒരു നല്ല അപ്പന്റെ ചാവരുളി' നൊട്ടുവിൽ അച്ചനിപ്രകാരം എഴുതാനായി–

പ്രിയപ്പെട്ടവരേ,

ഞാൻ മാംസസംബന്ധത്താൽ ചേന്നങ്കിരിപ്പള്ളി ഇടവകയിൽ ചാവറ കുര്യാക്കോസ് എന്ന ആളുടെ മകനാകുന്നു. എന്നാൽ സർവ്വേശ്വരൻ ഈ ലോകത്തിൽ എന്നെയും സൃഷ്ടിപ്പാൻ തിരുമനസ്സായി. ഇപ്പോൾ ഈ തറവാട്ടിലും കാരണവന്മാരിലും എന്നെ ജനിപ്പിച്ചതിനാൽ, എന്റെ മാംസസംബന്ധക്കാരായ നിങ്ങൾക്കു നീതിയാലെയും ഉപവിയാലെയും ഉപകാരം ചെയ്യാൻ എനിക്ക് ഒരു വിശേഷകടമയുണ്ട്. ഇതിനെ നോക്കുമ്പോൾ എല്ലാവർക്കും എന്നതുപോലെ അല്ലാതെ ഞാൻ നിങ്ങൾക്കു വിശേഷമായി ഏറെയൊന്നും ചെയ്തിട്ടില്ല. ആയതിനാൽ എല്ലാറ്റിനും ആയി എന്റെ കയ്യെഴുത്താൽ ഇതിനെ ഞാൻ നിങ്ങൾക്കു തരുന്നു. ഞാൻ മരിച്ചാലും ഈ കടലാസ്സ് മരിക്കയില്ല. ആകയാൽ ഇത് എന്റെ നിക്ഷേപമായി കാപ്പാൻ എന്റെ മക്കളായ കൈനകരി കുരിശു പള്ളിക്കാരായ നിങ്ങളെ ഞാൻ ഏൽപ്പിക്കുന്നു.'

അച്ചന്റെ'ദായഭാഗ'ങ്ങളിലൊന്നാണ് 'ഒരു നല്ല അപ്പന്റെ ചാവരുൾ'. 'ദായഭാഗം' എന്ന വാക്ക് 'വീണപൂവി' (കുമാരനാശാൻ) ലുണ്ട്. പൂവിന്റെ ദായഭാഗമായ വർണ്ണം സൂര്യനും സുഗന്ധം കാറ്റിനും നൽകപ്പെട്ടു എന്ന് കവി പറയുന്നു. ഇത്തരത്തിൽ തന്റെ 'ദായ ഭാഗ'ത്തെ പലതായി വിഭജിച്ച് അതിലൊരു ഭാഗം, തന്റെ എഴുത്തിൽ നിക്ഷേപിക്കുകയാണ് ചാവറയച്ചൻ ചെയ്തത്. 'അതിനാൽ ഇത് എന്റെ നിക്ഷേപമായി കാപ്പാൻ.... നിങ്ങളെ ഞാൻ ഇത് ഏൽപ്പി ക്കുന്നു' എന്നതിലെ 'നിക്ഷേപം' നിധിനിക്ഷേപംപോലെ അത്യ നർഘമായ ജ്ഞാനനിക്ഷേപമോ ആത്മ നിക്ഷേപമോ ആകാം. വരും തലമുറകൾക്കു വേണ്ടി കരുതിവച്ച ഒരഭിജാതമാനസത്തിന്റെ രക്തമായി സാഹിത്യത്തെ നിർവ്വചിച്ചത് ജോൺമിൽട്ടൺ എന്ന മഹാകവിയാണ്. അച്ചനും അതു തന്നെയാണ് ചെയ്തത്. അതിന്റെ ലിഖിതസാക്ഷ്യമാകുന്നു, മലയാളഭാഷയിൽ എഴുതപ്പെട്ടവയിൽ വച്ചേറ്റവും ഭാസുരമായ ഈ വാക്യം-

'ഞാൻ മരിച്ചാലും ഈ കടലാസ് മരിക്കയില്ല'. താൻ മരിച്ചാലും മരിക്കാത്ത കടലാസായി കടലാസിനെ മാറ്റുകയാണ് എഴുത്തുകാരൻ. എഴുത്തിന്റെ അമരത്വവാഗ്ദാനത്തിൽ ചാവറയച്ചനു വിശ്വാസമുണ്ടാ യിരുന്നു, ദൈവവിശ്വാസംപോലെ പൂർണ്ണവും അചഞ്ചലവുമായിരുന്നു അത്. ആവിശ്വാസത്തിന്റെ വിളംബരം കൂടിയാകുന്നു, 'ഒരു നല്ല അപ്പന്റെ ചാവരുൾ.'

'ഋത്വധിനാഥൻ' എന്ന് ക്രിസ്തുഭഗവാനെ വാഴ്ത്തുന്നുണ്ട്, 'ആത്മാനു താപ'ത്തിലൊരിടത്ത് ചാവറയച്ചൻ. ഋതുക്കളുടെ- കാലത്തിന്റെ- നാഥനാണ്'ഋത്വധിനാഥൻ'. കാലാതീതമായ മഹത്ത്വമുള്ള ചിലത് എഴുത്തിൽ സൃഷ്ടിക്കാൻ മനസ്സുവയ്ക്കുകയും ചെയ്തു പരിവ്രാജകജീവിത ത്തിനു സമാന്തരമായി ഒരെഴുത്തു ജീവിതവുമുണ്ടായിരുന്ന ചാവറയ ച്ചൻ എന്ന മഹാവിശുദ്ധൻ.

●

അധ്യായം പത്തൊമ്പത്

നവോത്ഥാനനഭസ്സിലെ ആദ്യനക്ഷത്രം

കേരളീയ നവോത്ഥാനനഭസ്സിലെ ആദ്യനക്ഷത്രം എന്ന പദവി, വി. ചാവറ കുരിയാക്കോസ് ഏലിയാസച്ചനവകാശപ്പെട്ടതാണ്. ബഹുമുഖമായിരുന്നു അച്ചന്റെ സാംസ്കാരിക വ്യക്തിത്വം. അച്ചടിയുടെയും വിദ്യാലയസ്ഥാപനത്തിന്റെയും ആഗ്രഗാമിത്വം, ഈ പുരോഹിതശ്രേഷ്ഠൻ തന്റെ ബലിഷ്ഠമായ ചുമലുകളിലേക്കേറ്റടുക്കുകയും സന്ന്യാസമെന്നാൽ 'ലോകാനുരാഗ'മാണെന്ന് തന്റെ പ്രവർത്തനങ്ങളിലൂടെ തെളിയിക്കുകയും ചെയ്തു. 'ലോകാനുരാഗമിയലാത്തവരേ, നരന്റെ/ യാകാരമാർന്നിവിടെ നിങ്ങൾ ജനിച്ചിടായ്‌വിൻ!' എന്ന് കേരളീയ നവോത്ഥാനത്തിന്റെ കാവ്യമുഖമായിരുന്ന, മഹാകവി കുമാരനാശാൻ. നവോത്ഥാനമെന്നത് ജാതിവിവേചനത്തിനും അനാചാരദുർമ്മേദസ്സിനുമെതിരായ സാംസ്കാരിക കലാപമായിരുന്നു. ആ കലാപത്തിൽ തന്റേതായ മുന്തിയ പങ്കുതന്നെ വഹിക്കാനായി ചാവറയച്ചന് എന്നല്ല പറയേണ്ടത്; അതിന്റെ അഗ്രദൂതനും ആദ്യനക്ഷത്രവും അച്ചനായിരുന്നു.

'പള്ളിക്കൊരു പള്ളിക്കൂടം' എന്ന അച്ചന്റെ അനുശാസനം തന്നെയെടുക്കുക. എത്രമാത്രം വിപ്ലവകരമായിരുന്നു അത്, പത്തൊൻപതാം നൂറ്റാണ്ടിലെ കേരളത്തിന്റെ ദുരാചാരതമനസ്സി ലാണ്ട അന്തരീക്ഷത്തിൽ വിദ്യയുടെ ഫലം വിവേകമാണ്. വിവേകത്തിന്റെ ഫലം വിപ്ലവകരമായ സമൂഹനവീകരണവും. ഈ സാമൂഹ്യപാഠം അച്ചന്റെ പ്രവർത്തനങ്ങൾക്കു പിന്നിലെ ഇന്ധന ശക്തിയായിരുന്നു. ഒരു സമൂഹത്തിന്റെ തന്നെ ഇന്ധനശക്തിയായി അതു പിന്നീടു മാറി എന്നതിലാണ് അച്ചന്റെ പ്രവാചകത്വം.

പള്ളിക്കൂടം തുടങ്ങുക എന്നതിനെ ഒരാത്മീയോദ്യമമാക്കി മാറ്റാനും അതിൽ വിശ്വാസികളായ ഒരു വലിയ ജനഞ്ചയത്തെയപ്പാടെ പങ്കാളികളാക്കാനും അച്ചനു സാധിച്ചു. പള്ളിക്കൂടം തുടങ്ങാത്തപക്ഷം പള്ളികൾ അടച്ചുപൂട്ടും എന്ന വിജ്ഞാപനത്തേക്കാൾ വിപ്ലവകരമായി വേറെന്താണുള്ളത്! ആത്മീയാധികാരത്തെ വിപ്ലവകരമായ

സാമൂഹ്യപ്രയോഗമാക്കിമാറ്റുന്ന കലയായിരുന്നു അത്. യേശുദേവൻ കാറ്റിനെയും കടലിനെയും ശാസിച്ചടക്കിയതുപോലെ യാഥാസ്ഥിതികരും സങ്കുചിതമനസ്കരുമായ ഒരു ജനതതിയെ ഒന്നാകെ, ആ ശാസനം നിശ്ശബ്ദരും കർമ്മോന്മുഖരുമാക്കി മാറ്റി. അങ്ങനെ കേരളമെന്ന അന്ധവിശ്വാസജടിലവും അന്ധകാര ഗ്രസ്തവുമായ മണ്ണിൽ ആധുനീകരണത്തിന്റെ കരുത്തുറ്റ പുതുമുളകളായ വിദ്യാലയങ്ങൾ പൊടിച്ചുപൊന്തി. പിന്നീടവ മഹാവൃക്ഷങ്ങളായും പൊതുവിദ്യാഭ്യാസമെന്ന

ജനാധിപത്യസംരംഭത്തിന്റെ ആദ്യമുദ്രകളായും മാറി. സ്വസമുദായാംഗങ്ങൾക്കു മാത്രം പ്രവേശനമുള്ള സങ്കുചിത സ്ഥാപനങ്ങളായിരുന്നില്ല അച്ചൻ സ്ഥാപിച്ച പള്ളിക്കൂടങ്ങൾ. അന്യമതസ്ഥരും അവർണ്ണരും അധഃസ്ഥിതരുമെല്ലാം അവിടെ വന്ന് വിദ്യയുടെ വെളിച്ചം നേടി തിരിച്ചുപോയി. പ്രളയാവസാനത്തിലെ വെള്ളരിപ്രാവെന്നപോലെ അവക്കൊക്കിലേന്തി പറന്നകന്ന വിവേകത്തിന്റെ കതിരുകളാവണം, പിന്നീട് കേരളീയ നവോത്ഥാനം എന്ന യുഗസംക്രമണം തന്നെ സാധ്യമാക്കിയത്. വിദ്യാഭ്യാസരംഗത്തെ ചാവറയച്ചന്റെ പ്രവർത്തനങ്ങൾ, അതിനാൽ, ആദ്യപരിഗണനയർഹിക്കുന്ന സമൂഹ നവീകരണ സംരംഭങ്ങൾ തന്നെയാകുന്നു.

അച്ചന്റെ മുൻകയ്യിൽ നടന്ന അച്ചടിയുടെ സ്ഥാപനവും വ്യാപനവുമാണ് മറ്റൊന്ന്. ആധുനികതയുടെ യന്ത്രസ്വരൂപങ്ങളിലൊന്ന് 'അച്ചുകൂടം' എന്ന അച്ചടിയന്ത്രമായിരുന്നു. ഗുട്ടൻബർഗ്ഗിലൂടെ വിനിമയവിപ്ലവത്തിനുനാന്ദി കുറിച്ച ആ പാശ്ചാത്യയന്ത്രസംവിധാനത്തെ പ്രാദേശികമാക്കുകയും അതുവഴി സാങ്കേതിക വിദ്യയുടെ സ്വാംശീകരണവും തദ്ദേശിയവൽക്കരണവും ഒരുമിച്ച് സക്ഷാൽക്കരിക്കുകയുമായിരുന്നു ചാവറയച്ചൻ. താളിയോലയിൽ നിന്ന് താളിലേയ്ക്കും, ഹസ്തലേഖനത്തിൽ നിന്ന് അച്ചടിയിലേയ്ക്കും അതോടെ മലയാളിയുടെ മാറ്റം അനായാസമായി. ഇതിനുവേണ്ടി അച്ചൻ സഹിച്ച ത്യാഗങ്ങളുടെ പരമ്പര, മറ്റൊരധ്യായത്തിൽ നമ്മൾ കണ്ടുകഴിഞ്ഞു. ആ ത്യാഗങ്ങൾ ഒരു സമൂഹത്തിനു മുഴുവനുമായി അച്ചൻ ചുമന്ന കുരിശായിരുന്നു, കുരിശ് പ്രത്യാശയുടെ പ്രതീകമാണ് ക്രിസ്തീയാത്മീയതയിൽ. ചാവറയച്ചന്റെ കാര്യത്തിൽ, അച്ചൻ തനിച്ചു ചുമലേറ്റിയ കുരിശ്, ഒരു സമൂഹത്തെ മുഴുവനുമായി വിപ്ലവകരമായി പരിവർത്തിപ്പിക്കുന്നുണ്ടായിരുന്നു. സാക്ഷരതയും വർത്തമാനപ്പത്രങ്ങളും ആനുകാലികങ്ങളും പുസ്തകങ്ങളും ഗ്രന്ഥപാരായണാസക്തിയും സാർവ്വത്രികമായതോടെ ഒരു പുത്തൻ കേരളവും ഒരു പുതിയ മലയാളിയും ഉയിർക്കൊണ്ടു. അതിനു പിന്നിൽ മാന്നാനത്തെ സെയ്ന്റ് ജോസഫ്സ് പ്രസ്സിനായി അച്ചൻ നടത്തിയ നിരന്തരയാത്രകളുടെയും നിസ്തന്ദ്രയതനത്തിന്റെയും വിയർപ്പുകൂടിയുണ്ടെന്ന്, ഇന്ന്, അധികമാരും ഓർമ്മിക്കാറില്ല. ആ ഓർമ്മപ്പെടലിന്റെ അനിവാര്യഫലം, അച്ചനെ കേരളീയ നവോത്ഥാനത്തിന്റെ മുന്നണിയിൽത്തന്നെ സ്ഥാപിക്കുക എന്നതായിരിക്കും. വിദ്യാലയങ്ങളും അച്ചുകൂടവും എന്ന രണ്ടു നെടുംതൂണുകൾക്കു മേലായിരുന്നു അച്ചൻ ആധുനികകേരളമെന്ന കാറ്റും വെളിച്ചവും നിറഞ്ഞ നവസൗധത്തിന്റെ എടുപ്പുകൾ ഉയർത്തിനിർത്തിയത്.

ആധുനീകരണത്തിന്റെ അടിസ്ഥാന സ്തംഭങ്ങളാണിവ എന്ന് ഒന്നരനൂറ്റാണ്ടിനിപ്പുറം നമ്മൾ തിരിച്ചറിയുന്നു. ആ തിരിച്ചറിവ് സഹജമായിരുന്നു ചാവറയച്ചന്. അച്ചൻ പ്രസരിപ്പിച്ച നവോത്ഥാനവെളിച്ചത്തെ വിലയിരുത്തുമ്പോൾ മുഖ്യമായുന്നയിക്കപ്പെടേണ്ട വസ്തുതയാണിത്. നവോത്ഥാനം ഒരു പാഠപുസ്തകമായിത്തീരുന്നതിന് എത്രയോ മുൻപ് ആ പാഠപുസ്തകമായി സ്വയം പരിണമിക്കുകയായിരുന്നു, ചാവറയച്ചൻ.

ആ പാഠപുസ്തകത്തിലെ ആദ്യാധ്യായം തന്നെ വായനയ്ക്കും എഴുത്തിനും വിദ്യാഭ്യാസത്തിനും നൽകിയ പ്രാധാന്യമായിരുന്നു. പ്രബുദ്ധരായ ആദ്യ മലയാളികളിൽ ഒരാൾ ചാവറയച്ചനായിരുന്നു. വിരളമായ നക്ഷത്രങ്ങൾ മാത്രമുള്ള ആ താരാപഥത്തിൽ നാരായണഗുരുവിനോടും അയ്യങ്കാളിയോടും പൊയ്കയിൽ അപ്പച്ചനോടും സഹോദരൻ അയ്യപ്പനോടും കുറ്റിപ്പുഴ കൃഷ്ണപിള്ളയോടും ചട്ടമ്പിസ്വാമികളോടും വി.ടി ഭട്ടതിരിപ്പാടിനുമൊപ്പം ചാവറയച്ചനുമുണ്ട്. ഒരു പക്ഷേ ഇവർക്കാർക്കുമില്ലാത്ത ആ നവോത്ഥാനത്തിന്റെ ആദ്യനക്ഷത്രം എന്ന അനന്യപദവിയോടെ.

ആത്മീയത എന്ന ആന്തരിക വെളിച്ചത്തെ അച്ചൻ, തന്റേതായ രീതിയിൽ സമൂഹോന്മുഖമായി ക്രമേണ, പരിവർത്തിപ്പിച്ചതിന്റെ ഫലമായിരുന്നു ഇത്. അതിന് അച്ചനു മുന്നിൽ പൂർവമാതൃകകളൊന്നുമുണ്ടായിരുന്നില്ല. പൂർവ്വ മാതൃകകളുടെ അഭാവം ഒരു പ്രതിഭാശാലിയെ നിരുത്സാഹപ്പെടുത്തുകയില്ല മറിച്ച്, കൂടുതൽ ഉത്സാഹിയാക്കി മാറ്റുകയാണ് ചെയ്യുക. അയാൾ നടന്ന്നടന്ന് ഒരു പാതകണ്ടെത്തുകയും ആ വഴിയിലൂടെ പിന്നീടു വരുന്നവർ സഞ്ചരിക്കുകയുമാണ് ചെയ്യുക. സി.എം.ഐ. സഭാസ്ഥാപനം അത്തരത്തിൽ അച്ചൻ വെട്ടിത്തെളിയിച്ചെടുത്ത ഒരു രാജ്യരഥ്യയായിരുന്നു. സന്ന്യാസിനീസഭയുടെ സംസ്ഥാപനവും അക്കാലത്ത് ഒരു നൂതന സംരംഭമായിരുന്നു. ഉപവിശാലയുടെ സ്ഥാപനത്തെയും ഇത്തരത്തിൽ വേണം കാണാൻ. ആദ്യപഥികന്റെ ഏകാന്തതയും ചാരിതാർത്ഥ്യവും അസാമാന്യ തോതിൽ അനുഭവിച്ചുകാണും അച്ചൻ. എന്നാൽ 'ഇതെന്റെ രക്തമാണിതെന്റെ മാംസമാണെടുത്തു കൊള്ളുക!' എന്നതുപോലെ ആത്മദാനത്തിന്റെ അനന്യനിർവൃതിയായി അതിനെ പരിവർത്തിപ്പിക്കുകയാണ് അച്ചൻ ചെയ്തത്. നിർമ്മമത എന്ന മഹാഗുണം ചാവറയച്ചനുണ്ടായിരുന്നു; അഥവാ മികച്ച ഫലമത്രയും മറ്റുള്ളവർക്കുദാനം ചെയ്യുന്ന സ്ഥൂലാമ്രാധിപന്റെ സ്ഥാവരമായ കരുത്തും തന്റേടവും നിർവ്വേദവും

'തന്നെത്താൻ നിജ ചിന്തയിൽബ്ബലികഴിച്ചാർജ്ജിച്ച നിക്ഷേപമി-

ഞന്യന്മാർ പകരുന്ന കണ്ടു കൃതിയായ് ത്തീരുന്നു വിദ്വാൻ സ്വയം,
പിന്നെത്താൻ പരിപോഷണശ്രമഫലം പാർത്താലവൻ പൂണ്ടിടും
ധന്യത്വം പറയേണ്ടതില്ലയിഭവാൻ മോദിച്ചസത്യം മുനേ!

(പ്രരോദനം, കുമാരനാശാൻ).

ചാവറയച്ചനോടൊപ്പം ലോകം അതിന്റെ ആദിമ തമസ്സിൽ നിന്ന് വെളിച്ചത്തിലേയ്ക്ക് ക്രമേണ പരിണമിച്ചെത്തുകയായിരുന്നു. വെളിച്ചം സംസൃഷ്ടമായ ആ ആദിമ പ്രഭാതത്തിലെന്നപോലെ ചിലത് മാനവചരിത്രത്തിൽ നിറവേറുന്നുണ്ടായിരുന്നു. പത്തൊൻപതാം നൂറ്റാണ്ടിൽ കേരളത്തിൽ ചാവറയച്ചന്റെ സമകാലികർ ആരെല്ലാമാണെന്നു നോക്കൂ! അയ്യാവൈകുണ്ഠസ്വാമി, സ്വാതിതിരുനാൾ, ഷ്ഡ്കാല ഗോവിന്ദ മാരാർ എന്നിവരായിരുന്നു അത്. ബംഗാളിൽ ബങ്കിം ചന്ദ്രനും ഈശ്വര ചന്ദ്രവിദ്യാസാഗറും കേശവചന്ദ്രസേനനും, മഹർഷി ദേവേന്ദ്രനാഥടാഗോറും രാജാറാം മോഹൻ റോയിയും ശ്രീരാമകൃഷ്ണ പരമഹംസരും ശാരദാദേവിയും ജീവിച്ചിരുന്നതും തങ്ങളുടെ കർമ്മമേഖലകളിൽ ഒരു പുതുയുഗപ്രഭാതത്തിന്റെ വെളിച്ചം വിതച്ചു തുടങ്ങിയതും ഇക്കാലത്ത്. സംഗീതസാർവ്വഭൗമനും പരിവ്രാജകപ്രഭുവുമായ ത്യാഗരാജ സ്വാമികളും ഷിർദ്ദിയിലെ സായിബാബയെന്ന അവധൂതവര്യനും ജീവിച്ചിരുന്ന കാലയളവുകൂടിയായിരുന്നു അത്. കാറൽ മാർക്സും ഏംഗൽസും മാക്സ്മുള്ളറും ലോകത്തെത്തന്നെ മറ്റൊന്നായി പുതുക്കിപ്പണിത നൂറ്റാണ്ടുകൂടിയായിരുന്നു ചാവറയച്ചന്റെ പത്തൊൻപതാം നൂറ്റാണ്ട്. ഡോ. സുകുമാർ ആഴീക്കോട് ഈ നൂറ്റാണ്ടിനെ സന്ധാനശതാബ്ദം- ഇലിൗ്യേ ീള ഊശെീ - എന്നു വിളിക്കുന്നു; അച്ചന്റേത് സന്ധാനക്രിയകളായിരുന്നു എന്നും. ഈ സന്ധാനക്രിയകളെയാണ് നമ്മൾ ഇതുവരെ വിവരിച്ചത്. അതിലൂടെ കേരളം, ആധുനികകേരളമായി മാറി. ഇരുട്ട് വെളിച്ചമായും, അജ്ഞത വിവേകമായും മാറി, 'ഇന്ത്യൻ വിദ്യാഭ്യാസം നൂറ്റാണ്ടുകളിലൂടെ' എന്ന പ്രൗഢഗ്രന്ഥം രചിച്ച തായാട്ട് ശങ്കരൻ, തന്റെ പുസ്തകത്തിൽ ഒരിടത്തുപോലും വി.ചാവറയച്ചന്റെ വിദ്യാഭ്യാസ പ്രവർത്തനങ്ങളെ പരാമർശിക്കുന്നതേയില്ല. ഇത്തരം പടുമറവികൾക്കെതിരേ ഉണർന്നിരിക്കാനുള്ള സാംസ്കാരിക ജാഗ്രതയായി മാറട്ടെ, ഇത്തരം വീണ്ടുവിചാരങ്ങൾ എന്നു പ്രത്യാശിക്കുന്നു.

●

അനുബന്ധം
ചാവറയച്ചന്റെ രചനകൾ

ഒരു നല്ല അപ്പന്റെ ചാവരുൾ
(കൈനകരിക്കാർക്കെഴുതിയ കത്ത്)

നല്ല ക്രിസ്ത്യാനിക്കുടുംബം ആകാശമോക്ഷത്തിന്റെ സാദൃശ്യമാകുന്നു. കുടുംബത്തിന്റെ ന്യായം എന്തെന്നാൽ, ചോരയാലും, സ്നേഹത്താലും തമ്മിൽത്തമ്മിൽ കെട്ടപ്പെട്ട പല ആളുകൾ കാരണവന്മാരുടെനേരെ ആചാരവും കീഴ്വഴക്കവും അനുസരിച്ച തമ്പുരാനോടും മനുഷ്യരോടും സമാധാനമായി നടക്കയും, അവരവരുടെ അന്തസ്സിനു തക്കതിൻവണ്ണം നിത്യഗതിയെ പ്രാപിക്കുന്നതിനു പ്രയത്നംചെയ്തു കൂട്ടമായി ജീവിക്കയും ചെയ്യുന്നതാകുന്നു. ദുഖങ്ങളുടെ സ്ഥലമായിരിക്കുന്ന ഈ ലോകത്തിൽ ഓരോരോ ഞെരുക്കങ്ങളിലും സങ്കടങ്ങളിലും ഏറ്റം മധുരിക്കപ്പെട്ട ആശ്വാസവും സമാധാനവും ഉപവിയും ക്രമവുമുള്ള ഒരു കുടുംബത്തിൽ ജീവിക്കുന്നതാകുന്നു. അപ്രകാരം തന്നെ ക്രമവും സമാധാനവും ഇല്ലാതെയും ദൈവശുശ്രൂഷയിന്മേലും നിത്യരക്ഷയിന്മേലും ഒരു വിചാരവും ഇല്ലാതെയും നടക്കുന്ന ഒരു കുടുംബത്തിൽ ജീവിക്കുന്നതു ഏറ്റം വലിയ സങ്കടമാകുന്നു. ഇപ്രകാരം ക്രമമില്ലാത്ത കുടുംബങ്ങൾ എത്രയോ സങ്കടങ്ങൾക്കും കണ്ണുനീരുകൾക്കും കാരണമായിരിക്കുന്നു. ഇതുനിമിത്തം കീർത്തിപ്പെട്ടതും ബഹുമാനമുള്ളതും ദ്രവ്യമുള്ളതുമായ എത്രയോ കുടുംബങ്ങൾ നശിച്ചുപോയിരിക്കുന്നു. ഇതിൽ നിന്ന് എത്രയോ വഴക്കുകളും എത്രയോ പാപങ്ങളും എത്രയോ നാശങ്ങളും എത്രയോ മരണങ്ങളും ഉണ്ടായിരിക്കുന്നു. ഇതിൻവണ്ണമുള്ള തിന്മകളും നാശങ്ങളും വരുന്നതിന് ഇടവരാതിരിപ്പാൻ എനിക്കുണ്ടായിരിക്കുന്ന അതിയായ ആഗ്രഹത്തെക്കുറിച്ച ഞാൻ ദൈവവെളിവും സമാധാനവും അപേക്ഷിച്ചുകൊണ്ട് ഈ കുടുംബക്രമം അഥവാ ചട്ടം എഴുതിയുണ്ടാക്കി. ഇതിനെ നിങ്ങളുടെ പൂർവ്വകാരണവന്മാരുടെ വായിൽ നിന്നു പുറപ്പെട്ട ഗുണദോഷംപോലെ കൈക്കൊണ്ടു സൂക്ഷ്മമായിട്ട് അനുസരിക്കയും അനുസരിപ്പിക്കയും ചെയ്യണമെന്ന് ഞാൻ നിങ്ങളോട് അപേക്ഷിക്കുന്നു.

കുടുംബചട്ടം

1-ാമത് നിങ്ങൾ തമ്മിൽത്തമ്മിൽ ഉപവിയായിരിപ്പിൻ; സ്നേഹമായിരിപ്പിൻ. ഓരോരുത്തന്റെ അറ്റകുറ്റങ്ങളും കുറച്ചിലുകളും നിങ്ങൾ തമ്മിൽത്തമ്മിൽ ക്ഷമിപ്പിൻ. ഇപ്രകാരം ചെയ്താൽ ഈ ലോകത്തിൽ സമാധാനവും പരലോകത്തിൽ നിത്യഭാഗ്യവും നിങ്ങൾ അനുഭവിക്കും. ഒരു വീട്ടിൽ തന്നെ ജ്യേഷ്ഠാനുജന്മാരും സ്ത്രീജനങ്ങളും തമ്മിൽത്തമ്മിൽ സ്നേഹമില്ലാതെ എല്ലായ്പ്പോഴും വഴക്കും സംസാരവുമായിരിക്കുന്നത് എത്രയോ ദുഃഖിക്കത്തക്കത്. ഭിന്നിക്കപ്പെട്ട രാജ്യം നിലനിൽക്കാൻ പാടില്ലെന്നു നമ്മുടെ കർത്താവ് തന്നെ അരുളിചെയ്തിരിക്കുന്നു. ഇപ്രകാരം വഴക്കുള്ള തറവാട് വേഗത്തിൽ നാശമായിപ്പോകും. നിങ്ങളുടെ അറ്റകുറ്റങ്ങളും മോശങ്ങളും നിങ്ങൾ തമ്മിൽത്തമ്മിൽ ക്ഷമിക്കയില്ലെങ്കിൽ പുറമേയുള്ളവർ ക്ഷമിക്കുമോ? നാളെ ശേഷംപേർ നിന്റെ ഒരു കുറ്റം ക്ഷമിക്കണമെങ്കിൽ ഇന്നു ശേഷം പേരുടെ അറ്റകുറ്റങ്ങൾ നീ ക്ഷമിക്കേണ്ടയോ? ഒരുപദ്രവവും ചെയ്യാത്തവരെ മാത്രം നീ സ്നേഹിച്ചാൽ കാവ്യരും, തമ്മിൽത്തമ്മിൽ അറിവും ചാർച്ചയും ഇല്ലാത്തവരും ചെയ്യുന്നതിൽ അധികം നീ എന്തു ചെയ്യുന്നു. ആദമെന്ന മഹാപിതാവ് നമുക്ക് അവകാശമായി വച്ചിരിക്കുന്ന ഞെരുക്കങ്ങളും സങ്കടങ്ങളും പോരാതെ നിങ്ങൾ സ്വമനസ്സാലെ വീണ്ടും ഉണ്ടാക്കണമോ? എന്നാൽ ഇതിൻവണ്ണമുള്ള വഴക്കുകൾക്കു കാരണം കൊടുക്കുന്നവർക്ക് ദുരിതം. ഒരിക്കൽ ഒരു കിഴവി ഒരു വീട്ടിൽ വഴക്കുണ്ടാക്കുവാൻ പല കാരണങ്ങളുമുണ്ടാക്കിയതിനാൽ പിശാച് കാണപ്പെട്ട് പൊന്നുനിറഞ്ഞ ഒരു സഞ്ചി അവൾക്ക് കൊടുത്തുകൊണ്ട്, ഞാൻ മൂന്നുവർഷക്കാലം പ്രയത്നിച്ചിട്ടു സാധിക്കാത്തത് നീ മൂന്നു ദിവസം കൊണ്ടു സാധിച്ചു. ഇതിനാൽ നീ എന്റെ ആലോചനക്കാരി ആയിരിപ്പാൻ യോഗ്യതയുള്ളവളായിരിക്കുന്നു എന്നുപറഞ്ഞ് അവളെ പിടിച്ച് നരകത്തിൽ കൊണ്ടുപോകുകയും ചെയ്തു. ഒരു തറവാടിന്റെ ബഹുമാനവും, ഭാഗ്യവും, യാതൊരു വഴക്കുമില്ലാതെ എല്ലാവരോടും സമാധാനമായിരിക്കുന്നതത്രേ. നീരസങ്ങളെക്കുറിച്ച് പകരം വീഴ്ച ചെയ്യാൻ മൃഗങ്ങൾക്കുകൂടെയും ശക്തിയുണ്ട്. എന്നാൽ അവയെ സാരംവയ്ക്കാതെ പൊറുക്കുന്നത് മഹാശക്തിയും വിവേകവും അവസ്ഥയുമുള്ള ആളിനുമാത്രം കഴിയുന്നതാകുന്നു. എങ്ങിനെയെന്നാൽ, കോൺസ്റ്റന്തീനോസ് എന്ന മഹാചക്രവർത്തി ഒരിക്കൽ തന്റെ രാജസമൂഹത്തോടുകൂടി നടക്കുമ്പോൾ വഴിമദ്ധ്യേ ഒരുത്തൻ ആ ചക്രവർത്തിയുടെ ഒരു കരണത്തിൽ

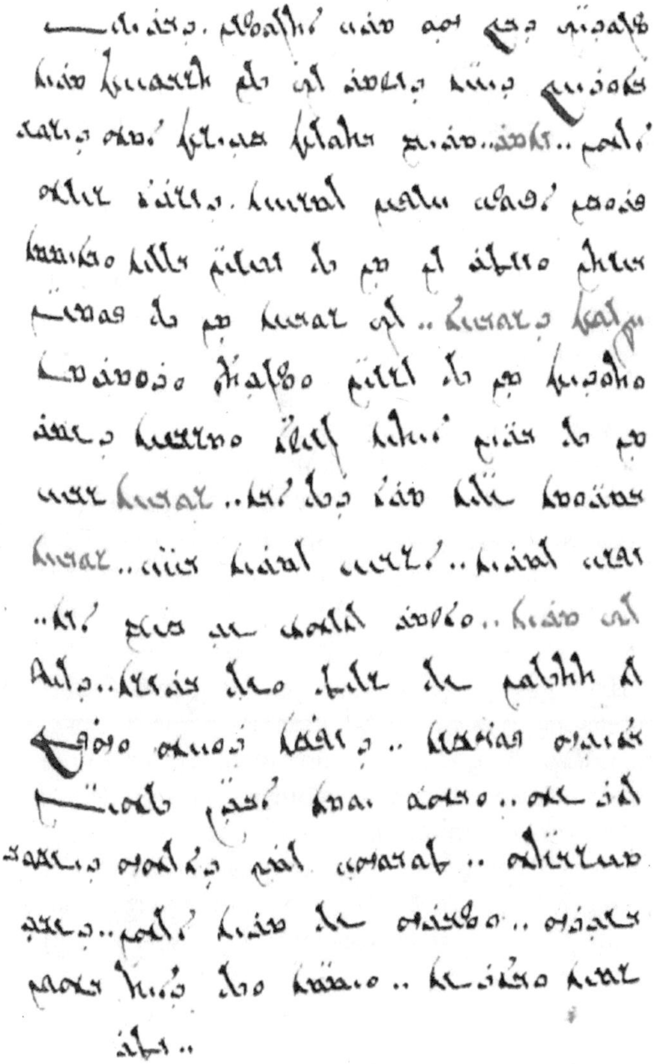

സുറിയാനി ഭാഷയിൽ ചാവറയച്ചൻ എഴുതിയ കത്ത്

അടിച്ചു. അപ്പോൾ ആ സമൂഹക്കാരെല്ലാവരും പകരം വീഴ്ച ചെയ്യാനും ആ ദുഷ്ടനെ കൊല്ലുവാനും ഘണദോഷിച്ചു. ഇതിന് ആ മഹാരാജാവ് ഉത്തരിച്ചതായത്, "എന്റെ ഏറ്റവും താഴ്ന്ന ഉദ്യോഗസ്ഥന് ചെയ്യാൻ കഴിയുന്നത് ഞാൻ ചെയ്യുന്നത് വലിയ കാര്യമോ? എന്നാൽ ഇത് ഞാൻ ക്ഷമിക്കുന്നു. ഇത് എന്റെ ഏറ്റം വലിയ ശക്തിയുടെ അടയാളമാകുന്നു."

2-ാമത്. സർക്കാർ വഴക്കുകൾ കുടുംബങ്ങളെ നശിപ്പിക്കുന്നു. എത്ര ന്യായമുള്ള സംഗതികളെക്കുറിച്ചായിരുന്നാലും സർക്കാരിൽ പോകാതിരിക്കുകയായിരുന്നു നന്ന്, എന്ന് കടശി പറയുവാൻ ഇടയാകയും ചെയ്യും. സർക്കാരിൽ പോയതിനെക്കുറിച്ച് ഒരിക്കലും ഒരുത്തനും ഉപകാരമെങ്കിലും സന്തോഷമെങ്കിലും ഉണ്ടായിട്ടില്ല.

3-ാമത്. ഞായറാഴ്ച മുതലായ കടമുള്ള ദിവസങ്ങളിൽ അടിയന്തിരങ്ങൾ മുതലായത് കഴിക്കുന്നത് വളരെ ദോഷങ്ങൾക്കും ആത്മനാശങ്ങൾക്കും കാരണമായ ഒരു സംഗതിയാകുന്നു. ഇത് കർത്താവിന്റെ ദിവസമാകുന്നു. ഇത് പിശാചിന്റെ ദിവസമാക്കുന്നതിന് കണ്ടെത്തിയ ഒരു സൂത്രമാകുന്നു. ഇതുകൂടാതെ വീട്ടിൽ വല്ലവരും മരിച്ചാൽ (ആവശ്യമുള്ളവരൊഴികെ) ശേഷമുള്ളവർ സ്വന്തം ആത്മകാര്യങ്ങളെ ഉപേക്ഷിച്ചു കടമുള്ള ദിവസങ്ങളിൽ പള്ളിയിൽ പോകാതിരിക്കുന്നത് ദൈവത്താലും വിശുദ്ധ പള്ളിയാലും ശപിക്കപ്പെട്ട ദുർമര്യാദയാകുന്നു.

4-ാമത്. പ്രത്യേകമുള്ള ആവശ്യങ്ങൾക്കല്ലാതെ പണം വായ്പ വാങ്ങിക്കേണ്ട; മുമ്പിൽ വാങ്ങിച്ചിട്ടുണ്ടായിരുന്നാൽ പാടുപോലെ വേഗം തീർപ്പാൻ ശ്രമിക്ക. ഉപവിയെക്കുറിച്ചല്ലാതെ പണം വായ്പ കൊടുക്കയും വേണ്ടാ. എത്രയും ദ്രവ്യമുള്ള കുടുംബം കടമില്ലാത്ത കുടുംബമാകുന്നു; എന്നാൽ കാരണവന്മാർക്കു വല്ല കുർബാനക്കടങ്ങളോ, ഉത്തരിപ്പാനുള്ള കടങ്ങളോ ഉണ്ടായിരുന്നാൽ അവയെ മഹാതാൽപര്യത്തോടുകൂടി തീർക്കുക ഈ സംഗതി ആപത്തുള്ളതാകുന്നു. എന്തെന്നാൽ പലപ്പോഴും ഒരു കുടുംബത്തിൽ ദൈവശാപം വീഴുന്നത് ഈ സംഗതിയാലത്രെ.

5-ാമത്. ദ്രവ്യമുള്ള ഭാവവും അവസ്ഥയും കാട്ടേണ്ട. ഉള്ള ഭാവം മുഴുവനും കാട്ടുന്നവൻ അവസ്ഥയിൽ കുറഞ്ഞവനാകുന്നു. ദ്രവ്യസ്ഥന്റെ ഭാവം കാണിക്കുന്നവൻ വേഗത്തിൽ ഭിക്ഷതെണ്ടി നടക്കും. ഇങ്ങനെ ലോകത്തിൽ സംഭവിച്ചുവരുന്നു. ഒരിക്കൽ ദാവീദുരാജാവ് തന്റെ ശക്തിയിലും മഹിമയിലും ഇഷ്ടപ്പെട്ടു തന്റെ കീഴുള്ള ആളുകളെ എണ്ണുവാൻ കൽപിച്ചു. ഇതിനാൽ ദൈവശിക്ഷയായി ഉടനെ പകരുന്ന വ്യാധിയുണ്ടായി. (സാമുവൽ 24. അ).

6-ാമത്. ഓരോരോ അടിയന്തിരങ്ങൾ കഴിക്കുന്നതിൽ സ്വന്ത സ്വത്തിനും പ്രാപ്തിക്കും തക്കവണ്ണം ചട്ടമുള്ളതിനാൽ അധികം ആഘോഷവും ചിലവും ചെയ്യേണ്ട. അതെന്തെന്നാൽ എല്ലായ്പ്പോഴും അതിൻവണ്ണം ചെയ്യാൻ പാടുണ്ടാകുമോ എന്നറിഞ്ഞുകൂടാ. എന്നാൽ തൽക്ഷണംകൊണ്ട് ആളിപ്പോകുന്നതും, ഒരു വലിയ വെട്ടത്തെ കാണിച്ചു ഉടൻ കെട്ടുപോകുന്നതുമായ ഒരു വൈക്കോൽ തുറുവിൻ തീയേക്കാൾ നിലനിൽക്കുന്നതായി വെട്ടം കാട്ടുന്ന ഒരു ചെറിയ വിളക്ക ഏറ്റം നല്ലതാകുന്നു. ഒരു ദിവസം ദെമോക്രെസ്തോസ് എന്ന കീർത്തികേട്ട ശാസ്ത്രിയോട് മനുഷ്യരിൽ ഏറ്റം മുഖ്യതയുള്ളവനാരെന്നു ചോദിച്ചതിന് ഉത്തരം പറഞ്ഞതായത്, "ഏറ്റം കുറഞ്ഞഭാവം കാണിക്കുന്ന മനുഷ്യനത്രെ." ഒരു ദ്രവ്യസ്ഥൻ വിരുന്നുകൾ, കല്യാണങ്ങൾ മുതലായ ആഘോഷങ്ങൾ നടത്തിയതിനാൽ ദാരിദ്ര്യസ്ഥിതിയിലായി ദുഃഖിച്ചിരിക്കയിൽ, ഒരു ശാസ്ത്രി അവനെ കണ്ട് പറഞ്ഞതായത് "സഹോദരാ! നീ പകൽ വിളക്ക കത്തിക്കാതിരുന്നുവെങ്കിൽ രാവിൽ കത്തിക്കാമായിരുന്നു."

7-ാമത്. ശേഷം പേരുടെ വീടുകളിൽ സഞ്ചരിക്കയും ശേഷംപേരുടെ വർത്തമാനങ്ങൾ അന്വേഷിക്കയും വേണ്ട. എന്തുകൊണ്ടെന്നാൽ, സ്വന്തം കാര്യങ്ങളെ നല്ലതിൻവണ്ണം വിചാരിക്കുമെങ്കിൽ കാര്യമില്ലാത്ത കാര്യങ്ങളിൽ ഉൾപ്പെടുവാൻ നേരമുണ്ടാകയില്ല.

8-ാമത്. ക്രമവും ദൈവപേടിയുമില്ലാത്ത തറവാടുകളോട് ബന്ധുത്വം പിടിക്കേണ്ടാ. എന്തുകൊണ്ടെന്നാൽ, ഒരു കുടുംബത്തിൽ, ഉപകാരവും സന്തോഷവും വരുന്നത് ദ്രവ്യസ്ഥന്മാരായുള്ള ബന്ധുക്കളല്ല; പിന്നെയൊ ക്രമവും ദൈവപേടിയും ഉള്ള ബന്ധുക്കളത്രേ ആകുന്നു. എത്രയോ കുടുംബങ്ങൾ ദ്രവ്യസ്ഥന്മാരായുള്ള ബന്ധുക്കൾ കാരണമായിട്ടു കരകയും നശിക്കയും ചെയ്യുന്നു.

ഫ്രാൻസുരാജ്യത്തിൽ ഒരപ്പന് ഒരു മകൻ മാത്രമേ ഉണ്ടായിരുന്നുള്ളൂ. അവൻ തന്റെ മകനെക്കൊണ്ട് വലിയ തറവാട്ടുകാരിയായ ഒരു മാടമ്പിയുടെ മകളെ വിവാഹം കഴിപ്പിക്കാൻ ഏറിയ പ്രയത്നം ചെയ്തു. ഒടുക്കം തറവാട്ടുവക വസ്തുക്കളൊക്കെയും മകനായിട്ടെഴുതിക്കൊടുക്കണം എന്നുള്ള ഉടമ്പടിയോടുകൂടെ ആഗ്രഹം പോലെ സാധിച്ച് കല്യാണം നടത്തുകയും ചെയ്തു. കുറേനാൾ കഴിഞ്ഞപ്പോൾ മണവാളനും മണവാട്ടിയുടെ കാരണവന്മാരും ഈയാളുടെ അവസ്ഥക്കുറവിനെക്കുറിച്ച് രസക്കേടായി വീട്ടിൽ നിന്നു അയാളെ പുറപ്പെടുത്തി. അയാൾ തെണ്ടിനടന്ന്, മകന്റെ വീട്ടിൽ വിരുന്നുകളും അടിയന്തിരങ്ങളും കഴിക്കുമ്പോൾ വാതുക്കൽചെന്ന് ശേഷിപ്പുകളെ

അപേക്ഷിക്കേണ്ടിവരികയും ചെയ്യു.

9-ാമത്. എല്ലാവക ആളുകളേയും നിന്റെ വീട്ടിൽ കയറ്റേണ്ട; പിന്നെയൊ നല്ല മര്യാദയും ദൈവപേടിയും ഉള്ളവരെ മാത്രം കൈക്കൊള്ളുക. നീ ആരോടുകൂടി ഇടയുന്നു എന്നു പറയുക, എന്നാൽ നീ ആരാകുന്നു എന്നു ഞാൻ പറയാം; എന്നത് പഴഞ്ചൊല്ലായിരിക്കുന്നു.

10-ാമത്. നിന്റെ വീട്ടിൽ ക്രമമല്ലാത്ത വർത്തമാനങ്ങളും ക്രിസ്ത്യാനികൾക്കു ചേരാത്ത വചനങ്ങളും ശേഷം പേരുടെ അറ്റകുറ്റങ്ങളെ പറവാനും പിറുപിറുപ്പാനും ചട്ടമില്ലായെന്നും സംസാരത്തിനടുത്ത വീടല്ലായെന്നും എല്ലാവരും അറിവാൻ തക്കതിൻവണ്ണം കാട്ടുക. മറ്റൊരുത്തന്റെ ദോഷത്തിന്റെ വർത്തമാനം നിന്റെ വീട്ടിൽ പറയപ്പെട്ടുമ്പോൾ ആ ദോഷത്തിനുള്ള ശിക്ഷ നിന്റെ വീട്ടിന്മേൽ വരികയും ചെയ്യും. ഒരാൾ തഴക്കമായിട്ടെന്നതുപോലെ എല്ലായ്പ്പോഴും ശേഷം പേരെക്കൊണ്ട് കുറ്റം പറയുകയും ഓരോരുത്തന്റെയും കുറച്ചിലുകൾ പറയുകയും ചെയ്തിരുന്നു. അവൻ ഭ്രാന്തുപിടിച്ചു ചുറ്റിത്തിരിഞ്ഞു നടന്നു നടന്ന് തന്നത്താൻ പല്ലുകൊണ്ട് നാവ് കടിച്ചു തിന്നുകയും മുഴുവനും ചീഞ്ഞു പുഴുക്കൾ നിറഞ്ഞു നിർഭാഗ്യനായി മരിക്കയും ചെയ്തു.

11-ാമത്. പുത്തനായിട്ടു വസ്തുക്കളെ ഉണ്ടാക്കുന്നതിനേക്കാൾ ഉള്ള വസ്തുക്കളെ നന്നാക്കുവാൻ പ്രയാസപ്പെടുക. കുടുംബങ്ങളുടെ സമ്പത്ത് വസ്തുക്കളുടെ പെരുപ്പമല്ല. പിന്നെയോ വസ്തുക്കളുടെ ഗുണമാകുന്നു. അദ്ധ്വാനശീലനായ ഒരു മനുഷ്യൻ കുറച്ചു വസ്തുക്കൾ കൊണ്ടുമാത്രം സംപൂർണ്ണനായി കഴിഞ്ഞുവന്നു. അപ്പോൾ ചില അസൂയാലുക്കൾ അവൻ നിക്ഷേപം എടുത്തൊളിപ്പിച്ചുവച്ചിരിക്കുന്നു എന്ന് അവന്റെ പേരിൽ സർക്കാരിൽ അന്യായം കൊടുത്തു. ഇതിനാൽ അവനുള്ള ദ്രവ്യം മുഴുവന്റെയും വിവരം ബോധിപ്പിക്കണമെന്ന് രാജാവിന്റെ കൽപനയുണ്ടായി. എന്നാൽ അയാൾ സർക്കാരിൽ ചെന്ന് എന്റെ നിക്ഷേപം എന്റെ ചെറിയ പറമ്പാകുന്നു എന്നും അതിന്റെ മണ്ണ് എന്റെ നെറ്റിയിലെ വിയർപ്പുകൊണ്ടു നനയ്ക്കുന്നതിനാൽ അത് പൊന്നായിപ്പോകുന്നു എന്നും പറഞ്ഞ് ബഹുമാനത്തോടുകൂടി പിന്തിരിയുകയും ചെയ്തു.

12-ാമത്. നിന്റെ അന്തസ്സിന് തക്കവണ്ണം വേലയെടുക്കുക. വേലയെടുക്കാതിരിക്കുന്നത് ബഹുമാനമുള്ള ആളുകളുടെ മുറയല്ല; പിന്നെയോ വീടും കുടിയും സന്തതിയും ഇല്ലാത്തവരുടെ നടപ്പാകുന്നു. മടി സർവ്വ ദുർഗുണങ്ങളുടെയും മാതാവാകുന്നു. പ്രത്യേകം മദ്യപാനത്തിന്റെ കാരണവുമാകുന്നു. മദ്യപാനം ലോകത്തിന്റെ

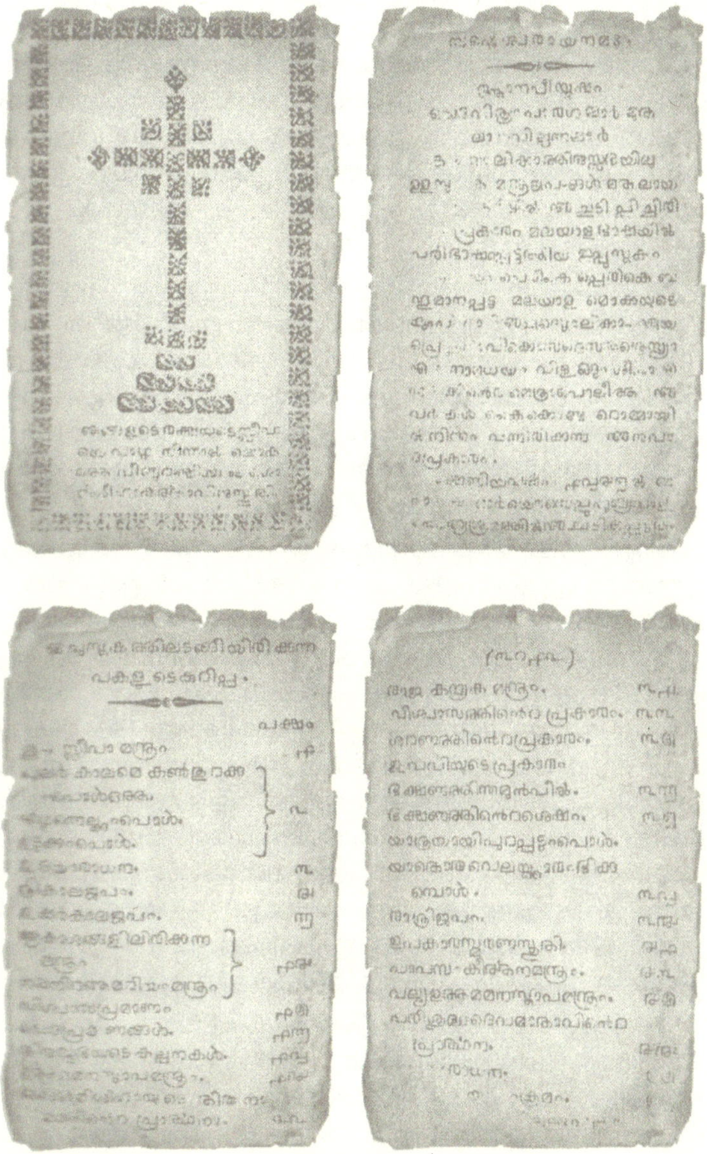

1846-ൽ മാന്നാനം പ്രസ്സിൽ നിന്നും ആദ്യമായി അച്ചടിച്ച 'ജ്ഞാനപീയൂഷം' എന്ന പുസ്തകത്തിന്റെ ഏതാനും താളുകൾ

മുമ്പാകെ എത്രയും അപമാനമുള്ളതും തമ്പുരാന്റെ തിരുമുമ്പിൽ എത്രയും ദോഷമുള്ളതും ആകുന്നു. കാത്തോൻ എന്ന റോമാനഗരിയുടെ അധികാരി റോമായിൽ പാർപ്പാൻ മനസ്സുള്ളവർ ഒക്കെയും മുമ്പിനാൽ തന്നെ വേലയെടുക്കുന്നവരെന്നു കാണിപ്പാൻവേണ്ടി കൈത്തഴമ്പു കാട്ടണമെന്നു പ്രമാണം വച്ചതല്ലാതെ, ദ്രവ്യസ്ഥന്മാരും മാടമ്പികളും അവരവരുടെ അന്തസ്സിന് തക്കവണ്ണം വേലയെടുക്കുന്ന ആയുധങ്ങൾ പിടിച്ചല്ലാതെ, പുറത്തു നടന്നുകൂടാ എന്ന് ശക്തിയായി കൽപിക്കുകയും ചെയ്തു.

13-ാമത്. കച്ചവടജോലി ആത്മത്തിന് മാത്രമല്ല, ധനത്തിനും, എത്രയും ആപത്തുള്ളതാകുന്നു. മറ്റൊരു വ്യാപാരം കൊണ്ട് കഴിപ്പാൻ പാടില്ലെങ്കിൽ കച്ചവടം ചെയ്യുന്നതിന് മുടക്കില്ലാ. എന്നാൽ മഹാ സൂക്ഷത്തോടും നീതിയോടുംകൂടെ ചെയ്യേണ്ടതാകുന്നു. നീതി കുറവായിട്ടുള്ള യാതൊരു കച്ചവടക്കാരനും ഒരിക്കലും ഒരു നിലയായി നിന്നു പ്രകാശിച്ചിട്ടില്ലാ. സൂത്രം കൊണ്ടും കളവുകൊണ്ടും ഉണ്ടാക്കപ്പെട്ട ദ്രവ്യം മഞ്ഞുപോലെ വേഗമലിഞ്ഞുപോകും.

രണ്ടു കച്ചവടക്കാർ ഉണ്ടായിരുന്നു, ഇവർ പല പല കൗശലങ്ങളും സൂത്രങ്ങളും പ്രയോഗിച്ചിട്ടും കച്ചവടം മോശമായി ദ്രവ്യം വർദ്ധിക്കാതെയിരുന്നു. ഒരു ദിവസം രണ്ടുപേരും പാപസങ്കീർത്തനം കഴിപ്പാൻ ചെന്നു; ഈ കാര്യം കുമ്പസാരക്കാരനെ ബോധിപ്പിച്ചു. പട്ടക്കാരൻ ഇനി നിങ്ങൾ ഒരു സൂത്രവും ചെയ്യേണ്ട, ഒരു നുണയും പറയേണ്ടാ എന്ന് ഗുണദോഷിച്ചു. ആയതിൻവണ്ണം ചെയ്തപ്പോൾ അവർ ഒരു വർഷം കൊണ്ട് ദൈവസഹായത്താൽ മഹാ ദ്രവ്യസ്ഥന്മാരായിത്തീരുകയും ചെയ്തു. അന്യന്മാർക്ക് വല്ല ഉപകാരം ചെയ്യാത്ത ദിവസം നിന്റെ ആയുസ്സിന്റെ ദിവസങ്ങളുടെ കണക്കിൽ കൂട്ടുന്നതല്ല. ശേഷംപേർ നിന്നെ ഭയപ്പെടണം എന്നതിനേക്കാൾ നിന്നെ സ്നേഹിക്കണം എന്നു ആഗ്രഹിക്ക. ഭിക്ഷക്കാർ വെറും കൈയോടുകൂടി നിന്റെ വീട്ടിൽ നിന്നു പോകുവാൻ നീ സമ്മതിക്കേണ്ടാ. പാടുള്ളപ്പോഴൊക്കെയും അൽപമെങ്കിലും ദാനധർമ്മം കൊടുക്കാതെ ഇരിക്കേണ്ടാ.

14-ാമത്. മനുഷ്യർ പരസ്പരം ഉപകാരം ചെയ്യുന്നത് സ്രഷ്ടാവിനാൽ കൽപിക്കപ്പെട്ട ഒരു പ്രമാണമാകുന്നു എന്ന് ബോധിച്ച് ഒരു മനുഷ്യൻ ദിവസംതോറും ഒരുത്തനെങ്കിലും ഉപകാരം ചെയ്തുകൊണ്ടുവന്നു. ഒരു ദിവസം അവൻ അത്താഴത്തിനിരുന്നപ്പോൾ അന്ന് ഒരുത്തർക്കും ഉപകാരം ചെയ്തില്ലെന്ന് ഓർത്ത് എഴുന്നേറ്റു ആയത് കഴിച്ചതിൽപിന്നെ മാത്രമേ അത്താഴം കഴിച്ചൊള്ളു.

15-ാമത്. അതിധാരാളിത്വവും ലുബ്ധും രണ്ടും തിന്മയാകുന്നു.

ലുബ്ബന്റെ വസ്തുക്കൾ പുഴുക്കൾ തിന്നും, ധാരാളിയുടെ സന്തോഷം പുകപോലെ കടന്നുപോകും. ഒരു ദിക്കിൽ ഒരു മനുഷ്യനുണ്ടായിരുന്നു. ഈ ആൾ അവസ്ഥപോലെയും ദിഷ്ടതിപോലെയും ലുബ്ധ് വിചാരിക്കാതെ വീട്ടുചിലവു കഴിക്കയും ദാനധർമ്മം കൊടുക്കുകയും ചെയ്തുവന്നു. കാലക്രമം കൊണ്ട് ദ്രവ്യം വർദ്ധിക്കയിൽ ധർമ്മം മുടക്കി പണം കൂട്ടുവാൻ തുടങ്ങി. ഇങ്ങനെയിരിക്കെ ഈയാളിന്റെ കാലിന്മേൽ ഒരു വ്രണമുണ്ടായി ചീഞ്ഞാറെ പല വൈദ്യന്മാരെ വരുത്തി; ചികിത്സക്കായി വളരെ പണം ചെലവഴിച്ചു. അപ്പോൾ ഒരു മാലാഖ അവനു കാണപ്പെട്ടു പറഞ്ഞതായത്:- ധർമ്മം ചെയ്യാതെ പണം കൂട്ടുന്നവർക്ക് ഇങ്ങനെ പണം ചിലവഴിപ്പാൻ സംഗതി വരുമെന്നു നീ അറിഞ്ഞുകൊള്ളണം.

16-ാമത്. നിനക്കു സ്നേഹിതന്മാർ അധികം വേണ്ട; പിന്നയോ ആയിരം പേരിൽനിന്നു സൂക്ഷിച്ചു ഒരുത്തനെ തിരഞ്ഞെടുക്കുക. തമ്പുരാനെ സ്നേഹിക്കാത്തവൻ സത്യമായി നിന്നെയും സ്നേഹിക്കയില്ല. ദാവീദും യോനാഥനും തമ്മിൽ സ്നേഹിച്ചിരുന്നു. അവർ ഒരു മനസ്സുള്ളവരായി തമ്മിൽത്തമ്മിൽ പട്ടാങ്ങയായിട്ടു സ്നേഹിച്ചു. ഒടുക്കം വരെയും അവർ തമ്മിൽ പട്ടാങ്ങയായിട്ടു സ്നേഹിച്ചു. ഒടുക്കംവരെയും അവർ തമ്മിൽ പട്ടാങ്ങയായി സ്നേഹിക്കയും സഹായിക്കയും ചെയ്തു. അവരുടെ ഈ സ്നേഹം അൽപകാരണങ്ങളാൽ കുറഞ്ഞുപോകാതെ ആപത്തുകളിലും ദിഷ്ടതികളിലും വർദ്ധിച്ചുവരികയും ചെയ്തു.

17-ാമത്. കട്ട വസ്തു ഒരു നാഴിക നേരത്തേക്കെങ്കിലും നിന്റെ വീട്ടിൽ വച്ചു സൂക്ഷിപ്പാൻ നീ സമ്മതിക്കേണ്ടാ. കട്ട വസ്തു ഇരിക്കുന്ന വീട് കത്തിപ്പോകുമെന്ന് റൂഹാദക്കുദശാ തമ്പുരാൻ അരുളി ചെയ്തിരിക്കുന്നു. അന്യവസ്തു കട്ടവരോടുകൂടെ നീ ഇടയേണ്ടാ. എന്തെന്നാൽ, നാളെ നിന്റെ വസ്തുക്കൾ കക്കുവാൻ അവൻ മടിക്കയില്ലാ നിശ്ചയം. ഇതല്ലാതെ അവരുടെ പാപത്തിനും നീ പങ്കുകാരനാകും.

ഒരു ദിക്കിൽ അന്യവസ്തുക്കൾ അന്യായമായി അപഹരിച്ച് ദ്രവ്യസ്ഥനായിത്തീർന്ന ഒരു ഗൃഹസ്ഥനുണ്ടായിരുന്നു. അവൻ ദീനമായി മരിക്കാറായപ്പോൾ ഭാഗം ചെയ്യാൻവേണ്ടി എന്നപോലെ രായസക്കാരനെ വിളിച്ചുവരുത്തി ഇപ്രകാരം എഴുതുവാൻ പറഞ്ഞു. എന്റെ ആത്മാവിനെ പിശാചിനു ഞാൻ കൊടുക്കുന്നു. ഇതുകേട്ടപ്പോൾ മക്കൾ അപ്പാ! അപ്പാ! എന്നുപറയുന്നു. അപ്പൻ മന്ദം പറയുന്നോ? എന്നു ചോദിച്ചു. അപ്പോൾ ദീനക്കാരൻ ഇല്ലാ ഇല്ലാ, മക്കളേ എനിക്ക് നല്ല ബോധമുണ്ട്. ഞാൻ പറയുന്നതു എഴുതട്ടെ. എന്റെ ആത്മത്തേയും അന്യരുടെ വസ്തുക്കളെ അപഹരിപ്പാൻ എന്നെ ഉത്സാഹിപ്പിച്ച എന്റെ

ഭാര്യയുടെ ആത്മത്തേയും പിശാചിനു കൊടുക്കുന്നു. എന്റെ മക്കളായ നിങ്ങളുടെ ആത്മാക്കളേയും ഞാൻ പിശാചിനു ഏൽപ്പിക്കുന്നു. എന്തെന്നാൽ ഞാൻ നിങ്ങൾക്കുവേണ്ടിയാകുന്നു അന്യന്മാരുടെ വസ്തുക്കളെ അപഹരിച്ചത് എന്നുപറഞ്ഞു നിർഭാഗ്യമായി അന്ത്യശ്വാസം വിടുകയും ചെയ്തു.

18-ാമത്. വേലക്കാർക്ക് ന്യായമുള്ള കൂലി കൊടുക്കാതിക്കയോ താമസിപ്പിക്കയോ ചെയ്യരുത്. എന്തെന്നാൽ ഇത് ദൈവത്തിൻ പക്കൽ നിലവിളിക്കുന്ന പാപം ആകുന്നു. പാവപ്പെട്ടവരെ നിന്ദിക്കേണ്ട; അവരെ ബുദ്ധിമുട്ടിക്കയും വേണ്ടാ; എന്തെന്നാൽ ദൈവം അവരുടെ കണ്ണുനീർ കണ്ടാൽ, നിശ്ചയമായി നിന്നോടു പകരം ചോദിക്കും.

ലോവൈൻ എന്ന നഗരത്തിൽ സംഭവിച്ച ഒരു വർത്തമാനമായത്. ഈ നഗരിയിൽ ഒരു ഗൃഹസ്ഥൻ ഉണ്ടായിരുന്നു. ഈ ആളുടെ വകയായ ഒരു പുരയിൽ ദരിദ്രയായ ഒരു വിധവയും അവളുടെ മൂന്നുനാലു കുഞ്ഞുങ്ങളും പാർത്തിരുന്നു. ഇയാൾ പല പ്രകാരത്തിൽ അവരെ നിന്ദിക്കയും, സങ്കടപ്പെടുത്തുകയും ചെയ്തുവരികയിൽ, ഒരു ദിവസം ഈ സ്ത്രീ സങ്കടത്തെപ്രതി മുട്ടുകുത്തി, കർത്താവേ! ഈ സങ്കടത്തിൽ നിന്നും അന്യായത്തിൽ നിന്നും എന്നെ രക്ഷിക്കണമേ എന്ന് അപേക്ഷിച്ചു. തൽക്ഷണം ആ ദ്രവ്യസ്ഥൻ നിന്നനിലയിൽ സ്തംഭിച്ചുവീണ് മരിച്ചുപോകുകയും ചെയ്തു.

ഒരു കുടുംബത്തിന്റെ പ്രധാന സമ്പത്ത് ദൈവപേടിയും ഭക്തിയും തന്നെ. ദൈവപേടിയുള്ള തറവാട് ഈ ലോകത്തിലും പരലോകത്തിലും ദൈവവാഴ്വിൻ ഫലം അനുഭവിക്കയും ചെയ്യും. ദൂഷണങ്ങളും ദുർവ്വാക്കുകളും കാർമേഘം പോലെ നല്ല കുടുംബത്തിന്റെ വെളിവിനെ ഇരുട്ടാക്കുകയും ചെയ്യും. കഴിയുന്നതായാൽ ദിവസംതോറും കുർബാന കാണുക. എന്നാൽ ഇതു പ്രയാസമെങ്കിൽ തിങ്കളാഴ്ച മരിച്ച ആത്മാക്കൾക്കുവേണ്ടിയും, വെള്ളിയാഴ്ച പങ്കപ്പാടിന്റെ ഭക്തിക്കായിട്ടും, ശനിയാഴ്ച ദൈവമാതാവിന്റെ വ്യാകുലത്തിന്റെ ഭക്തിക്കായിട്ടും കുർബാന കാണുക. എന്നാൽ ഒരു വീട്ടിൽ നിന്ന് എല്ലാവരും പോയി കുർബാന കാണ്മാൻ പാടില്ലാത്തപക്ഷം ഓരോ ദിവസം ഒന്നോ രണ്ടോ ആളുകളെങ്കിലും മാറിമാറിപ്പോയി കുർബാന കാണേണ്ടതാകുന്നു. മാസത്തിൽ ഒരു പ്രാവശ്യമെങ്കിലും പാപസങ്കീർത്തനം ചെയ്ത് വിശുദ്ധ കുർബാന ഉൾക്കൊൾക. പ്രധാന തിരുനാളുകളുടെ നവനാൾ ജപങ്ങളും, പ്രത്യേകം ദൈവമാതാവിന്റെ തിരുനാളുകൾക്കു മുമ്പായുള്ള അപേക്ഷകളും, ദൈവമാതാവിന്റെയും മാർ യൗസേപ്പ

വിശുദ്ധ ഗ്രന്ഥം.

നമ്മുടെ കർത്താവും രക്ഷിതാവുമായ

ഈശോമ്ശിഹായുടെ

പുതിയനിയമം.

പ്രസിദ്ധമായ
സുറിയാനി പ്ശീത്തായിൽനിന്ന്

ക. നി. മൂ. സ. മാണിക്കത്തെനാർ

വ്യാഖ്യാനസഹിതം തർജ്ജമചെയ്തതു്.

[രണ്ടാം പതിപ്പ്.]

വി. യൌസേപ്പു പി. മുദ്രാലയം,

മാന്നാനം.

൧൯൩൪.

മാന്നാനത്തെ പ്രസ്സിൽ അച്ചടിച്ച മാണിക്കത്തെനാർ ബൈബിളിന്റെ ആദ്യ പേജ്

പിതാവിന്റെയും വണക്കമാസങ്ങളും പള്ളിയിൽപോയി കഴിപ്പാൻ പാടില്ലെങ്കിൽ വീട്ടിൽ വച്ചെങ്കിലും നടത്തുക.

19-ാമത്. ഇരിപ്പിലും നടപ്പിലും കിടപ്പിലും കളിയിലും വിരക്തി അഥവാ അടക്കമെന്ന പുണ്യം മഹാ സൂക്ഷത്തോടുകൂടെ അനുസരിക്ക. അടക്കമില്ലായ്മ ദൈവതിരുമുമ്പിലും ഇഹലോകത്തിലും വലിയ അപമാനമുള്ളതാകുന്നു. ആൺപൈതങ്ങൾ വസ്ത്രമില്ലാതെയും പെൺപൈതങ്ങൾ ചട്ടയിടാതെയും നടക്കുന്നതിനാലും അവർ തമ്മിൽ തമ്മിൽ ശരീരത്തെ തൊടുന്നതിനാലും ഇതിനെ കാരണവന്മാർ മുടക്കാത്തതിനാലും എത്രയോ ആത്മാക്കൾ നരകത്തിൽ വീഴുന്നുണ്ടെന്ന് വിധിദിവസത്തിൽ അറിയാം.

ഫ്രാൻസ് രാജ്യത്തിൽ വിരക്തനായി ജീവിച്ചുവന്ന ഒരു പൈതൽ തന്നെത്താൻ ഇരിക്കുമ്പോൾ കൂടെയും ദേഹം മുഴുവനും അത്രയുമല്ല കൈകൾ കൂടെയും മറച്ചുകൊണ്ടു നടക്ക പതിവായിരുന്നു. ഈ കുട്ടി, ഒരിക്കൽ നരകത്തിൽ ഉടുപ്പുകൂടാതെ കിടക്കേണ്ടിവരും എന്നുകേട്ടപ്പോൾ അധികമായി ഭയപ്പെട്ടു കരഞ്ഞു. അപ്പഴൊ ഈ കുട്ടി അടക്കത്തെ എത്ര വിലമതിച്ചു എന്നു സൂക്ഷിപ്പിൻ.

20-ാമത്. എല്ലാ ഞെരുക്കങ്ങളിലും ദീനങ്ങളിലും ദൈവതിരുമനസ്സിനു നിന്നെത്തന്നെ കയ്യാളിക്ക. സന്തോഷത്തിൽ മാത്രം ക്ഷമയായിരിക്കുന്ന ആൾ നന്നാ ശക്തിയില്ലാത്ത ആളാകുന്നു. ഒരു ഭക്തൻ പറഞ്ഞുവന്നതായത്, ഈ ലോകത്തിൽ സർവ്വവും എന്റെ മനസ്സുപോലെ നടക്കുന്നു. എന്തെന്നാൽ ദൈവം തിരുമനസ്സാകുന്നതൊക്കെയും ഞാനും മനസ്സാകുന്നു.

അംബ്രോസീസ് പുണ്യവാൻ ഒരിക്കൽ ഒരു വീട്ടിൽ പ്രവേശിച്ച് അവിടെ ഒരിക്കലും ദീനവും ദുഃഖവും സങ്കടവും ഉണ്ടായിട്ടില്ലാതെന്നു കേട്ടപ്പോൾ പറഞ്ഞതായത്, നമുക്ക് ഈ വീട്ടിൽ നിന്ന് ഉടനെ ഇറങ്ങാം. എന്തെന്നാൽ ഈ വീട്ടിൽ താമസിയാതെ ദൈവശിക്ഷയുണ്ടാകും എന്നു പറഞ്ഞ് അതിൽനിന്നു പുറപ്പെട്ടു. ഉടനെ ആ വീട് ഇടിഞ്ഞുപൊളിഞ്ഞു വീഴുകയും എല്ലാവരും മരിക്കുകയും ചെയ്തു. എന്തെന്നാൽ ശിക്ഷ ഇഷ്ടത്തിന്റെ അടയാളമാകുന്നു.

21-ാമത്. കാവ്യരുടെ ശാസ്ത്രപുസ്തകങ്ങൾ അജ്ഞതയും അറിവില്ലായ്മയും പഠിപ്പിക്കുന്നതാകുന്നു. ഇപ്രകാരമുള്ള പുസ്തകങ്ങളും ചിറ്റിമ്പപ്പാട്ടുകൾ അടങ്ങിയ പുസ്തകങ്ങളും ഇടത്തുട്ടുകാരുടെ പുസ്തകങ്ങളും വീട്ടിൽവെച്ച് സൂക്ഷിക്കുന്നത് വൈക്കോലിൽ തീ ഒളിപ്പിച്ചുവെക്കുന്നതിന് സമമാകുന്നു. ഭക്തിയെ വർദ്ധിപ്പിക്കുന്ന ജ്ഞാനപുസ്തകങ്ങളും തത്വശാസ്ത്ര പുസ്തകങ്ങളും മക്കൾക്ക് സമ്പാദിച്ചുവെക്കേണ്ട

നിക്ഷേപങ്ങളാകുന്നു. ഇപ്രകാരമുള്ള പുസ്തകങ്ങളെ ശക്തിപോലെ വാങ്ങിച്ചു ശേഖരിക്ക.

ഒരു ഭിക്ഷക്കാരൻ വായന അറിഞ്ഞുകൂടാത്തവൻ ആയിരുന്നു; എങ്കിലും യാചിച്ച് കിട്ടിയ പണംകൊണ്ടു പുസ്തകങ്ങൾ വാങ്ങി വായന അറിയാവുന്നവരെക്കൊണ്ട് വായിപ്പിച്ചുകേട്ട്, അതിനൊത്തവണ്ണം നടക്കുകയും, പുണ്യത്തിന്റെ മാതൃക ശേഷം പേർക്കു കാണിച്ചുകൊടുക്കുകയും ചെയ്തുവന്നു.

22-ാമത് കടമുള്ള ദിവസങ്ങളിൽ കുർബാന കണ്ടതുകൊണ്ടു മതിയാകാതെ ദിവസത്തിന്റെ വലിയ പങ്കം പ്രസംഗം കേൾക്ക, നല്ല പുസ്തകങ്ങൾ വായിക്ക മുതലായ സൽക്കർമ്മങ്ങളിലും രോഗികളെ പ്രത്യേകം സാധുക്കളായ ദീനക്കാരെ ചെന്നുകണ്ട് അവർക്ക് ശുശ്രൂഷ ചെയ്യുന്നതിലും ചിലവഴിക്ക.

23-ാമത്. വേലയ്ക്കും ശുശ്രൂഷയ്ക്കും നിറുത്തുന്ന ആളുകൾ പ്രത്യേകമായി ദൈവപേടിയുള്ളവരായിരിക്കണം. അവരുടെ സംഖ്യയും പാടുപോലെ ചുരുങ്ങിയതായിരിക്കയും വേണം. എത്രയോ വീടുകളിൽ വാലിഭക്കാർ മൂലമായി പിശാച്, അവന്റെ ഇഷ്ടംപോലെ കാര്യങ്ങൾ നടത്തുന്നു. എന്നാൽ യജമാനന്മാർക്ക് തങ്ങളുടെ ശുശ്രൂഷികളുടെ വ്യാപാരം സൂക്ഷിപ്പാനും, അവരുടെ ആത്മകാര്യങ്ങളെ നടത്തിപ്പാനും കടമുണ്ടെന്നറിഞ്ഞുകൊള്ളണം.

24-ാമത്. ഉറങ്ങാൻ കൃത്യസമയത്ത് കിടക്കുന്നതിനും രാവിലെ കൃത്യസമയത്ത് ഉണരുവാനും ശ്രദ്ധിക്കുക. ഈ ക്രമം സൂക്ഷ്മമായിട്ടു കാക്കുക. ആറുമണിക്കെങ്കിലും എല്ലാവരും എഴുന്നേറ്റ്, ഉടനെ ഉഷഃകാലജപം ചൊല്ലുക, പിന്നെ പാട്ടുള്ളവരെല്ലാവരും കുർബാന കാണുക, എട്ടുമണിക്ക് കഞ്ഞി കുടിക്ക; പന്ത്രണ്ടുമണിക്ക് ഉച്ചഭക്ഷണം കഴിക്ക, വൈകീട്ടു ത്രികാലജപം കഴിഞ്ഞാലുടൻ കൂട്ടമായിട്ടു പ്രാർത്ഥന തുടങ്ങി, അത് കഴിഞ്ഞശേഷം ഉടനെ അരമണിക്കൂർ ധ്യാനിക്ക; ഇത് നല്ല പുസ്തകം വായിച്ചുകേട്ട് അതിന്മേൽ ചിന്തിച്ചുകൊണ്ടു കഴിക്കാം. ഈ പുണ്യപ്രവൃത്തിയുടെ നേരം വരുമ്പോൾ എപ്രകാരമുള്ള പ്രധാനികളോ ലോകമനുഷ്യരോ ഉണ്ടായിരുന്നാലും നീ അത് നോക്കണ്ടാ, എന്തുകൊണ്ടെന്നാൽ അവർ തങ്ങളുടെ പക്കലേക്കും, ദൈവം തന്റെ പക്കലേക്കും നിന്നെ വിളിക്കും. എന്നാൽ നീ ആരുടെ പക്കൽ ചെല്ലുമെന്നു ദൈവം നോക്കും. ആകയാൽ നീ ഈ പുണ്യപ്രവൃത്തിയെ ഒന്നുകൊണ്ടും മുടക്കേണ്ട, അവർക്ക് നിന്റെ പ്രവൃത്തി ഒരു സന്മാതൃകയായിരിക്കും. എന്നാൽ അവർ നിന്നെ പരിഹസിച്ചാൽ അത് നിനക്കു ഭാഗ്യമായിരിക്കയും ചെയ്യും. എട്ടുമണിക്ക് അത്താഴം

കഴിഞ്ഞശേഷം ആത്മശോധനയും ശയനാരാധനയും കഴിച്ച് ഉറങ്ങുക. കുടുംബത്തലവൻ ഈ ക്രമം സൂക്ഷ്മായി കാക്കുന്നതിൽ ജാഗ്രതയുള്ളവനായിരിക്കണം. വിശേഷിച്ച് ഞായറാഴ്ചതോറും മാസം ഒന്നാംതിയ്യതിതോറും വീട്ടിലുള്ള എല്ലാവരുടെയും മുമ്പാകെ ഈ കുടുംബക്രമം വായിക്കയും വേണം.

മക്കളുടെ വളർത്തൽ

1-ാമത്. കാരണവന്മാരെ, നിങ്ങളുടെ മക്കളെ വളർത്തുന്ന കാര്യം നിങ്ങളുടെ എത്രയും പ്രധാനപ്പെട്ട കാര്യവും കടമയും ആകുന്നു എന്നു നന്നായി അറിഞ്ഞുകൊൾക. മക്കൾ, സർവ്വേശ്വരൻ തമ്പുരാൻ സൂക്ഷിപ്പിനായിട്ടു നിങ്ങളുടെ കയ്യിൽ ഏൽപ്പിച്ചിരിക്കുന്ന ഒരു നിക്ഷേപമാകുന്നു തന്റെ തിരുച്ചോരകൊണ്ട് ശുദ്ധീകരിക്കുന്നതിനും തന്റെ ശുശ്രൂഷികളാകുന്നതിനും വിധി ദിവസങ്ങളിൽ തിര്യെ ഏൽപിക്കുന്നതിനുമായിട്ട് ഈശോമ്ശിഹാ നിങ്ങളുടെ കയ്യിൽ ഏൽപിച്ചിരിക്കുന്ന ആത്മാക്കൾ ഇവരാകുന്നു എന്ന്, നന്നായി അറിഞ്ഞുകൊൾവിൻ. തങ്ങളുടെ കുറ്റംനിമിത്തം തങ്ങളുടെ മക്കളിൽ ഒന്നു നരകത്തിൽ നശിച്ചുപോകുമെങ്കിൽ, ഇത് കാരണവന്മാർ രക്ഷപ്പെടുന്നതിന് എത്രയൊ തടവായിരിക്കുന്നു! കാരണവന്മാർ തങ്ങളുടെ മക്കൾ കാരമായിട്ട്, നരകത്തിൽ നശിച്ചുപോയാൽ മക്കൾ ചെയ്യുന്നതൊക്കെയും വിധിദിവസത്തിൽ കാരണവന്മാരോടു ചോദിക്കുമെന്നും ഒറീജെനോസെന്ന മഹാശാസ്ത്രി എഴുതിയിരിക്കുന്നു. എന്നാൽ നിങ്ങളുടെ വാർദ്ധക്യത്തിൽ നിങ്ങളെ രക്ഷിപ്പാനും സന്ധിക്കാനും തക്ക നല്ല മക്കൾ നിങ്ങൾക്കുണ്ടാകണമെങ്കിൽ ഇവരെ ചെറുപ്രായത്തിൽ നല്ല ക്രിസ്ത്യാനികളാക്കുവിൻ. ഈ പ്രായത്തിൽ അവർ തമ്പുരാനെ സ്നേഹിക്കയും പേടിക്കയും ഇല്ലെങ്കിൽ, പിന്നെ അവർ അവരുടെ കാരണവന്മാരേയും പേടിക്കയും ബഹുമാനിക്കയും ചെയ്കയില്ല. മാതാപിതാക്കന്മാർ തങ്ങളുടെ കുഞ്ഞുങ്ങളെ കൂടെക്കൂടെ തമ്പുരാന് കാഴ്ചവെക്കയും, അവരെ ഈശോമറിയം യൌസേപ്പിന്റെ മാദ്ധ്യസ്ഥത്തിൽ ഏൽപിക്കയും അവർക്കുവേണ്ടി കൂടെക്കൂടെ അപേക്ഷിക്കയും ചെയ്യണം. അമ്മയുടെ അപേക്ഷ ഉണ്ണിയുടെ അപേക്ഷ പോലെ ദൈവം കൈക്കൊള്ളും.

2-ാമത്. അവർക്ക് അൽപം ദൃഢത ഉണ്ടാകുമ്പോൾ തന്നെ ഭക്തിയോടുകൂടെ ഈശോ മറിയം യൌസേപ്പെന്ന തിരുനാമങ്ങളെ ചൊല്ലുവാൻ അവരെ പഠിപ്പിക്ക; അവരുടെ സ്വരൂപങ്ങൾ കുഞ്ഞുങ്ങളെ കാണിക്കയും മുത്തിക്കയും ചെയ്തുകൊണ്ടു അവരെ വണങ്ങുവാനും, സ്നേഹിപ്പാനും പഠിപ്പിക്ക. അവർ പറവാൻ തുടങ്ങുമ്പോൾ

ആകാശങ്ങളിലിരിക്കുന്നതും, നന്മനിറഞ്ഞ മിറയം, ത്രികാലജപം മുതലായ ചെറിയ ജപങ്ങളെ പഠിപ്പിക്ക ശരീരത്തിന്നടുത്ത യാവന അവർക്ക് കൊടുക്കുന്നതിനോടുകൂടെ ആത്മത്തിന്നടുത്ത യാവനയായ ഇവകളേയും അവർക്കു കൊടുക്കുന്നത് എത്രയോ നല്ലതായിരിക്കുന്നു.

3-ാമത്. കൊച്ചുകുഞ്ഞുങ്ങളെ ഉടുപ്പുകൂടാതെ വീട്ടിനകത്തുകൂടെയും നടത്തരുത്. അവർക്ക് മനസ്സിലാകുന്നില്ലാ എന്നുവെച്ച് ക്രമമല്ലാത്ത വചനങ്ങളും ദൂഷണങ്ങളും അവരുടെ മുമ്പാകെ പറയരുത്. സത്യ വേദനാടുകളിൽ തള്ളമാർ ഗർഭംധരിച്ചു പ്രസവിക്കുന്നു എന്നുള്ള വിവരംകൂടെയും പൈതങ്ങളെ അറിയിക്കുന്നില്ല. തമ്പുരാൻ ഉണ്ണിയെ ആകാശത്തിൽനിന്നു മഴയോടുകൂടി ഇറക്കി, അല്ലെങ്കിൽ കിണറ്റിൽ നിന്നു കിട്ടി എന്നത്രെ മറ്റു കുഞ്ഞുങ്ങളോടു അറിയിക്കുന്നത്.

4-ാമത്. കാരണവന്മാരുടെ നേരെയുള്ള വണക്കാചാരങ്ങളെക്കുറിച്ച് അച്ചനമ്മമാരുടെ മുറിയിൽ മക്കളെ കിടത്തരുത്. ആൺപൈതങ്ങളും പെൺപൈതങ്ങളും ഒരുമിച്ച് ഒരു മുറിയിൽ കിടക്കുന്നതിനും അനുവദിക്കരുത്. സ്വഭാവത്തിൽ അവർക്ക് അറിയാത്തത് പിശാചു അവരെ പഠിപ്പിക്കും.

5-ാമത്. പൈതൽപ്രായത്തിൽ കാരണവന്മാരുടെ കാഴ്ചയിൽ നിന്നകന്ന് കൂട്ടുകാരോടുകൂടെ പൈതങ്ങൾ പുറത്തു കളിപ്പാൻ പോകാൻ അനുവദിക്കരുത്. അവരെ സൂക്ഷിക്കാത്ത ശുശ്രൂഷക്കാരെ വിശ്വസിക്കേണ്ടാ; മിക്കപ്പോഴും പൈതങ്ങളെ മോശമാക്കുന്നത് ഇപ്രകാരമുള്ളവരാകുന്നു.

6-ാമത്. തിരിച്ചറിവുണ്ടായാലുടൻ പൈതങ്ങളെ പള്ളിക്കൂടത്തിൽ അയയ്ക്കണം. ഇതും പോരാ, അവർ പഠിക്കുന്നുണ്ടോ എന്നും, അവർ എങ്ങനെയുള്ള കൂട്ടുകൂടി നടക്കുന്നു എന്നും അന്വേഷിക്കണം. ഞായറാഴ്ചതോറും അവർ പഠിച്ചതിനെ പരിശോധിക്കണം.

7-ാമത്. കുട്ടികളെ സംബന്ധക്കാരുടെ വീട്ടുകളിൽ താമസിപ്പിക്കരുത്; എന്തെന്നാൽ പലപ്പോഴും അവർ മാലാഖമാരായി പോകുകയും, പിശാചുക്കളായി പിന്തിരികയും ചെയ്യുന്നു.

8-ാമത്. ഏഴു വയസ്സു തികയുമ്പോൾ കുമ്പസാരിപ്പാൻ അറിയേണ്ടതൊക്കെയും അവരെ പഠിപ്പിച്ചു കുമ്പസാരിപ്പിക്കണം. പ്രത്യേകമായിട്ടു ദൈവമാതാവിന്റെമേൽ ഭക്തിയായിരിപ്പാനും അവരെ പഠിപ്പിക്കണം.

9-ാമത്. മക്കളോടു അധിക കടുപ്പവും അധിക അനുഗ്രഹവും രണ്ടും തിന്മയാകുന്നു. അതിവാത്സല്യം നിഗളവും അധിക കോപവും

ശിക്ഷയും ശരണക്കേടും നാണമില്ലായ്മയും ബുദ്ധിമട്ടപ്പം അവർക്ക വരുത്തും. അവരെ തല്ലുന്നതിന് മുമ്പിൽ വിവേകമുള്ള മഹിമയോട്ടുകൂടി അവരെ കുറ്റപ്പെട്ടുത്തുകയും ഭക്ഷണം കുറയ്ക്കയും ചിലപ്പോൾ മുട്ടിന്മേൽ നിറുത്തുകയും ചെയ്യാം. മക്കളെ കുറ്റപ്പെട്ടുത്തുന്നതിൽ ദൂഷണങ്ങൾ പറയുകയും മറ്റും ചെയ്യുന്നത് അവരെ നന്നാക്കുകയല്ലാ പിന്നയോ പ്രാപ്തിയാകുമ്പോൾ അവരും തങ്ങളുടെ മക്കളോട്ടു ഇപ്രകാരം ചെയ്യാൻ പഠിപ്പിക്കയത്രെ. അമ്മ കാണിച്ചുകൊട്ടുത്തുകൊണ്ടു അപ്പനെ ബഹുമാനിപ്പാനും ആചരിപ്പാനും പഠിപ്പിക്കണം. അപ്പനും അതിൻവണ്ണം തന്നെ അമ്മയെ ബഹുമാനിപ്പാനും സ്നേഹിപ്പാനും പഠിപ്പിക്കണം. കാരണവന്മാർ തമ്മിൽത്തമ്മിൽ ആചാരവും സ്നേഹവും ബഹുമാനവും കാണിക്കയില്ലായെങ്കിൽ മക്കളും അവരെ ബഹുമാനിക്കയില്ല.

10-ാമത്. ചെറുപ്പത്തിൽ തന്നെ ലോകനടപ്പെന്നു പറഞ്ഞുകൊണ്ടു നുണയും സൂത്രങ്ങളും തട്ടിപ്പും ചതിവും അവരെ അഭ്യസിപ്പിക്കേണ്ട. വല്ല തെറ്റും അവരിൽ കണ്ടാൽ ഉടനെ അവരെ കുറ്റപ്പെട്ടുത്തുക, ശാസിക്ക; പരമാർത്ഥവും നീതിയും സ്നേഹിപ്പാൻ അവരെ പഠിപ്പിക്ക.

11-ാമത്. വൈകീട്ടു കുരിശുമണി അടിക്കുമ്പോൾ മക്കളെല്ലാവരും വീട്ടിലുണ്ടായിരിപ്പാനും, നമസ്കാരം കഴിഞ്ഞാലുടൻ അവർ സ്തുതിചൊല്ലി അപ്പന്റെയും അമ്മയുടെയും കൈമുത്തുവാനും അവരെ ശീലിപ്പിക്കണം.

പന്ത്രണ്ടു വയസു തികഞ്ഞാൽ ആ പ്രായം ഏറ്റം സൂക്ഷിക്കേണ്ടതാകയാൽ പൈതങ്ങളെ കാരണവന്മാർ ചാത്തം, പെരുന്നാൾ, വിരുന്ന്, കല്യാണം മുതലായ ആഘോഷങ്ങൾക്ക പുറമെ വിടാതെ അവരെ വീട്ടിൽ താമസിപ്പിച്ചു അവരുടെ പ്രായത്തിനടുത്ത തൊഴിലിൽ അവരെ അഭ്യസിപ്പിക്കണം; എന്നാൽ പെൺപൈതങ്ങളെ പെരുന്നാൾ ആഘോഷത്തിനും, തോഴ്മക്കും മറ്റുമായി ചമയിക്കുന്നതും അയക്കുന്നതും നരകത്തിൽ നിന്നുവന്ന ഒരു സൂത്രവും ചട്ടവും ആകുന്നു.

12-ാമത്. ലോകബഹുമാനം, സമ്പത്ത്, തറവാട്ടുമഹിമ എന്നുള്ള കാരണത്താൽ പെൺമക്കളെ ചമയിച്ചു നടത്തുന്നതും, തങ്ങളുടെ അന്തസ്സും പ്രാപ്തിയും കവിഞ്ഞുള്ള നിഗളത്തിനടുത്ത ഉടുപ്പും, ആഭരണങ്ങളും ഇടുവിച്ച് നടത്തുന്നതും എത്രയൊ ആത്മാക്കളിൽ നരകതീകത്തിക്കുന്നു. ഒരു പെൺപൈതലിന്റെ ആഭരണം എത്രയും വലിയ അടക്കവും, ഭക്തിയും, മിണ്ടടക്കവും, കണ്ണടക്കവും ആകുന്നു.

13-ാമത്. പിള്ളപ്പട എന്നുപറയുന്ന വഴക്കു നിങ്ങൾ ഉണ്ടാക്കരുത്. തങ്ങളുടെ മക്കളെ മറ്റൊരുത്തൻ അപമാനിച്ചു; മറ്റു കുഞ്ഞുങ്ങൾ തല്ലി;

ഇങ്ങനെയുള്ളത് കാര്യമാക്കുന്ന കാരണവന്മാരും പൈതങ്ങൾ തന്നെ.

14-ാമത്. മക്കൾക്കു അന്തസ്സ് തെരഞ്ഞെടുക്കുന്ന പ്രായം വരുമ്പോൾ അവർക്കു ഇതിൽ പൂർണ്ണസ്വാതന്ത്ര്യം അനുവദിക്കണം. എന്തുകൊണ്ടെന്നാൽ അവരുടെ അന്തസ്സിനെ നിശ്ചയിക്കുന്നത് ദൈവത്തിന്റെയും, അതിനെ തെരഞ്ഞെടുക്കുന്നത് അവരുടെയും കാര്യമാകുന്നു. ഇതു കാരണവന്മാർക്കുള്ളതല്ല. ഇതുനിമിത്തം എത്രയൊ കാരണവന്മാരും മക്കളും ഈ നേരത്തു നരകത്തിൽ കിടന്നു നിലവിളിക്കുന്നു. ഇതിനാൽ ഈ കാര്യത്തിൽ ആൺപൈതലിന് പതിനാറ് അല്ലെങ്കിൽ പതിനെട്ട്, പെൺപൈതലിന് പതിനാല് അല്ലെങ്കിൽ പതിനാറും വയസ്സു കഴിഞ്ഞ് താമസിക്കയും അരുത്. എന്നാൽ വിവാഹത്തിന് അവരുടെ സമ്മതം പ്രത്യേകമായിട്ട് അറിയണം. ബന്ധുക്കളുടെ ദ്രവ്യത്തെയും ബഹുമാനത്തെയുംകാൾ, നല്ല മര്യാദയും ശീലഗുണവും സൂക്ഷിക്ക. അല്ലെങ്കിൽ പിന്നെ മക്കൾക്കും കാരണവന്മാർക്കും സന്തോഷത്തിനുപകരം അതിദുഃഖം സംഭവിക്കും.

15-ാമത്. മക്കൾക്കു പ്രായപൂർത്തിയും ബുദ്ധിയും പ്രാപ്തിയും ഉണ്ടായാലും അവരുടെ മുമ്പിൽ മതിപ്പും ബലക്ഷയവും കാണിക്കേണ്ടാ. പാട്ടുള്ളിടത്തോളവും വീട്ടധികാരം അവരെ ഏൽപ്പിക്കണ്ടാ. ഈ സംഗതിയിൽ കാരണവന്മാർക്കു എത്രയോ സങ്കടം ഭവിക്കുന്നു.

16-ാമത്. കാരണവന്മാർ മരിക്കുന്നതിനു മുമ്പിൽ തന്നെ അവരെ മാറ്റി കുടിമതിയായി പാർപ്പിക്ക. ബോധത്തിനു ബലക്ഷയം വരുന്നതിനുമുമ്പിൽ അവർക്കു വസ്തുക്കൾ ഭാഗം ചെയ്തുകൊടുക്ക. ഇതല്ലാഞ്ഞാൽ മരണത്തിന്റെശേഷം അവർ തമ്മിൽ ഉണ്ടാകുന്ന വഴക്ക്, തർക്കം മുതലായ പാപങ്ങൾക്കു മാതാപിതാക്കന്മാർ ഉത്തരവാദികളാകും.

കടശിയായി മക്കളേ! നിങ്ങൾ നിങ്ങളുടെ കാരണവന്മാരെ ബഹുമാനിപ്പാനും അവരുടെ മനസ്സിനെ നൊമ്പരപ്പെടുത്താതിരിപ്പാനും ദൈവപ്രമാണത്താൽ തന്നെ എത്രയൊ കടപ്പെട്ടിരിക്കുന്നു. അതിനാൽ ദൈവപ്രമാണത്തിൽ നാലാമത്തേതു ലംഘിക്കുന്നവർക്കു പരലോകത്തിൽ തന്നെയല്ല, ഈ ലോകത്തിൽ കൂടെയും ദൈവശാപം കൽപിക്കപ്പെട്ടിരിക്കുന്നു എന്നു നല്ലവണ്ണം ഓർത്തുകൊള്ളുവിൻ.

ജപ്പാൻ എന്ന അജ്ഞാനരാജ്യത്തിൽ ഒരു അമ്മയ്ക്ക് മൂന്നു മക്കൾ ഉണ്ടായിരുന്നു. ഇവർ വലിയ ദാരിദ്ര്യസ്ഥിതിയിൽ ഇരുന്നതിനാൽ തങ്ങളുടെ അമ്മയെ യോഗ്യമായ പ്രകാരം പരിരക്ഷിക്കുന്നതിനു യാതൊരു നിവൃത്തിയുമില്ലാത്തവരായിരുന്നു. എന്നാൽ ആ

രാജ്യത്തിൽ കള്ളന്മാരെ തൂക്കിക്കൊല്ലണം എന്നും, കള്ളന്മാരെ പിടിച്ചുകൊടുക്കുന്നവർക്കു വലിയ ഇനാം കൊടുക്കണം എന്നും ചട്ടം വച്ചുപ്പെട്ടിട്ടുണ്ടായിരുന്നു. ഇങ്ങിനെയിരിക്കെ ഈ മക്കൾ അമ്മയ്ക്കു തൃപ്തികരമായി ചിലവിനു കൊടുപ്പാൻ കഴിവുണ്ടാകുന്നതിനുവേണ്ടി തങ്ങളിൽ ഒരുത്തൻ കള്ളനെന്നു ഭാവിക്കയും മറ്റിരുവരുംകൂടി അവനെ സർക്കാരിൽ ഏൽപിക്കയും ഇങ്ങനെ ഇനാം വാങ്ങിക്കയും ചെയ്തു. പിന്നെ മറ്റിരുവരും കള്ളന്റെ അടുക്കൽചെന്ന് യാത്ര പറയുന്നതിനേയും, ധൈര്യമായി അമ്മയ്ക്കുവേണ്ടി മരണശിക്ഷ ഏൽക്കണമെന്നു അവനോട് ഉപദേശിക്കുന്നതിനേയും അധികാരി കണ്ടപ്പോൾ ഈ കള്ളന്റെ നേരെ ഇവർക്കു ഇത്ര വലിയ ദയയുണ്ടാകുന്നതിനുള്ള കാരണമെന്തെന്നു അന്വേഷിച്ചു. അമ്മയുടെ നേരെയുള്ള സ്നേഹത്താൽ സഹോദരന്മാരായ അവരിലൊരുവൻ മരിപ്പാൻ നിശ്ചയിച്ചതല്ലാതെ മറ്റു പ്രകാരമല്ലായെന്ന സത്യമറിഞ്ഞു. ഈ സംഗതി രാജാവിനെ ബോധിപ്പിച്ചപ്പോൾ അവനെ വിട്ടയച്ചതു കൂടാതെ അവരുടെ അമ്മ മരിക്കുന്നതുവരെ അവർക്ക് രാജാവ് അടിത്തൂൺ കൊടുപ്പാൻ കൽപിക്കയും ചെയ്തു. മക്കളേ! ഈ സംഭവം നിങ്ങൾ എപ്പോഴും ഓർത്തുകൊൾവിൻ.

എന്ന്

കർമ്മലീത്ത ദിസ്ക്കോൾസ് മൂന്നാംസഭ,
മാന്നാനം മുതലായ കൊവേന്തകളുടെ പ്രിയോർ.
തിരുകുടുംബത്തിന്റെ ആഹാ
കുറിയാക്കോസ് ഏലിയാസ്

1868-ാം കാലം
കുംഭമാസം 13-ാംനു

ആത്മാനുതാപം എന്ന കവിതയിൽ നിന്ന്

ക്രിസ്തുചരിത്രം ആദ്യന്തം രേഖമാത്രമായി അതീവ ഹൃദ്യമായി ഇതിൽ ഉൾക്കൊള്ളിച്ചിരിക്കുന്നു. ദിവ്യജനനം മുതൽ സുവിശേഷത്തിലെ ഓരോ സംഭവത്തോടും ബന്ധപ്പെടുത്തി ക്രിസ്തുനാഥനെ 'കാണാകേണം' എന്ന് ആവർത്തിക്കുകയാണ്.

(വൃത്തം മഞ്ജരി)

കാരുണ്യനാഥനാം ദൈവകുമാരന്റെ
യാരുണ്യ[1] ശോഭയെ കാണാകേണം.
കാരുണ്യവാരിധിയായ താൻ, മാനുഷ
കാരണം പാപാദി നീക്കുവാനായ്
മാനുഷ നീചവേഷത്തെ ധരിച്ചൊരു 4
മാനുഷത്രാതാവെ, കാണാകേണം,

മിത്രനെ[2] മന്ദിപ്പിച്ചീടുന്ന ദീപ്തിയെ
ഗാത്രെ മറച്ചതും കാണാകേണം
ഉന്നതനാം ദൈവം കന്നിമറിയത്തിൽ
വന്നുപിറന്നതും കാണാകേണം. 8

(1-10) കാരുണ്യമൂർത്തിയായ ദിവ്യശിശുവിന്റെ ഇളം ചുവപ്പാർന്ന ശരീരശോഭ എന്റെ ഉൾകണ്ണുകൾക്കു കാണാൻ കഴിയണം.

കാരുണ്യക്കടലായ അവിടുന്ന് മനുഷ്യകുലം തീർത്ത പാപങ്ങൾ പരിഹരിക്കുവാനായി മനുഷ്യരുടെ തന്നെ എത്രയും ഹീനമായ രൂപം ധരിച്ചു. അങ്ങനെയുള്ള മാനവകുലരക്ഷകനെ എന്റെ ആത്മീയനായ നിങ്ങൾക്ക് കാണുവാൻ ഇടയാക്കണം. സഹസ്രകിരണനായ സൂര്യന്റെ ശോഭയെ കെടുത്തിക്കളയുവാൻ പോരുന്ന ദീപ്തിയുള്ള അവിടുന്ന് സ്വന്തം ശരീരമാകുന്ന മറയ്ക്കുള്ളിൽ ആ പ്രകാരം ഒളിപ്പിച്ചതും എന്റെ ആത്മീയനയനങ്ങളാൽ ഞാൻ പിറന്നത് കാണാകേണം.

ഒൻപതു മാസമീ മാതാവിൻ ഗർഭത്തിൽ
അൻപോടിരുന്നതും കാണാകേണം.
കേസർ നിയോഗത്താൽ ഗർഭസ്ഥനായ താൻ 12
ബേസ്ലഹം പൂക്കതും കാണാകേണം.

അമ്മാനുവേലെന്ന നാമാർത്ഥം പോൽ ദൈവം
നമ്മോടു ചേർന്നതും കാണാകേണം.
യാതൊരു വീടും കിട്ടാതെ ദുഃഖിച്ച, താൻ- 16
മാതാപിതാക്കളെ കാണാകേണം.

നാട്ടിൽ സ്ഥലം കിട്ടാതത്തൽ[3] പെട്ടു തൊഴു
ക്കുട്ടിൽ പിറന്നതും കാണാകേണം
മർത്ത്യരഹം കൃതിദോഷം ദ്വേഷിപ്പാനായ്
കർത്താവിൻ താഴ്ചയും കാണാകേണം. 20

നോവും കറയും കൂടാതെ പ്രസവിച്ച
ദൈവമാതാവെയും കാണാകേണം
കണ്ണിനെ ചായാതെ കുമ്പിട്ടതന്നുടെ
യുണ്ണിയെൻ കൺകൾക്കു കാണാകേണം 24

(11-22) മാതാവായ കന്യാമറിയത്തിന്റെ ഉദരത്തിൽ ഒൻപതു മാസം അൻപോടെ വാസം ചെയ്തതും ഞാൻ എന്റെ ആത്മാവിൽ ദർശിക്കണം. അവിടുന്നു ഗർഭസ്ഥനായിരിക്കേ, ആഗസ്റ്റസ് സീസറിന്റെ രാജാജ്ഞയനുസരിച്ച് ബത്ലേഹം നഗരത്തിൽ എത്തിയതും എന്റെ ബോധത്തിൽ ദൃശ്യമാകണം. എമ്മാനുവേൽ തയ്യാറായതും എന്റെ ഉൾക്കണ്ണുകൾക്കു കാണാൻ കഴിയണം. പാർക്കാനിടം കിട്ടാതെ ക്ലേശിച്ച അവിടുത്തെ മാതാപിതാക്കളെ എന്റെ അന്തർ നേത്രങ്ങൾക്കു കാണാൻ കഴിയണം. ആ നാട്ടിലെങ്ങും സ്ഥലം ലഭിക്കാതെ കഷ്ടപ്പെട്ട അവിടുത്തേയ്ക്ക് ഒരു കാലിത്തൊഴുത്തിൽ പിറക്കാനിട വന്നതും എന്റെ മനോമുകുരത്തിൽ കാണുവാൻ ഇടയാകണം. മനുഷ്യരുടെ അഹങ്കാരം എന്ന ദോഷത്തെ പരിഹരിക്കാൻ വേണ്ടി കർത്താവു ചെയ്ത അത്യന്തം വിനീതമായ ഈ പ്രവൃത്തി എന്റെ ഉൾക്കണ്ണുകൾക്കു കാണാനിടയാക്കണം.

(23-32) വേദനയോ ഏതെങ്കിലും കളങ്കസ്പർശമോ ഇല്ലാതെ ദൈവകുമാരനു ജന്മമേകിയ കന്യകാമാതാവിനെയും എനിക്കു ദർശിക്കാൻ കഴിയണം. കണ്ണിണ ചായാത്ത കുമ്പിട്ട അവരുടെ

പൊന്നോമനപ്പൈതലിനെ എനിക്ക് അന്തർ നേത്രങ്ങൾക്കൊണ്ട് കാണാൻ കഴിയണം. മാതാവിന്റെ കരങ്ങളിൽ മാലാഖാ നൽകിയ ദൈവപുത്രനെ ആത്മനാ എനിക്കു കാണാൻ കഴിയണം. തൃക്കണ്ണിനാൽ അമ്മയെ ദർശിക്കാൻ കഴിയണം. പുഞ്ചിരികൊണ്ട് സ്നേഹാഗ്നിയെ ഉജ്ജ്വലമാക്കിയ അവിടുത്തെ പൊൻ ചുണ്ടുകളെ എന്റെ ആത്മീയനയനങ്ങൾ ദർശിക്കണം.

മാലാഖ മാതാവിന്റെ കൈകളിൽ നൽകി.
ആലാഹാ4 പുത്രനെ കാണാകേണം. 28

തൃക്കണ്ണുകൾകൊണ്ട് മാതാവെ നോക്കുന്ന
അക്കൺമണിയെ ഞാൻ കാണാകേണം.
പുഞ്ചിരികാട്ടി സ്നേഹാഗ്നി ജ്വലിപ്പിച്ച
പൊഞ്ചുണ്ടുകളെ ഞാൻ കാണാകേണം 32

ഇച്ഛയോടമ്മയെ കെട്ടിപ്പിടിച്ചൊരു
കൊച്ചു കരങ്ങളെ കാണാകേണം.
അന്നേരം ജീവൻ നില ചാഞ്ചലാടുന്ന
ആനന്ദാധിക്യവും കാണാകേണം. 36

സ്നേഹാധിക്യത്താൽ ചുരത്തിയപാൽ
തള്ളമോഹാൽ കൊടുത്തതും കാണാകേണം;

പുത്രൻ പാലുണ്ണുമ്പോൾ മാതാവിനുണ്ടായ
ചിത്രമാം ഭക്തിയും കാണാകേണം. 40
(33-40)

സ്വമാതാവിനെ ഇച്ഛയോടെ കെട്ടിപ്പിടിച്ച അവിടുത്തെ കൊച്ചു കരങ്ങളെ എന്റെ അന്തർനേത്രം ദർശിക്കണം, അപ്പോൾ ജീവന്റെ തളിരിലകൾ ആഹ്ലാദത്താൽ ചാഞ്ചാടുന്നതും മനോമുകരത്തിൽ തെളിഞ്ഞുകാണണം, സ്നേഹാധിക്യത്താൽ അമ്മ തന്റെ ഇളം പൈതലിനായി അമ്മിഞ്ഞപ്പാൽ പകർന്നു കൊടുക്കുന്നതും എനിക്കു കാണാൻ കഴിയണം. ഓമനപ്പുത്രൻ മുലപ്പാൽ കടിക്കുന്നതുകണ്ട് ആ മാതാവിനുണ്ടായ സന്തോഷാധിക്യവും എനക്ക് ദർശിക്കുവാൻ ഇടയാകണം.

എപ്പേരും കണ്ടാനന്ദാബ്ധിയിൽ താഴുന്ന
ചില്പമാൻ "യൂസെ"യും കാണാകേണം

ചങ്കുപോൽ സ്നേഹിക്കും കാന്തനെ മാതാവു
തങ്കൽവിളിച്ചതും കാണാകേണം 44

ആരാധനയോടങ്ങത്രയും ഭക്തിയാൽ
ചാരത്തണഞ്ഞതും കാണാകേണം.
ഓമനപ്പൈതലേ ഭർത്താവിൻ കൈകളി
ലാമോദാർചേർത്തതും കാണാകേണം. 48

ഭാര്യസമേതനായുണ്ണിക്കു ചെയ്തൊരു
ആര്യസ്തുതികളും കാണാകേണം.
പള്ളിയുറക്കം തുടർന്നോരുണ്ണിക്കവ
രല്ലൽ തീർക്കുന്നതും കാണാകേണം. 52

ആട്ടിടയന്മാരെ കേൾപ്പിച്ചവരുടൻ
കൂട്ടമായ് വന്നതും കാണാകേണം
വാഴ്ത്തി സ്തുതിക്കുന്ന കൂട്ടത്തെ പാപി ഞാൻ
വാഴ്ത്തുവാൻ നിത്യവും കാണാകേണം. 58

(41-50) ഇതെല്ലാം കണ്ട് സന്തോഷസാഗരത്തിൽ മുങ്ങിനില്ക്കുന്ന ദൈവികമനുഷ്യനായ യൗസേപ്പ് പിതാവിനേയും എന്റെ മനസ്സിൽ കാണാമാറാകണം, ഹൃദയതുല്യം സ്നേഹിക്കുന്ന തന്റെ ഭർത്താവിനെ പരിശുദ്ധ കന്യകാ മാതാവ് തന്റെ പക്കലേക്ക് വിളിക്കുന്നതും എനിക്ക് കാണുവാൻ കഴിയണം. അദ്ദേഹം ഭക്തിയോടും വണക്കത്തോടും കൂടി മറിയത്തിന്റെ സമീപം എത്തിയതും ദർശിക്കാൻ കഴിയണം. കന്യാമറിയം ഓമൽക്കുമാരനായ ഈശോയെ ആഹ്ലാദപൂർവ്വം ഭർത്താവിന്റെ കരങ്ങളിലേല്പിച്ചതും എന്റെ ഹൃദയ മുകരത്തിൽ ദർശിക്കാൻ കഴിയണം. ഭാര്യയോടൊത്ത് അദ്ദേഹം അത്യന്തം ശ്രേഷ്ഠമായ രീതിയിൽ ഉണ്ണിയീശോയ്ക്ക് നൽകിയ വണക്കങ്ങളും കാണുവാൻ എനിക്കുൾക്കാഴ്ച തരേണം.

(51-60) പള്ളിയുറക്കം നടത്തുന്ന ദൈവ രാജകുമാരൻ അവരുടെ ദുഃഖംശമിപ്പിക്കുന്നതും എന്റെ കണ്ണുകൾ ദർശിക്കണം. ഈ വാർത്തയെല്ലാം ആട്ടിടയന്മാരോട് പറഞ്ഞ് അവരെ കൂട്ടത്തോടെ സന്തോഷിപ്പിക്കുന്നതും എന്റെ മനക്കണ്ണുകൾക്കു ദൃശ്യമാകണം. ഉണ്ണിമിശിഹായെ അവരെല്ലാം ചേർന്ന് വാഴ്ത്തുന്ന കാഴ്ചയും എനിക്കു നിത്യവും കാണാൻ കഴിയണം. ദൈവദൂതന്മാർ ഭൂമിയിലെത്തി കുമ്പിട്ടുവണങ്ങുന്നതും എനിക്കു കാണാൻ അനുഗ്രഹമുണ്ടാകണം.

എട്ടു ദിവസത്തിന്ന ശേഷം പുരോഹിതൻ ഈശോ എന്ന നാമം ദിവ്യ പൈതലിന്ന നൽകിയതും എനിക്കു കാണവാൻ മനോഗുണം ഉണ്ടാക്കണം.

മാലാഖമാർ വന്നു കുമ്പിട്ടു വാഴ്ത്തുന്ന
ചേലൊത്തമേനി ഞാൻ കാണാകേണം.
എട്ടാം നാൾ വന്നു പട്ടക്കാരീശോ നാമ-
മിട്ട വിധത്തെയും കാണാകേണം.

ഛേദനാചാരത്താൽ ചോരചിന്തിയൊരു
വേദനയേയും ഞാൻ കാണാകേണം.
പത്തോടു മൂന്നാംനാൾ മൂന്നു നൃപർ വന്നു
ഭക്ത്യാൽകുമ്പിട്ടതും കാണാകേണം.

ചേർച്ചയോടുണ്ണിയെ പള്ളിയിൽ മാതാവു
കാഴ്ച കൊടുത്തതും കാണാകേണം.
കണ്ടുമരിപ്പാനിരുന്ന വയോധികൻ
കണ്ട തൃപ്പാദവും കാണാകേണം.

ഓടിയെജീപ്തിലൊളിപ്പിച്ച നാഥനെ
പേടിയൊഴിഞ്ഞു ഞാൻ കാണാകേണം
ഏഴുസംവത്സരം പാർത്താജനങ്ങൾക്കു
വാഴ്വു ലഭിച്ചതും കാണാകേണം.

(61-70) ഛേദനാചാരകർമ്മത്തിൽ ഉണ്ണിമിശിഹാ ചോര ചിന്തിയെ വേദനയും ഉൾക്കണ്ണിനാൽ എനിക്കു ദർശിക്കാൻ സാധിക്കണം. പതിനൊന്നാം ദിനത്തിൽ പൂജരാജാക്കന്മാർ വന്ന് ഉണ്ണിക്ക് വണക്കം പ്രകടിപ്പിച്ചതും എനിക്കു കാണാൻ കഴിയണം. ഉചിതമായ വിധത്തിൽ മാതാവ് ദിവ്യ പൈതലിനെ ദേവാലയത്തിൽ കാഴ്ചവച്ചതും എന്റെ ഉൾക്കണ്ണിന്ന കാണാൻ ഇടയാകണം. ഈശോയെ കണ്ടതിനുശേഷം മരിക്കാൻ ആഗ്രഹിച്ച ശിമയോൻ പ്രവാചകൻ ആ പാദം പുണർന്നതും എനിക്കു കാണാൻ കഴിയണം. ഭയപ്പെട്ട് ഈജിപ്തിലേക്ക് ഓടിയൊളിച്ച ഉണ്ണിയെ ഭയരഹിതനായി കാണവാൻ എനിക്കു വരം ലഭിക്കണം.

(71-80) ഈ ഈജിപ്തിൽ ഏഴു സംവത്സരം താമസിച്ച് അവിടുത്തെ ജനങ്ങളെ വാഴ്വ് നൽകി അനുഗ്രഹിച്ചതും എനിക്കു ദർശിപ്പാറാകണം. അന്നപാനത്തിന്ന മാർഗ്ഗമില്ലാതെ വിഷമിച്ച അന്നയുടെ പുത്രിയായ

മറിയത്തിന്റെ മകനെ എനിക്കു കാണാൻ കഴിയണം. പന്ത്രണ്ടാം വയസ്സിൽ വേദശാസ്ത്രികളോടു ദൈവിക കാര്യങ്ങളിൽ തർക്കം നടത്തിയ നാഥനെ എനിക്കു കാണാൻ അനുഗ്രഹമുണ്ടാകണം. പുത്രനെ കാണാതെ ദുഃഖപരവശരായ മാതാപിതാക്കളെയും എന്റെ ഹൃദയംകൊണ്ടു കാണുവാൻ കഴിയണം. മൂന്നാം ദിവസം പുത്രനെ കണ്ടപ്പോൾ അവർക്കുണ്ടായ ആഹ്ലാദവായ്പിനേയും എനിക്കു കാണുവാൻ കഴിയണം.

അന്നപാനാദിക്കു മുട്ടി ദുഃഖിച്ചൊരു
അന്നജാപുത്രനെ[5] കാണാകേണം.
ശാസ്ത്രികളോടൊത്തങ്ങീരാറുപ്രായത്തിൽ
ശാസ്ത്രം തർക്കിച്ചതും കാണാകേണം. 76

പുത്രനെക്കാണാതുഴന്ന പിതാക്കൾടെ
ചിത്തദുഃഖത്തെയും കാണാകേണം.
മൂന്നാം നാൾ പുത്രനെ കണ്ടപ്പോഴുണ്ടായ
ഉന്നതസ്നേഹവും കാണാകേണം. 80

മാതാപിതാക്കൾക്കു കീഴ് വഴങ്ങിപ്പാർത്ത
മാതൃകയേയും താൻ കാണാകേണം.
മുപ്പതിറ്റാണ്ടു ശ്രുവണം[6] പഠിപ്പിച്ച
തത്പരൻ മല്പാനെ[7] കാണാകേണം 84

യോഹന്നാൻ കൈയാൽ ജ്ഞാനസ്നാനം കൈക്കൊണ്ട
സ്നേഹപ്രവൃത്തിയും കാണാകേണം.
ഏറ്റം വിശന്നും ദാഹിച്ചും വനമതിൽ
നോറ്റ നോയമ്പു ഞാൻ കാണാകേണം 88
ദുഷ്ടപ്പിശാചിൻ പരീക്ഷ ജയിപ്പാനായ്
കാട്ടിയ മാതൃക കാണാകേണം.

(81-90) മാതാപിതാക്കൾക്കു കീഴ് വഴങ്ങി ജീവിച്ച ഈശോയുടെ വിനയത്തേയും എനിക്കു മനോമുകുരത്തിൽ കാണാൻ കഴിയണം. മുപ്പതുവർഷത്തോളം വേദശാസ്ത്രങ്ങൾ പഠിപ്പിച്ച ഈശോയുടെ വൈദിക ഗുരുവിനെയും എന്റെ നയനങ്ങൾ ദർശിക്കണം. സ്നാപകയോഹന്നാന്റെ കരങ്ങളിൽ നിന്നും സ്നാനം സ്വീകരിച്ച ഈശോയുടെ സ്നേഹോഷ്മളകർമ്മവും എനിക്കു കാണുവാൻ ഇടയാകണം. വനഭൂമിയിൽ വിശപ്പും ദാഹവും സഹിച്ച നോയമ്പിൽ കഴിഞ്ഞ ഈശോയേയും

എനിക്കു കാണാൻ കഴിയണം. ദുഷ്ടനായ പിശാചിന്റെ കഠിന പരീക്ഷകൾ വിജയകരമായി തരണം ചെയ്ത ഈശോയുടെ മാതൃകയും ഞാൻ മനോമുകുരത്തിൽക്കാണണം.

കല്യാണപ്പന്തലിൽ വെള്ളം വീഞ്ഞാക്കിയ
കല്യാണരൂപനെ കാണാകേണം. 92

ആദിയിൽ ചെയ്ത പുതുമ[8] *മാതാവിന്റെ*
മോദം പോൽ ചെയ്തതും കാണാകേണം.
വേദമറിയിപ്പാൻ ശിഷ്യരെക്കൂട്ടിയ
വേദനാഥൻതന്നെ കാണാകേണം. 96

നഷ്ടമായ് പോയൊരജനങ്ങളെത്തേടുന്ന
സൃഷ്ടികർത്താവിനെ കാണാകേണം.
നല്ലൊരിടയൻ ഞാനെന്നരുളിച്ചെയ്ത
നല്ലനെയെന്നും[9] *ഞാൻ കാണാകേണം.* 100

(91-100) കാനായിലെ കല്യാണപ്പന്തലിൽ വച്ച് വെള്ളം വീഞ്ഞാക്കിയ മംഗളരൂപനായ ഈശോയെ എന്റെ ഹൃദയ നയനങ്ങൾകൊണ്ടു കാണാൻ കഴിയണം. അവിടെ വച്ച് ആദ്യത്തെ അത്ഭുതകർമ്മം നിർവ്വഹിച്ച സ്വമാതാവിന് സന്തോഷം പകർന്ന ഈശോനാഥനെ എനിക്കു കാണാൻ സാധിക്കണം. വേദകാര്യത്തിൽ പഠിപ്പിക്കുന്നതിനായി ശിഷ്യന്മാരെ തന്നോടൊപ്പം ചേർത്ത സമസ്തവിജ്ഞാനത്തിന്റെയും നാഥനായ ഈശോയെ എനിക്കാണാൻ കഴിയണം. നഷ്ടപ്പെട്ടു പോയ ആടുകളെ അന്വേഷിക്കുന്ന സ്രഷ്ടാവായ ദൈവത്തെ എനിക്കു ദർശിക്കാൻ ഇടയാകണം. ഞാൻ നല്ല ഇടയനാകുന്നുവെന്നരുളിച്ചെയ്ത നല്ലവനായ ദൈവപുത്രനെ എന്റെ മനോമുകുരത്തിൽ ദർശിക്കാൻ ഇടയാക്കണം.

●

1. അരുണ്യം - ചെമപ്പുനിറം
2. മിത്രൻ - സൂര്യൻ
3. അത്തൽ - ദുഃഖം
4. ആലാഹാ - ദൈവം (സുറിയാനി പദം)
5. അന്നജാപുത്രൻ - അന്നയുടെ മകളുടെ പുത്രൻ (ഉണ്ണിയേശു)
6. ശ്രാവണം - വേദം
7. മല്പാൻ - വൈദികഗുരു
8. പുതുമ - അത്ഭുതപ്രവൃത്തി
9. നല്ലനെ - നല്ലവനെ

www.ingramcontent.com/pod-product-compliance
Lightning Source LLC
LaVergne TN
LVHW100837051026
849519LV00006B/2335